KIM LỰC LÊ

CHUYẾN TÀU ĐỊNH MỆNH

(Chuyện một cựu binh Bắc Việt ở New York)

Chương 1

LỜI CHÀO HAI NGÓN TAY

+ +

Cuối cùng thì cái ngày nước Mỹ dỡ bỏ hạn chế xã hội, sau một năm dịch *Corona* Vũ Hán hoành hành cũng đến. Nhưng với Lê Kim thì đó chỉ là "ngày vui ngắn chẳng tày gang" bởi sau Mỹ lại đến lượt Việt Nam phong toả xã hội, huỷ các chuyến bay thương mại. Thế nên dù đã cố gắng mua vé nhưng hắn vẫn bị các hãng bay quốc tế huỷ chuyến và từ chối cho lên máy bay tới... mười hai lần! - Với lý do không có giấy chấp thuận của Toà Đại Sứ Việt Nam. Thì ra, người ta chỉ cho người Việt về nước trên các chuyến bay "giải cứu" của họ. Để tham gia những chuyến bay ấy, hắn phải đăng ký với toà đại sứ và chờ xác nhận nhưng chờ mãi hắn cũng chỉ nhận được mấy chữ "vui lòng chờ". Chờ đến bao giờ, khi đứa con gái nhỏ của hắn đang trông đợi cha về từng ngày? Chẳng có câu trả lời rõ ràng nào cả! Là doanh nhân, Kim hiểu ngay trong hoàn cảnh ấy, hắn phải nghĩ đến cái triết lý "*Cái gì không mua được bằng tiền thì sẽ mua được bằng rất nhiều tiền*". Thế là, sau hai ngày thấp thỏm, hắn cũng nhận được cú điện thoại của một cô gái bên *Texas*:

- Hi chú! Vé của chú có rồi.

- Ok!

- Chú chuyển tiếp 4.000 đô-la qua ngân hàng để con trả đủ 6.000 đô-la tiền vé cho người ta nhé.

- Ok! Chú sẽ chuyển hai ngày vì ngân hàng chỉ cho chuyển qua mạng 2.000 đô một ngày thôi. Vâng, một cái vé cao hơn cả chục lần so với mọi khi vẫn làm hắn hài lòng vì chẳng có cách nào khác.

Chuyến bay "giải cứu" ấy khởi hành lúc 11 giờ sáng hôm sau và phải làm thủ tục trước ba tiếng. Từ *Miami* không có máy bay nối chuyến đúng giờ nên Kim phải ra sân bay đi *New York* ngay đêm ấy.

22 giờ khuya, Kim đã có mặt ở phi trường JFK. Hắn hộc tốc kéo hai cái va-li trên đoạn đường khá xa đến *Air Train* (xe điện nội bộ) để tới nơi chiếc *Boeing* 787 của *Korean Air* đang chờ. Vừa tới nơi, thì hắn bị một nữ an ninh da đen chặn lại "Bảy giờ sáng mới mở cửa". Thế là hắn đành bấm bụng quay lại *Air Train,* sang ga kế bên tìm chỗ nghỉ ngơi. Chết tiệt! Cái ga ấy giờ đó cũng chẳng còn quán, bar nào mở cửa nên hắn đành bắt chước mấy cô gái Ả-Rập, nằm lên hai cái va-li chợp mắt trong tiếng ồn ào láo nháo của người qua kẻ lại.

Đang ngon giấc, Kim chợt rùng mình vì cái lạnh thấu xương bỗng từ đâu ập tới. Hắn cuống cuồng chồng hết áo trong va-li lên người rồi tọng mấy viên thuốc vào họng chặn trước cảm lạnh khi toàn thân run cầm cập như con chó vừa vớt dưới sông băng lên. Không đùa với cái lạnh ở *New York* được! Hắn thầm nhủ, rồi ngồi co ro sát cái bảng đèn hướng dẫn cho ấm, mặc những chiếc *camera* an ninh đang chĩa vô hắn. Qua mấy giờ vất vả, Kim đã thấm mệt nên cứ ngồi đó thở khò khè như một lão hành khất tật nguyền. Không biết làm gì cho hết đêm dài phía trước, hắn thả cặp mắt thẫn thờ về chốn vô định rồi từ từ đắm chìm vào dòng ký ức...

+ +

Đó là một chiều cuối tháng 12, 1954. Trên dòng sông Ông Đốc, tỉnh Cà Mau, tầu *Kilinski* quốc tịch Ba Lan do thuyền trưởng R. *Kielewicz* chỉ huy đang chuẩn bị khởi hành ra miền bắc Việt Nam theo Hiệp định Đình chiến *Geneva*. Đây là con tầu hàng, trọng tải 10 ngàn tấn hạ thuỷ ở *California* (Hoa Kỳ), vừa được hoán cải ở Thượng Hải để chở người. Hầm tầu giờ chứa thực phẩm, các tầng trên boong dưới khoang đều được làm chỗ nghỉ với nhiều dãy giường tầng. Gần 3.000 binh sĩ, nhân viên dân sự Việt Minh (Việt Nam Độc Lập Đồng Minh Hội) ở Nam Bộ đã đi chuyến này. Một số người bọn họ đi ghe chở khách từ bến Chắc Băng theo sông Trẹm chạy xuống, số khác được tầu "há mồm" của Pháp chở từ Cà Mau qua ngã ba Tắc Thủ chạy ra,

4

rồi tất cả lại xuôi dòng sông Ông Đốc tới nơi con tầu *Kilinski* đang neo đậu cách thị trấn Trần Văn Thời vài cây số.

Cảnh náo nhiệt trên bến dưới thuyền nơi ấy khuấy động cả vùng sông nước khiến người đi kẻ ở ai cũng nôn nao. Những cái vỗ vai mạnh bắt tay lâu của cánh mày râu và những đôi mắt đỏ hoe của đám phụ nữ càng khiến cảnh chia ly thêm bịn rịn lưu luyến dù họ chỉ ra bắc hai năm và sẽ trở về sau Tổng Tuyển Cử 1956. Từ dưới sông, con tầu khổng lồ ấy bất chợt hụ lên mấy tiếng quái dị làm những bầy cò, le le đang lặn hụp dưới sông hoảng hốt bay lên. Đám người đang láo nháo trên boong cũng dồn cả ra phía lan can vì ai cũng muốn lưu giữ khoảnh khoắc chia tay người thân và cái nơi họ từng gắn bó. Trong nắng chiều lộng gió của miền Tây sông nước, nhiều người giơ hai ngón tay lên chào nhau như lời hứa hai năm sẽ về.

Trên boong tầu khi ấy có một phụ nữ quê mùa tên là Thi Sương vừa ẵm đứa con nhỏ trên tay, vừa dõi mắt lên bờ nơi những người thân của cô đang đứng tiễn. Họ trông khá mệt mỏi sau mấy ngày tầu xe từ thị xã Mỹ Tho qua chợ Cái Bè để đưa hai mẹ con cô xuống xứ Cà Mau này. Mẹ cô lâu lâu lại lấy chiếc khăn rằn vắt vai chậm lên mắt, chị cô thi thoảng giơ tay lên vẫy vẫy còn đứa bé chỉ đứng im nhìn mẹ. Linh cảm điều gì đó không ổn nên người mẹ trẻ ấy định chạy lên bờ dắt con gái theo mình. Nhưng mọi chuyện dường như đã trễ khi con tầu lại rúc lên âm thanh như sấm rền trên những ngọn đước rồi bay vào rừng U-Minh Hạ sâu thẳm. Một viên sĩ quan bận đồng phục trắng từ trong đài chỉ huy bước ra theo dõi các thủy thủ đang hối hả kéo thang, cuốn neo lên tầu. Khi sợi dây neo, cuốn theo những đám lục bình chảy nước ròng ròng, ngừng va cành cạch vào mạn tầu, ông ta đã nói gì đó vô chiếc bộ đàm. Tức thì con tầu bỗng bừng tỉnh. Cái ống khói trên tầu - như điếu xì-gà khổng lồ đang thả những sợi khói ngoằn ngoèo lên không trung - chợt phất lên cao những luồng khói đen kịt. Những cái chân vịt phía sau tầu cũng chuyển động ùng ục, tạo ra những cuộn nước đỏ ngầu phù sa. Con tầu từ từ rời bến ra giữa dòng. Nhiều người trên bờ cố chạy theo, vẫy gọi người thân trên đó nhưng chẳng mấy chốc con tàu đã bị những vạt dừa nước đang bị sóng vỗ ì oạp che khuất.

Từ đây ra biển không xa, lại đang là lúc nước lên nên tầu *Kilinski* bắt đầu tăng tốc. Thời ấy, xứ này chưa có hải đồ ven biển và các đài thông tin khí tượng hàng hải nên thuyền trưởng Kielewicz phải dùng kinh nghiệm bản thân và theo dõi thời tiết qua radio của Mỹ bên *Philippines* để điều khiển con tàu theo hải trình. Dòng sông Ông Đốc hoang vắng, êm đềm với những đám lục bình hoa tím lững lờ trôi dưới những ráng chiều tím đỏ hoàng hôn. Không gian thoáng đãng giữa trời nước mênh mông khiến bao lo toan vướng bận trong lòng người ra đi như dần tan biến. Người ta lại bá vai nhau chụp hình và đâu đó vang lên những tiếng vỗ tay theo nhịp điệu rộn rã của những cây đàn *guitar, mandolin*. Quả là hình ảnh khó quên. Ai ra đi hôm nay cũng đều có nỗi niềm riêng. Kẻ thì hồ hởi trước những trải nghiệm mới, người lại bình thản làm nhiệm vụ như bao lần và cũng có người bước xuống tầu vì gia cảnh nhưng giờ thì tất cả đều là người đồng hương và ai cũng tin hai năm sẽ về. Thi Sương cũng vậy. Dù vẫn lo lắng cho con gái nhưng người thiếu phụ 21 tuổi ấy cũng chẳng thể làm gì hơn ngoài việc tự an ủi "Chỉ hai năm thôi là mẹ sẽ về với con".

Khi tầu *Kilinski* ra tới biển Tây thì trời tối mịt. Mảnh trăng lưỡi liềm lấp ló trong những đám mây đen đang cuồn cuộn trôi tạo cảm giác vừa lạ, vừa quen cho mọi người. Nhưng quanh họ chỉ là đêm tối chẳng biết đâu là biển là bờ. Trời lập đông, gió biển lồng lộng khiến nhiều người trên boong ớn lạnh, lục tục tục kéo nhau vào phòng chỉ còn dăm ba kẻ nán lại hút thuốc. Ngọn đèn pha trên cao chiếu sáng khắp mặt boong nhưng không thể xuyên thấu màn đêm trước mũi tầu đang rẽ nước thành những vệt trắng xóa cùng vô số bọt lớn nhỏ lao vun vút về phía sau. Sau cùng, những đốm thuốc lá lập lòe của ai đó cũng vụt tắt trên mặt biển lấp lánh lân tinh. Mọi người đã vô cả trong phòng, bỏ lại một mình con tầu lùi lũi trong đêm. Không gian im ắng chỉ còn tiếng máy tầu khua đều đều như tiếng đồng hồ tích tắc trong đêm đầu của cuộc hành trình.

Hừng đông lan tỏa chân trời, một ngày mới bắt đầu. Những người lính Việt Minh dậy sớm và sinh hoạt như khi trên đất liền, cánh dân sự được ở thoải mái hơn trong các khu vực riêng. Thực phẩm trên tầu chủ yếu là đồ khô, đồ hộp không hợp với nhiều người nên một số binh sĩ Việt Minh bị tiêu chảy khiến viên y sỹ trên tàu tên là *Furlonge*, mặt đỏ như trái cà chua chín, phải "vắt giò lên cổ" chạy khắp nơi thăm khám bệnh nhân. Các thủy thủ Ba Lan khá thân thiện, nhiều người có thể giao tiếp với hành khách bằng tiếng Pháp. Ngoài công việc thường ngày, họ còn phải dọn vệ sinh các *toilet* công cộng – việc chẳng dễ chút nào. Sự nhiệt tình cởi mở của các thủy thủ Ba Lan đã tạo ấn tượng tốt trong lòng những người đi tập kết.

Dù đang mùa gió chướng nhưng biển Đông hôm ấy vẫn khá êm ả cho tới lúc con tầu chạy qua vùng biển Côn-Lôn thì sóng mới càng lúc càng lớn. Từ biển sâu, những con sóng lừng lững dâng lên như những con đê cao tới sáu, bảy thước. Sóng nâng mũi tầu lên cao rồi lại thả xuống mặt nước ầm ầm. Sóng đập mạnh vào mạn tầu khiến con tầu to lớn phải nghiêng ngả, hành lý rơi vãi đổ vỡ tứ tung cùng những tiếng la hét hoảng loạn của phụ nữ trẻ em. Không khí ngột ngạt khiến mọi người càng vật vã; ngay cả nhiều người đàn ông cũng không chịu nổi cảnh nhồi lắc ấy mà nôn ói tới mật xanh mật vàng. Người say sóng nằm la liệt dưới sàn, mùi dầu nóng trộn mùi ói mửa tanh tưởi át cả mùi mặn mòi của biển cả. Tuy thế, các thủy thủ Ba Lan lại nói, thời tiết ấy vẫn chưa tệ bằng vài chuyến trước khi tầu phải vào đèo Cả trú bão cả tuần lễ. Tới tối, khi ai đó chỉ những ánh sáng nhấp nháy phía xa và nói đó là ngọn hải đăng Kê Gà thì nhiều người mới biết họ đã ra tới Khu Sáu, một phần ba cuộc hải hành. Sáng hôm sau, trời nắng nhẹ biển xanh ngắt, những con sóng bạc đầu nối đuôi nhau chạy vào bờ nơi dãy Trường Sơn xanh rì đang ngạo nghễ đón nắng gió. Khi ấy, nhiều người lên boong hít thở không khí trong lành và ngắm cảnh thiên nhiên nhưng đến chiều tối thì tất cả chỉ còn là màu xám xịt. Lúc con tầu tới bắc miền Trung thì trời trở lạnh, mưa rả rích suốt ngày khiến nhiều người phương nam, vốn quen hai mùa mưa nắng, phải co ro khó chịu. Những chiếc mền mỏng, khăn lớn vốn tiện dụng trong nam, giờ chẳng giúp được gì cho họ trong cái lạnh này. Gần sáng, có tiếng một cô bé thút thít:

- Mẹ ơi! Con lạnh.

- Mẹ mặc hai áo cho con rồi mà.

- Nhưng chân con lạnh.

- Vậy để mẹ ôm con. Ngủ đi, mai tới nơi mẹ mua tất cho. Rồi tiếng hai mẹ con họ im bặt chỉ còn tiếng gió biển lùa qua khe cửa.

Trưa ngày thứ ba, con tầu cũng tới nơi như dự tính. Do nước cạn, nó phải thả neo ngoài cửa Lạch Hới cách thị trấn Sầm Sơn vài hải lý. Tại đó, mấy chục chiếc thuyền buồm đã đợi sẵn thay nhau cặp mạn tầu đón khách. Từ mạn tầu, những chiếc thang lại được thả xuống thuyền cho những người ốm đau, học sinh, nhân viên dân sự và binh sĩ Việt Minh lần lượt cập vào cái cầu tầu được làm bằng tre, dài 50 thước, rộng hơn 1,5 thước. Trên bờ, đông đảo dân chúng - chủ yếu là những phụ nữ đi chân đất, mặc áo gụ nâu váy đụp, đội khăn mỏ quạ đen - cầm các khẩu hiệu: "Việt Nam Hòa Bình!" và "Chào mừng đồng bào miền Nam tập kết ra bắc!" đã chẳng quản mưa lạnh, liên tục vỗ tay reo hò đón chào đoàn người tập kết. Tới chiều muộn, hầu hết hành khách đã lên bờ. Nhiều người chân bước đi, đầu còn ngoái lại như vẫn còn lưu luyến chút gì đó của quê hương.

Tầu *Kilinski* vẫn ở đó, sừng sững và trắng toát dưới trời đông u ám nhưng những kẻ ra đi nào hay, họ vừa bước xuống từ một chuyến tàu định mệnh. Lời chào" hai ngón tay" sẽ không bao giờ thực hiện được, nhiều người trong bọn họ sẽ phải chịu cảnh sinh nam tử bắc, nhiều mái ấm nơi quê nhà họ sẽ tan tác như tổ chim trước gió.

Còn Thi Sương? Chuyến tầu ấy sẽ xóa đi hình ảnh người mẹ trong tâm trí đứa con gái Lê San của cô và để lại trong trái tim nhỏ bé của nó một sự oán hận. Chuyến tầu ấy cũng khiến gia đình cô phải chịu cảnh ly tán kẻ bắc người nam và cô phải ân hận suốt đời vì câu nói "lìa tử chứ ai nỡ lìa sinh".

Ngay cả con tầu *Kilinski* huyền thoại, từng chở hơn 80 ngàn người miền Nam tập kết ra bắc cũng chẳng thoát khỏi định mệnh phũ phàng. Cuối 1973, sau 20 năm bôn ba chân trời góc biển, nó đã quay lại Việt Nam và lặng lẽ neo đậu ở Hải Phòng gần một năm trời. Nghe đâu, nó có ý định ở lại vĩnh viễn ở mảnh đất hình chữ "S" đó để làm chứng tích cho một quãng đường gian khổ của dân tộc này. Nhưng chẳng may! Cuộc chiến khi ấy quá quyết liệt đến mức chẳng còn mấy ai nghĩ tới giữ lại con tầu làm bảo tàng sống nên nó đã bị đưa qua Đài Loan rã xác làm phế liệu. Ngậm ngùi như một cái chết trước bình minh! Phải chi tàu *Kilinski* hiện hữu thêm một thời gian ngắn nữa biết đâu nó lại có cơ duyên đưa những người miền Nam tập kết ra bắc năm xưa trở về quê hương, sau bao năm chờ đợi mỏi mòn, như một cái kết có hậu trong những câu chuyện cổ tích.

+ +

Đoàn người đi tập kết được những người đàn ông mặc đồng phục kaki và mũ *liege* dẫn tới Ủy ban Hành chính xã Quảng Tiến trên con đường đất mới đắp. Ở đó, người ta đã chuẩn bị sẵn nước nóng rửa mặt, đồ lót dạ. Sau ít phút nghỉ ngơi, họ lại lếch thếch tới nơi tạm trú ở hai dãy nhà gọi là "khu A" và "khu B" nằm ở hai thôn liền kề. Mỗi dãy nhà dài tới 500 thước bao gồm nhiều nhà lá, lán trại kế tiếp nhau. Thi Sương cùng hai người phụ nữ tên Hoa và Lụa ở trong một gian nhà lá vách tre. Họ được cấp mền bông, vật dụng sinh hoạt và thông báo nhà nghỉ chỉ phục vụ ngày hai bữa ăn sáng chiều. Hai phụ nữ kia đều có chồng quân nhân đã ra đây từ mấy chuyến trước nhưng đến giờ họ mới đi. Còn Sương mới từ trường Tiểu học Kháng chiến Phan Lương Trực về nhà chồng để sanh ra thằng bé Lê Kim này, xong lại lật đật xuống Cà Mau xin theo chồng vì cô không thuộc diện đi tập kết. Người thiếu phụ ấy cũng nói, do không biết khi nào vợ chồng họ mới gặp nhau và sợ một mình không lo nổi hai con nhỏ nơi xứ lạ nên cô đã gởi con gái cho mẹ và chị giữ dùm. Nghe vậy, hai người phụ nữ kia đều ngậm ngùi. Hôm sau, một người đàn ông của Ban Đón Tiếp tới hướng dẫn ba phụ nữ ấy khai lý lịch. Ở mục "Thành phần gia đình",

9

Thi Sương không biết khai thế nào nên ông ta giải thích: "Gia đình chị làm ruộng là thành phần bần nông". Khi ấy, cô cũng không biết cuộc đời mình vừa nhận được một lá bùa hộ mệnh qua mấy chữ "thành phần bần nông" đó. Tới mục "Nguyện vọng công tác" thì hai phụ nữ kia đều muốn tiếp tục làm trong ngành y tế. Dù Thi Sương trước giờ chỉ nấu ăn cho trường học nhưng cũng xin theo họ cho có chị có em. Giờ cơm tập thể nơi đây khá vui. Mọi người có thể bất ngờ gặp lại bà con, người quen biết cũ. Không biết bằng cách nào mà chỉ sau một hai bữa, người ta đã có danh sách những người đồng hương đi tập kết chuyến này và cả những chuyến trước truyền tay nhau. Nhờ thế, Thi Sương biết được tin tức chồng và anh trai mình. Cuối tuần ở đây có xi-nê ngoài trời và giao lưu văn nghệ. Tàn những cuộc vui ấy, nhiều người lại tiếp tục chuyện trò thâu đêm dưới những ngọn đèn dầu leo lét nhưng cũng có lắm kẻ không thích cái khí hậu lạnh giá, mưa lây rây ướt át suốt ngày ở nơi đây nên cứ ăn xong lại cuộn mình trong mền như những con sâu trong tổ kén.

Vài ngày sau, Ban Đón Tiếp bắt đầu chuyển những người đi tập kết đến nơi định cư. Đầu tiên là các đơn vị quân đội hành quân bộ lên các huyện trung du thuộc Thanh Hóa, Hòa Bình. Tiếp đến là học sinh được chở đến các trường Học sinh miền Nam ở Hà Đông, Hải Phòng, Quảng Yên. Những người còn lại được đưa tới các tỉnh khác nhau tùy theo công việc của họ.

Bộ ba phụ nữ cùng nhà kia và một số người nữa trong ngành y tế được đưa tới Hải Phòng, Hồng Quảng. Mới bốn giờ sáng mọi người đã í ới gọi nhau dậy chuẩn bị hành lý. Sau đó, tất cả được dồn lên một chiếc xe khách hiệu *Renault Goelette* mầu xám. Không khí trong xe khá ngột ngạt vì đông người và các cửa sổ đều đóng kín vì mưa. Người tài xế kiệm lời nhưng chất và trùm bạt che mưa cho hành lý trên nóc xe khá thành thục. Gần sáu giờ sáng, trời đông vẫn tối mịt. Chiếc xe bắt đầu lăn bánh qua những căn nhà yên ắng ở Sầm Sơn trong tiếng gà gáy thưa thớt. Tới thị xã Thanh Hóa, sau khi xe chạy qua vài con lộ đá, vài dãy nhà lá, họ ra tới bến phà sông Mã. Nghe nói trước kia ở đây có một cây cầu mái vòm thép, không trụ giữa, dài 160 thước, rộng 9 thước do kỹ sư Pháp thiết kế. Cầu được xây từ 1901 - 1905, nhưng đến 1947 đã bị Việt Minh phá sập bằng 70 cân thuốc nổ TNT và sức nặng của 4 toa tầu chất đầy đá nên giờ chỉ có phà qua sông. Chiếc phà này khá nhỏ, chỉ vừa cho hai chiếc xe hơi và hơn chục chiếc xe đạp thồ của những người đàn ông địa phương mặc áo tơi, chở rau củ đi chợ sớm.

Sau những ngày vất vả, đến lúc này những người trên xe mới có chút thời gian chiêm nghiệm cảnh vật nơi đất bắc. Đâu đó trên cao, những hạt mưa phùn nhè nhẹ bay xuống tạo một màn trắng đục trên mặt sông, hai bên bờ là những rặng cây thoắt ẩn thoắt hiện trong sương sớm như thực như mơ. Trên dòng sông vắng lặng chỉ đơn độc chiếc phà của họ đang dập dềnh trên bọt nước trắng xoá. Không gian huyền ảo ảm đạm khiến nhiều người trên xe bâng khuâng, "Về đâu mai này?".

Sang bờ bên kia, xe theo Quốc Lộ 1 chạy lên hướng bắc. Xe cộ trên đường khá thưa thớt nên chẳng bao lâu, họ đã tới Ninh Bình, rồi theo đường 10 qua Nam Định. Đến Tân Đệ, *xe* dừng lại chờ phà qua sông. Mọi người xuống xe thư giãn và ngắm nhìn con sông lớn nhất miền bắc. Nước sông Hồng đỏ đục hơn sông Tiền, sông Hậu quê họ nhưng bề rộng thì không bằng hai con sông kia. Nhiều người mua thử vài thứ bánh trái địa phương trong những cái thúng đội trên đầu những người bán hàng rong đang cất tiếng rao đứt đoạn giữa những cơn gió lạnh hun hút từ ngoài sông thổi vào, "Ai mua bánh nếp bánh tẻ không…"

Qua phà xong, xe lại tiếp tục theo đường 10 sang Thái Bình, Hải Dương. Dọc hai bên đường là những cánh đồng nước trống vắng, thỉnh thoảng mới thấy một vài thôn xóm ẩn sau những đám tre xanh buồn tẻ. Đến chiều muộn, họ tới Hải Phòng. Khi ấy, người tài xế nói, "Nơi đây có sân bay, bến cảng và còn nhiều lính Pháp đồn trú, cùng những người công giáo đang chờ xuống tầu di cư vào nam". Nghe vậy, có người trên xe đàm tiếu, "Giờ mà chúng ta xuống tầu đó về nam là sẽ thành người 'Bắc Di Cư' đấy nhé" khiến ai cũng phì cười. Thật ra, điều đó chẳng đáng cười bởi theo Phật pháp thì *cái ta hay chúng ta đó chỉ là vô ngã* và cái dòng đời xuôi ngược của 800 ngàn người di cư vào nam, hay 200 ngàn người tập kết ra bắc cũng chỉ là nỗi thống khổ của chúng sinh khi họ không hài lòng với cái thế giới vật chất, hoặc tinh thần của mình đang có mà thôi. Chiếc xe chạy chầm chậm qua những con phố buôn bán rực rỡ đèn mầu, rồi dừng lại trước khu nhà yên tĩnh trên một con đường vắng. Sau một ngày đi đường mệt mỏi nên ăn tối xong là mọi người lăn ra ngủ, chẳng ai buồn thăm thú gì thành phố về đêm cả.

Sáng hôm sau, chiếc *Renault* bỏ lại những người định cư ở Hải Phòng, rồi tiếp tục đưa số còn lại ra Hồng Quảng. Đến Phà Rừng, bất chợt hiện ra trước mắt mọi người một dòng sông mênh mang đang lững lờ trôi và phía sau nó là những ngọn núi nhấp nhô trong mây trời. Quả là non nước hữu tình! Khi biết nơi đây là địa danh trong ca khúc "Bạch Đằng Giang" (Lưu Hữu Phước) thì những người trên xe càng thêm tôn kính bậc tiền nhân chống quân phương Bắc. Qua sông là địa phận Quảng Yên nhưng xe không dừng ở đó mà tiếp tục chạy theo đường 18 ra Bãi Cháy. Lúc qua các mỏ than bên đường, những người Nam Bộ trên xe rất đỗi ngạc nhiên trước những núi than khổng lồ - như những kỳ tích của con người với thiên nhiên. Tới Bãi Cháy, xe dừng trước hãng tầu *Saric*. Tại đó, một người đàn ông đại diện Chính Quyền Khu bước ra chào đón họ:

- Xin chào các anh chị. Mọi người đi đường có khỏe không?

- Cảm ơn anh, tụi tui khỏe.

- Giờ xin mời các anh chị nghỉ ngơi. Qua tết, chính quyền Khu sẽ lập một bệnh viện ở đây, mọi người không phải lo việc làm đâu ạ.

- Ồ vậy là số dách rồi – ai nấy đều hoan hỉ.

Sau khi ông ta về, đám người lục tục chuyển hành lý vào nhà, chuẩn bị cuộc sống mới. Bộ ba Sương, Hoa, Lụa được ở ba phòng nhỏ cạnh nhau, dù tiện nghi khá sơ sài nhưng mọi người vẫn an tâm hơn khi ở Sầm Sơn. Dân địa phương khá thân thiện khi tận tình chỉ họ cách giã cua để nấu canh riêu thay vì cho nguyên con cua vô nồi. Có người cho Sương một chiếc nôi em bé để cô rảnh tay dưới bếp.

Là người của ruộng vườn, Thi Sương hồ hởi với cuộc sống thoát ly, ngoại trừ vài chuyện hi hữu. Một lần nghỉ trưa, mọi người bỗng nghe thấy tiếng cô ta thất thanh cùng tiếng gà ầm ĩ nên chạy sang xem chuyện gì? Bất ngờ, một con gà mái bay phành phạch qua đầu họ ra sân vừa chạy, vừa kêu quang quác.

- "Chuyện gì vậy chị Sương?"

- "Nó tìm chỗ đẻ. Chút xíu nữa là mổ đui mắt con tui rồi". Thì ra cô ta đã bỏ con trong nôi rồi ra ngoài giặt đồ mà không biết sau đó, một con gà mái đã nhảy vào nôi tìm chỗ đẻ. Lúc trở vô, cô hốt hoảng khi thấy con gà nằm cạnh và chăm chú nhìn đôi mắt thằng bé, đang hớn hở với nó, nên đã xua đuổi gà đến lạc cả giọng. Nghe vậy, ai cũng ái ngại cho hai mẹ con cô.

Ba tháng sau, bệnh viện Đa khoa Bãi Cháy, với 100 giường bệnh, đã được thành lập như dự tính. Hoa và Lụa được nhận làm y tá ngay còn Sương phải qua lớp đào tạo và thực hành hộ lý tại bệnh viện. Sau đó, nhờ lá bùa hộ mệnh "thành phần bần nông", cô còn được đi học một khóa y tá và học thêm văn hóa. Không nói cũng biết, khi ấy Sương rất vất vả. Do bệnh viện không có nhà trẻ nên cô phải xoay sở đủ cách để vừa học, vừa làm việc và nuôi con. Có những tối, cô phải lấy tã cột chân thằng bé Kim vào thành giường để ra ngoài. Khi trở về, cô sửng sốt khi thấy con mình đang hân hoan trên một bãi phân. Phân nhão vương vãi khắp giường và trên người thằng bé - trông chẳng khác gì một con heo trong vũng sình - thế là hai mẹ con họ lại phải tắm rửa, giặt giũ cả đêm.

Cuối cùng, sau hai năm "đầu tắt mặt tối" học hành làm việc chăm chỉ, Thi Sương cũng đạt được mong ước có việc làm "bằng chị bằng em". Hãnh diện trong chiếc áo bờ-lu trắng của nữ y tá, dài tới cổ chân với những đường may xếp li, phồng hai bên hông như y phục của các bà Sơ, cô tự tin bước vào cuộc sống mới.

Chương 2.
NHỮNG TẤM VÉ TUỔI THƠ

+ +

Sau một thời gian làm y tá bệnh viện Bãi Cháy, bộ ba phụ nữ ấy lại có tên trong số nhân sự tăng cường cho Bệnh viện Hồng Gai với 180 giường bệnh. Đây từng là bệnh viện *Georges Picot* của người Pháp được xây giữa những năm 1930 trên một quả đồi gần núi Bài Thơ trông ra vịnh Hạ Long. Khu khám và điều trị bệnh tọa lạc trên đỉnh đồi, còn ở lưng chừng đồi là khu nhà của nhân viên nằm giữa những bụi sim tím.

Lúc đó, thằng bé Lê Kim đã gần bốn tuổi. Hàng ngày, nó ở nhà một mình để mẹ đi làm. Chiều chiều, trong khi chờ mẹ về nó thường ra đồi sim nhìn biển. Những trái sim chín trong nắng vàng, những cánh buồm nâu trên biển xanh, những lời hát ru Nam Bộ của mẹ là những ký ức đầu đời của thằng bé. Vào cuối tuần, Học và Hùng - một thợ cơ khí và một lính hải quân - là họ hàng với Thi Sương, cùng những người đồng hương khác thường tới nhà cô nấu ăn để vơi nỗi nhớ quê hương. Thế rồi, Hùng là người đầu tiên dẫn người yêu, tên Hợi, làm công nhân nhà máy xi-măng Hải Phòng ra mắt cô. Sương đã chúc phúc cho họ và vui khi thấy những hạt giống đầu tiên của quê hương mình đã nảy mầm trên đất bắc. Khi ấy, thằng bé Kim gọi tất cả những người đàn ông là cậu còn những phụ nữ là dì. Trong lúc các dì nấu ăn, các cậu lại dẫn nó ra chợ mua thêm gì đó hay ra đồi hái sim, xuống ao câu cá. Lúc mẹ có bầu đứa em kế, mỗi lần tới nhà chơi là các cậu lại dắt thằng bé Kim đi tắm ở cái giếng sát biển, đối diện quả núi đen sì cách bờ vài trăm thước. Nước giếng mát lạnh, gió biển thổi vù vù cùng những gáo nước xối ào ào làm hai hàm răng thằng bé va nhau lập cập.

"Thời gian vật đổi sao dời", cái giếng ấy nay đã bị lấp sau những lần lấn biển nhưng căn bệnh viêm phế quản do nhiễm lạnh từ đó thì vẫn còn được nhắc tới trong hồ sơ bệnh án của Kim sau này.

14

Khi đứa con trai kế được sinh ra và đặt tên là Thi Sơn - kỷ niệm núi Bài Thơ – thì Thi Sương và Hoa cùng xin chuyển về Hải Phòng cho tiện việc gia đình. Ở đó, hai người xin làm y tá bệnh viện Việt-Tiệp (nhà thương Bản Xứ). Ban đầu, họ thuê chung một căn gác, phía trước là con đường đông đúc; phía sau là đường rày xe lửa, gần khu An Dương. Ở nhà một mình, ngày nào cô bé Dân sáu tuổi, con gái Hoa, và thằng bé Kim cũng chơi với nhau để mẹ chúng đi làm. Cô bé ấy thường lấy vật dụng trong nhà làm hàng hóa rao bán, còn Kim làm khách mua. Có lúc cô bé ấy lại tự nhận làm "vợ" bảo Kim làm "chồng" và nói "Chồng ngủ đi để vợ nấu cơm"... nhưng chỉ vài phút sau lại nói "Dậy đi, cơm chín rồi..." Khi chán mấy cái trò ấy, hai đứa lại chạy ra sau nhà nhìn những đoàn xe lửa bụi bặm đang ầm ầm chạy qua, hay ra cái ban-công gỗ phía trước nhìn người qua lại dưới đường. Một ngày nọ, một người đàn ông đem đến nhà chúng một cái giỏ đệm hột vịt lộn và nói:

- Hột vịt trong này chín rồi. Bây ăn nhớ chừa cho mẹ nghen!

- Chú là ai?

- Mẹ bây về thì nói có cậu Ba Sô lại thăm.

Khi ông ta đi khỏi, hai đứa trẻ lấy những quả trứng vẫn còn ấm trong giỏ ra ăn nhưng mới ăn mấy miếng thì chúng thấy có gì đó khác lạ nên lại lựa những quả trứng khác nhưng quả nào cũng thế. Cho là trứng hư, tụi nhỏ đã thi nhau quăng hết số trứng vịt lộn trong giỏ xuống đường. Khi trở về, mẹ chúng đã hoảng hốt khi thấy vô số những quả trứng bể nát la liệt trước nhà, cùng những sinh vật nhỏ bé văng tung tóe ra ngoài.

Khi Dân đi học nội trú ở Trường Học Sinh Miền Nam, chỉ còn mình Kim lủi thủi ở nhà. Mỗi khi mẹ đi làm, thằng bé lại lang thang ngoài đường. Nó đi xuôi đi ngược theo con đường phía trước để xem cái đường rày xe lửa sau nhà nó đi tới đâu? Rồi nó lại đi dọc theo con phố bán quan tài sau nhà thương ra hồ Tam Bạc nhìn chiếc cầu sắt sơn đỏ chót như con chuồn chuồn ớt bên phía Hạ Lý. Thỉnh thoảng, nó đi dọc theo bờ hồ tới nhà hát thành phố toạ lạc trên một quảng trường có những băng ghế tựa và các bụi hoa trồng xung quanh. Đó là một tòa nhà hoành tráng, phía trước có những bậc thang đá phiến, những cây cột ốp đá, những cửa gỗ lớn và cửa sổ kính bóng lộn. Lối kiến trúc *Baroque* với những tượng hình, phù điêu, hoa văn trang trí phía trước đã tạo chỏ mặt tiền tòa nhà thoáng đãng lịch lãm - khác cái cảnh hư hại, lụp xụp và bị khuất lấp bởi khẩu hiệu, ảnh lãnh tụ như lúc sau này. La cà chán chê, thằng bé lần theo đường cũ trở về và khi trời sắp tắt nắng, nó lại leo lên cái lô-cốt hoang phế trước chợ Sắt để thấy mẹ về từ xa. Nó ngóng trông mẹ và những chiếc bánh sừng bò mềm mại thơm phức của mẹ đem về. Bận con nhỏ nên Thi Sương đặt cơm tháng ở một căn-tin trong chợ và những ngày cô về trễ, bà bếp lại bảo thằng bé Kim xách cơm về trước cho mẹ. Một lần, trong lúc thằng bé đang mơ màng trên cái lô cốt thì bà bếp ra hỏi nó:

- Lấy cơm chưa?

- Chưa, chẳng biết "ma xui quỷ khiến" thế nào mà nó trả lại lời vậy, khi đã nhận cơm rồi.

- Mày là thằng xảo quyệt! Bà ta xổ tới thằng bé như một con sư tử vồ mồi, sau khi vào bếp kiểm tra lại. Kim không biết ý nghĩa của hai chữ xảo quyệt là gì nhưng gặp một người lớn hung dữ như vậy đã khiến nó sững sờ câm nín. Có thể vì bực mình mà bà ta nói thế nhưng những lời phũ phàng cũng khó phai mờ theo thời gian khi một đứa trẻ chưa đầy năm tuổi lần đầu phải nhận.

Ít lâu sau, Thi Sương lại dọn đến khu nhà tập thể hai tầng của ngành y tế thành phố trên đường Lạch Tray. Một phần tầng dưới khu nhà được dùng làm bếp, nhà tắm công cộng. Từ khu nhà đó ra đường Lạch Tray phải đi vòng quanh một khu đất hoang rộng cỡ sân bóng đá và ngày nào, Sương cũng ẵm thằng bé mới sinh đi làm qua khu đất ấy. Kim vẫn ở nhà một mình nhưng từ khi nhà nó có thêm thằng bé con, lúc nào cũng rộn chuyện, thì nó có cảm giác như bị mẹ bỏ quên. Hàng ngày, nó cứ chơi tha thẩn một mình bên những cây bàng đầy sâu róm, rồi lại tới phòng tắm công cộng, nơi có những anh chàng vừa tắm vừa hát nghêu ngao, múc nước bằng cái gáo làm từ lon sữa bò trong cái bể xi-măng nửa nổi nửa chìm để tắm. Mọi chuyện khá ổn, trừ khi thằng bé phải đi vệ sinh ở cái nhà xí công cộng cao chừng sáu tấc có hầm chứa phân lộ thiên lúc nhúc dòi bọ, ruồi nhặng và mùi xú uế kinh khủng ở phía sau. Môi trường sống ẩm thấp, thiếu vệ sinh khiến thằng bé ấy bị nhiễm các bệnh đau mắt hột, thủy đậu và giun lãi. Một lần đang chơi, nó bất ngờ nôn oẹ ra một con giun đũa màu trắng, dài non một gang tay. Nhìn con vật gớm ghiếc đó ngọ nguậy dư đất, Kim vô cùng kinh hãi và đó là hình ảnh ám ảnh mãi trong ký ức tuổi thơ của nó.

Ở khu nhà ấy có một phụ nữ gốc Hoa tên Minh Châu, từng ở chiến khu Đồng Tháp Mười, khá thân mấy mẹ con Sương. Có lần, Châu cứ ngắm mãi một vật gì đó trên tay, rồi bất chợt chìa ra một ngôi sao đỏ lung linh trước mặt Kim. Thằng bé thích lắm nên hỏi xin:

- Cho cháu nhé?

- Không! Cái này của chú bộ đội Trung Quốc. Nói xong, cô cẩn thận gói ngôi sao vào trong chiếc khăn lụa trắng.

- Sao cô biết chú bộ đội Trung Quốc? Nó tò mò nhưng cô ấy chỉ mỉm cười. Khi cuộc chiến Trung-Việt đang hồi quyết liệt, Kim tình cờ gặp lại cô Châu được cho nghỉ hưu non ở Chợ Lớn. Hai cô cháu bồi hồi nhắc lại những kỷ niệm xưa và hắn cũng không quên hỏi lại về chủ nhân của ngôi sao ngày trước nhưng cô ấy chỉ lắc đầu, "Chuyện lâu rồi, không nhớ". Dù vẫn không biết được bí mật của ngôi sao nhưng Kim đã được một bài học: *"Ở đời không phải cứ muốn là được!"*

+ +

Ký ức về cha trong những năm đầu đời của thằng bé Kim khá nhạt nhoà, đến nỗi nó không nghĩ nó có một người cha. Lần đầu gặp người đàn ông mà nó gọi bằng ba là dịp ông ta kết hợp chuyến xe của cơ quan đưa nhân viên đi nghỉ mát ở bãi biển Đồ Sơn ghé Hải Phòng đón vợ con cùng đi. Hơn chín giờ sáng, chiếc xe ấy dừng trước khu nhà tập thể Lạch Tray. Bước vào nhà, Lê Ngọc thấy vợ vẫn đang loay hoay với món bồ câu rô-ti, anh ta liền dắt thằng bé Kim ra xe rồi quay lại giúp vợ khiến những người trên xe sốt ruột, thúc tài xế nhấn còi inh ỏi. Thái độ thiếu thiện cảm ấy khiến thằng bé lo lắng cha mẹ nó bị bỏ lại nên định phóng ra khỏi xe nhưng ngay lúc ấy, họ đã xuất hiện. Cha nó một tay ôm bọc quần áo và lon sữa *Guigoz*, một tay xách chiếc "cà-mèn" đồ ăn, còn mẹ nó ẩm đứa con nhỏ đang quấn trong một chiếc khăn lòng thòng với bộ dạng tất tả. Mọi người trên xe thở phào và chiếc xe lại lăn bánh. Tới nơi, người tài xế cho xe đậu dưới bóng những cây phi lao, còn hành khách thì chạy túa xuống biển. Cha mẹ Kim không vội. Họ thong thả dọn đồ ăn lên một tờ nhật trình rồi vừa ăn, vừa nhìn ra biển khơi đang ào ào sóng. Lần đầu thấy gia đình đoàn viên, Kim rất phấn khích nên hết vùng vẫy dưới nước lại chạy nhảy la hét trên bờ đến khan cả tiếng. Ba giờ chiều, người tài xế gọi mọi người trở lại xe. Trên đường về, ông ta lại dừng cho vợ Ngọc xuống. Sau khi bảo Kim phải theo cha, Thi Sương nói lời tạm biệt chồng và mọi người rồi ẩm đứa con nhỏ vô nhà. Thằng bé Kim không biết tại sao nó không được ở với mẹ nữa? Lòng buồn rười rượi, nó dõi theo bóng mẹ dần xa khuất trên con đường vòng vèo qua khu đất trống. Chiếc xe chạy thêm một chập nữa thì trời tối sập. Cơn buồn ngủ sau một ngày vùng vẫy ngoài biển khiến hai mắt thằng bé dính lại. Trong lúc mơ màng, nó nghe thấy tiếng người nói lao xao - dường như chiếc xe đã dừng lại? Rồi có ai đó ẩm nó đi lộp cộp trên một cái cầu thang? Nhưng cơn ngủ vùi lại ấp đến và nó chẳng còn hay biết gì nữa.

Khi Kim mở mắt ra thì trời đã sáng bảnh. Bất giác, nó thấy chỗ đang nằm không phải là cái giường và căn phòng mọi khi nên cất tiếng gọi mẹ nhưng không ai trả lời. Nó bèn tụt xuống sàn, mở cửa nhìn ra ngoài nhưng cũng không thấy mẹ đâu mà chỉ thấy những người đàn ông lạ mặt ngồi trong căn phòng đối diện. Gần chỗ nó đứng là một cái cầu thang gỗ dẫn xuống một hành lang hẹp và tối bên dưới. Thằng bé bắt đầu mếu máo:

- Mẹ ơi!

- Nín đi! Bố cháu đi mua đồ ăn sáng sắp về rồi — một người đàn ông trong phòng đối diện bước ra nói với nó. Nghe thế, thằng bé trở vô phòng và quan sát chỗ ở của cha nó. Đó là một căn phòng nhỏ nhưng trần nhà lại rất cao. Trên vách tường đối diện cửa đi có một cái cửa sổ nhỏ xíu, trên một vách khác vẫn còn dấu tích cái thùng chứa nước dội *toilet* - nơi đây từng là một cái nhà tắm? Ngoài chiếc bàn đầy sách báo bụi bặm, chiếc ghế dựa và chiếc giường gỗ trong phòng còn có một cái mũ phớt móc trên cái giá mây và một đôi giày da hai mầu nâu-trắng ở dưới sàn. Bất ngờ, cha nó xuất hiện trên ngưỡng cửa cùng cái cà-mèn phở trên tay. Tô phở nóng, thơm ngào ngạt đã xua đi buồn phiền trong lòng thằng bé nãy giờ. Ăn xong tô phở đầu tiên ở Hà Nội, Kim mò sang căn phòng nơi cha nó đang làm việc cùng những người đàn ông kia. Khi ấy, người đàn ông ban nãy dẫn nó đến chỗ để những cuốn sách bìa cứng rất dày là những cuốn *Collier's Encyclopedia* và *Pierre Larousse Dictionaries*. Lập tức, thằng bé bị cuốn hút bởi vô số hình ảnh trong đó. Cứ vậy, ngày nào nó cũng mê mẩn với những cuốn tự điển bách khoa ấy cho đến một ngày nó không được phép đụng vào chúng nữa vì đã tự ý vẽ vào đó.

Nhà Xuất Bản Trung Chính, nơi cha Kim làm việc, chiếm diện tích khá lớn trong một khu dân cư có mặt trước ở phố Quang Trung, ba mặt còn lại được bao quanh bởi con đường nhỏ trải đá tên là Hạ Hồi. Trong cùng của khuôn viên là cái *villa*, nơi ở của gia đình ông giám đốc, có những cánh cửa cao với những vòm tròn và nhọn. Kim rất ấn tượng lối kiến trúc trong ba gian nhà chính được ngăn bởi những cái cột cao vừa tạo ra những nơi riêng biệt, vừa có thể tạo thành một không gian rộng cho các cuộc tiệc tùng khiêu vũ. Như bao đứa trẻ khác, thằng bé ấy cũng rất hiếu kỳ. Mỗi khi nghe thấy tiếng kèn réo rắt, tiếng thanh la xủng xoẻng ở đâu đó từ xa là nó liền phóng ra đường xem đám ma đang đi tới. Đi đầu là những người mặc áo thụng vác những lá cờ có nhiều dải màu đen. Nối gót họ là các nhạc công vừa đi vừa chơi những giai điệu nỉ non bằng những cây đàn nhị, nguyệt, tiêu, trống đế và thanh la. Tiếp đến là những người đàn ông, đội vòng dây chuối, mặc đồ vải xô thắt dây rơm, chống gậy im lặng đi trước cỗ quan tài đặt trên chiếc kiệu đầu rồng do tám người đàn ông khiêng. Sau kiệu là cái lọng vuông màu đen do bốn người đàn ông khác vác, che cho những người đàn bà, mặc đồ xô trắng đội đài che mặt, khóc lóc thảm thiết. Sau cùng là những người đưa tiễn cùng vô số xe xích lô chở người già cả ốm yếu. Dân gian có câu "sống dầu đèn chết kèn trống" nên nhiều đám ma còn có một ban nhạc Tây với những cây kèn *clarinet, trumpet, saxophone*. Đám trẻ con thích xem các đám ma này lắm, đôi khi chúng còn hát nhảm nhí: "*Chết rồi cho vào hòm áo quan. Thằng chết đi đằng trước, thằng sống đi đằng sau. Cả lũ lau nhau, vừa khóc vừa mếu*". Ngay lập tức, vài người đàn ông trong đám ma quắc mắt nhìn chúng khiến đám trẻ im bặt. Khi ấy, Hà Nội còn có những đám tang bằng xe ngựa. Những chiếc xe tang có mái che mầu đen, được gắn thêm những gù lông đen – như cái chổi lông gà - trên nóc xe và ở bốn góc. Người đánh xe, mặc đồ giống như phường Ngự Lâm Quân bên trời Tây, ngồi phía sau những con ngựa được gắn gù lông đen trên đầu và chùm tấm vải đen thêu nhiều họa tiết huyền bí. Mắt ngựa cũng được che như ngựa của các hiệp sĩ Châu Âu thời trung cổ. Loại xe tang bốn bánh ấy đi khá nhanh nên không nhiều người đi theo đưa tiễn và quang cảnh lặng lẽ của đám ma cũng không cuốn hút trẻ con. Ngoại trừ những tiếng "rinh, rinh..." nhịp nhàng theo bước chân ngựa từ những cái chuông buộc trên cổ chúng.

Cuộc sống hàng ngày của Lê Ngọc khá đơn điệu với những bữa ăn ở căn-tin nhưng khi có tiền nhuận bút, anh ta lại chở con tới nơi nào đó nổi tiếng để ăn uống cho biết. Kim từng đến tiệm "Cơm Tám Giò Chả" trên phố Huế, nơi có vài bộ bàn ghế sơ sài và khi gọi món thì chủ tiệm đem ra một đĩa cơm gạo tám xoan, một đĩa chả lụa cắt khoanh cùng một chén nước mắm nhỏ. Chỉ có vậy! Chẳng có gì nổi trội, có chăng vì thời buổi nghèo khó nên chỉ một bữa cơm tươm tất đã là ước mơ của nhiều người? Mỗi tuần, Ngọc vẫn đem quần áo dơ ra một tiệm giặt ủi trong ngõ Hạ Hồi. Mỗi lần theo cha tới đó, thằng bé lại thấy một người thợ già cần mẫn làm việc bên cái bàn dài và một lò than cháy đỏ. Sau khi trải món đồ lên bàn, ông ta tợp một ngụm nước và thổi phù phù những giọt nước li ti lên đó. Đoạn ông nhấc một trong hai cái bàn ủi bằng gang nặng chịch đang gác trên lò than chùi vào một cái giẻ rồi vừa ủi, vừa đập cái bàn ủi bộp bộp trên món đồ cho mau thẳng. Về sau, Kim phát hiện ra cũng từ cái tiệm giặt là ấy mà cha nó quen biết một cô gái đan len 19 tuổi, tên Hoài Thu, sống gần đó. Có vẻ như phụ nữ hay quan tâm những người đàn ông sống một mình và có vẻ vì chuyện tình cảm ấy mà cha nó thường vắng nhà? Một lần, trời đã tối và bên ngoài mưa đá rơi lộp độp từng cơn nhưng Kim chẳng thể vô nhà vì nơi ở của cha con nó nằm trong khu làm việc đã khóa cửa. Chờ hoài không thấy cha về, nó đành tha thẩn chơi với mấy cục nước đá nổi lềnh bềnh ngoài sân ngập nước. Thấy vậy, một cô gái tên Quỳnh, trong đám trú mưa, lại dỗ dành:

- Về ngủ với cô nhé?

- Nhưng cô phải cho ba cháu ngủ với. Câu trả lời hồn nhiên của đứa trẻ khiến cả đám trú mưa bật cười và cô gái đỏ mặt.

Dù phải sống với cha nhưng thằng bé Kim vẫn thường đòi về với mẹ và nguyện vọng ấy cũng được cha thỏa mãn đôi ba lần. Những lần ấy, hai cha con họ đi xích-lô ra bến xe Hàng Đậu, nơi có những chiếc *Renaul Goeolett*, và *Citroen Traction* đậu từng dãy chờ khách. Muốn đi nhanh, Lê Ngọc hay chọn những chiếc *Citroen* mà Kim rất ấn tượng với vẻ đẹp bên ngoài của nó. Tuy thế, sau khi bị o ép vì chỗ ngồi chật chội và chỉ nhìn thấy những cây cột đèn bên ngoài nối đuôi nhau chạy về phía sau một cách nhàm chán thì nó lại muốn ra khỏi xe càng sớm càng tốt. Những lần khác, Ngọc dậy sớm dắt con ra ga xe lửa. Đường không xa nhưng mới đến trước căn biệt thự im lìm có những cây vú sữa xum xuê của đại tá Hà Văn Lâu ở ngã tư đầu tiên thì thằng bé đã mỏi chân nên Ngọc phải ẵm nó lên, rồi lại thả xuống vì mỏi tay. Sau cùng, anh ta phải kêu xích lô đi tiếp vì sợ lỡ tầu. Tuy còn nhỏ nhưng Kim đã rất ấn tượng với lối kiến trúc hoành tráng của ga Hàng Cỏ - một thời được coi là đẹp nhất xứ Đông Dương - được xây theo lối kiến trúc công sở Châu Âu thế kỷ 19.

Băng qua những quán nước chè lụp xụp phía trước, hai cha

con họ bước vào trong một cái sảnh rộng có trần mái vòm cao để mua vé, rồi đi tới những toa "con mọn" sơn chỉ vàng trong sân ga. Không gian trong toa tầu khá thoáng đãng nhờ những cái quạt trần quay vù vù và những cánh cửa sổ lớn. Kim hay ngồi sát cửa sổ nhìn cái đầu máy đen sì ở phía trước xả ra những đám hơi nước mù mịt, các nhân viên hỏa xa đứng im với cờ hiệu trên tay. Nó thích khi đoàn tầu chui vào những cái cầu sắt loang loáng dầm thép, rồi lại chạy như bay trên những cánh đồng thơm mùi cỏ ngái. Nó cũng thích thú khi thấy mọi người cuống quýt kéo cửa sổ xuống vì khói bụi từ cái đầu tầu lan xuống, hay khi trên sân ga chỉ có một hai người chờ tầu cùng những va li nhỏ tí teo - giống trong mấy phim "cao bồi viễn tây". Duy có điều làm thằng bé băn khoăn là trong lúc tầu chạy nó đã nhìn thấy những viên đá xám loang loáng bên dưới đường ray qua cái lỗ trong cái toilet sực mùi dầu sả. Thì ra, người ta đã xả mọi thứ trong *toilet* xuống đường ray? Thất vọng việc ấy, nó thề không bao giờ đi bộ trên đường tàu. Năm 1972, tòa nhà chính của ga bị phi cơ Mỹ đánh sập nhưng hai tòa nhà phụ vẫn còn. Sau đó, phần bị phá hủy được xây lại theo kiểu cách xa lạ với phần còn lại nên cái nhà ga ấy giờ đã có lối kiến trúc "nửa dơi nửa chuột".

+ +

Sau khi bị Nhà Xuất Bản lấy lại căn phòng đang ở làm kho sách, hai cha con Lê Ngọc phải dọn về khu nhà tập thể của Nhà Xuất Bản trên phố Chợ Đuổi, từng là một biệt thự hai tầng của người Pháp. Các phòng trên tầng hai được dành cho các "sếp" đều có toilet riêng, cha con họ ở trong cái kho nhỏ nơi tầng một và dùng toilet công cộng. Mỗi ngày, người cha đi làm từ sáng đến trưa lại về ăn cơm, nghỉ ngơi với con. Thằng bé Kim không thích ngủ trưa nên thường chờ khi cha vừa ra khỏi nhà là phóng ra sân nghịch ngợm gì đó khiến những bà cấp dưỡng vẫn đang ngủ không hài lòng. Không những thế nó còn hay dò dẫm trong các nhà kho đầy bụi bặm, hay là bám vào cái ống khói chênh vênh trên mái nhà nhìn bốn phía như con mèo hoang. Nó cũng thường đi trên bức tường khuôn viên nhìn sang các nhà hàng xóm, nơi người ta vẫn thường gầy sới đá gà ăn tiền. Đấu trường là một vòng tròn đường kính gần hai thước được vẽ dưới đất. Đấu sĩ là những con gà cao lớn mặt đỏ gay, dưới cẳng còn được gắn những cái cựa thép trông rất oai vệ. Để không phân tâm trước trận đấu, gà được che mắt bằng những miếng da trông như những tên "cướp biển *Caribe*". Khi được thả ra, chúng xù lông cổ thách đấu đối phương rồi nhanh chóng giao chiến. Những con gà thay nhau nhảy lên đá cựa thép vào ngực, dùng cánh chém vào mặt, dùng mỏ mổ vào đầu nhau. Giữa hiệp đấu, gà được chủ nhân xoa bóp vết thương bằng rượu ngâm mã tiền, thổi nước lạnh vào mặt cho tỉnh, như các tay võ sĩ *boxing* chuyên nghiệp, rồi lại tiếp tục chiến đấu cho đến khi có kẻ bại trận bị hạ gục tại chỗ, hoặc tháo chạy khỏi vòng tròn. Sau những trận đấu một mất một còn đó, chủ gà thường kỳ kèo cãi cọ, thậm chí xô xát vì tiền cá độ bỏ mặc những con gà bị rách diều, mù mắt, thương tích đầy mình.

Khu nhà Kim ở nằm sát hồ Bảy Mẫu, nơi hoang hóa sình lầy với vô số chuột bọ rắn rết; những con quạ lô nhô trên cây và lũ diều hâu lượn lờ trên cao rình bắt gà con ở các khu dân cư lân cận. Những bà bếp ở đấy cũng nuôi thả nhiều gà bằng cơm thừa và hay bảo thằng bé Kim canh không cho diều hâu bắt gà con. Nhưng những con chim ấy rất tinh quái và nhanh nhẹn; chỉ trong tích tắc là chúng đã có thể sà xuống cắp lấy gà con và bay vút lên cao trước tiếng kêu thất thanh của gà mẹ. Những bà bếp cũng chạy theo la ó chim nhưng chẳng ăn thua gì và thế là họ quay lại nhìn thằng bé như kẻ tội đồ. Không ưa thằng lêu lổng chẳng được tích sự ấy nên mỗi khi thấy nó làm gì không vừa ý là các bà bếp đó lại la hét, dọa nạt: "Thằng ranh! Xéo!", hay: "Liệu hồn! Kẻo tao mách bố mày đánh cho nhừ tử đấy". Lê Ngọc tính rất cả nể. Hơn nữa, những người này còn là ân nhân khi nấu luôn cả bữa chiều cho anh ta thay vì chỉ một bữa trưa như mọi người. Bất kể giờ nào, mỗi khi những mụ "phù thuỷ" đó nói gì đó vào tai là Lê Ngọc lại mặt đỏ gay, rồi gọi con lại trước mặt họ và tát vào mặt nó một cái "nổ đom đóm mắt" làm nó ngã lăn quay xuống đất. Ha ha...từ nay thằng bé Kim đã biết thế nào là sự xúi bẩy của những mụ đàn bà độc ác kia và thế nào là sự trở mặt của người cha? Đó chẳng phải là sự dạy dỗ gì cả mà chỉ là trò bắt nạt một đứa trẻ chưa tới sáu tuổi chưa từng bị mẹ đánh, của đám nhẫn tâm ấy. Những lần khác, Ngọc bắt con nằm úp xuống đất, lấy thanh củi dí vào đầu nó mà hỏi: "Biết tội mày chưa?" và "Mày muốn mấy cây (củi)?". Rồi mặc con khóc lóc van xin, anh ta vẫn lạnh lùng đánh những cú như "trời giáng" xuống mông, lưng thằng bé, làm nó choáng váng, oằn mình đau đớn. Những tiếng la thét thảm thiết như con heo bị chọc tiết "Á, đau quá! Đau quá!" của đứa con chẳng làm người cha ấy động lòng. Ngoài nỗi đau thể xác thì cái khoảnh khắc chờ đợi những cú đánh tiếp theo cũng làm thằng bé căng thẳng tột độ như một màn tra tấn tinh thần. Đôi khi, những cây củi bị gãy do đánh mạnh quá làm đứa con lóe lên hy vọng cuộc đánh đập sẽ dừng lại? Nhưng không! Cha nó, người mẫn cán với việc đánh con, không bỏ cuộc và xuống bếp lấy một cây củi khác thay thế. Sau những trận đòn ấy, đầu tóc thằng bé ướt đẫm mồ hôi, lưng mông bầm tím, tiếng nấc tức tưởi kéo dài cả giờ đồng hồ. Cứ thế, vài ngày nó lại bị một trận đòn "thập tử nhất sinh" mà chẳng ai động lòng thương cảm. Thậm chí, họ còn nhìn nó đắc thắng, "Biết sợ chưa?" Những khi ấy, thằng bé chẳng biết dựa vào ai vì mẹ nó đang ở nơi xa lắm.

Lòng đố kỵ của người lớn quả là không có giới hạn. Một lần, thằng bé Kim cùng hai cô bé khác đang chơi trong phòng khách thì bất chợt có một cặp mắt ai đó nhìn qua cánh cửa đang khép hờ và một tiếng "À" vang lên khiến chúng hoảng sợ bỏ chạy ra ngoài. Ngay lúc ấy, những bà bếp túm lấy chúng truy hỏi kiểm tra quần áo - như vừa có vụ dâm ô xảy ra - dù những "hạt giống" của thằng bé chỉ mới bằng mấy hạt đậu cô-ve. Không tìm thấy gì, họ thả chúng ra và tiếp tục bàn tán rôm rả. Khi Ngọc về, mấy mụ "phù thuỷ" đó lập tức thì thầm câu chuyện ban nãy vào tai anh ta. Nhưng trái với sự trông đợi của họ, lần đó Ngọc không đánh con sau khi nghe nó thuật lại sự việc.

Một lần khác, khi vừa đẩy cánh cửa *toilet* công cộng đang khép hờ thì thằng bé Kim bất ngờ thấy một phụ nữ đang tắm trần truồng trong đó, nó vội vã quay ra nhưng vẫn không thoát được cái tội "tai bay vạ gió". Tuy vậy, lần ấy Ngọc cũng không đánh con, sau khi nghe nó tường trình lại sự viêc. Những hành động bất thường của cha khiến Kim băn khoăn vì đâu mà nó không bị đòn như mọi khi? Nhưng dù sao tình cảnh Kim vẫn chẳng hơn tình cảnh của một con thú nhỏ bị nhốt trong lồng, chẳng biết khi nào sẽ bị lũ trẻ nghịch ngợm chọc mù mắt. Vì thế nó luôn cảnh giác với tất cả mọi người. Vâng, có vẻ mỗi lần bị đánh đập thì tâm hồn thằng bé lại mọc một cây gai và sẽ chẳng có hoa thơm trái ngọt gì trong cái tâm hồn đầy gai góc ấy. Một lần theo cha tới bệnh viên *St Pault* để mổ lẹo mắt, Kim đã chửi rủa thậm tệ các nhân viên y tế, khi bị họ ép nằm lên cái bàn *inox* lãnh lẽo dưới ngọn đèn mổ sáng loá. Trên đường về, khi nghe cha hỏi lý do chửi bới họ thì nó chỉ nín thinh, không trả lời.

Không chỉ thế, sự tiêu cực đó còn khiến nó mất lòng tin với người lớn. "Làm quái gì có đứa nào ngoan, chỉ là chúng may mắn được đầu thai vào những gia đình tốt mà thôi" – Kim vẫn nghĩ thế. Và từ đó, nó căm ghét các chương trình bé ngoan trên *radio* và cố thủ trong cái pháo đài cảm xúc của riêng mình. Nó dần tự biến mình thành một loài dã thảo, xa lánh mọi người và lang thang ngoài đường. Khi thì nó tới phố Huế nhìn những chuyến tàu điện qua lại, lúc nó lại ra hồ Ha-Le nhìn ba cái chùa ở bên kia hồ. Một lần, Kim và đám trẻ ấy thấy mấy cái "ca-pốt" vương vãi trên bờ hồ lại tưởng là những quả bong bóng nên chia nhau thổi ra những quả bóng dài mầu trắng sữa đem về nhà. Người lớn trong khu nhà tập thể thấy thằng bé chơi đùa với cái bao tránh thai bẩn thỉu ấy nhưng chẳng ai khuyên bảo gì nó. Thật tệ!

Mừng Lễ Độc Lập ngày 2 tháng 9, 1960, người ta bắn pháo hoa ở hồ Bảy Mẫu. Tối đó, Lê Ngọc vắng nhà nên thằng bé Kim chạy theo đám trẻ con đường phố ra nơi ấy. Ở đó, nó thấy những khẩu súng cối và những người lính miệt mài thả những quả đạn pháo vào họng súng. Sau những tiếng nổ lụp bụp đầu nòng là những tia lửa lao vun vút lên không trung, nở ra vô vàn ngôi sao lấp lánh trong tiếng reo hò của mọi người. Trong khi đó, đám trẻ lại dán mắt lên trời tìm những chiếc dù bé tí teo từ những đám nổ ấy đang từ từ rơi xuống, rồi chạy theo chúng bất kể gai cào, bùn đất văng khắp người. Đôi khi, những chiếc dù bị mắc trên ngọn cây, hay là rơi xuống hồ làm đám trẻ tiếc nuối cứ loanh quanh mãi nơi đó giống như đàn linh cẩu vây quanh con mồi.

Ở khu nhà tập thể ấy không có người miền Nam nên thỉnh thoảng Lê Ngọc lại dắt con đi thăm vài người đồng hương sống ở Hà Nội. Trong số đó có người anh họ, tên Bình Thanh, sống ở khu chung cư trên phố Cổ Tân gần Nhà Hát Lớn. Từng là một nhà văn kháng chiến và hội viên Hội Nhà Văn nhưng Bình Thanh đã bị thất sủng sau khi tham gia phong trào "Nhân văn giai phẩm" – trào lưu tự do sáng tác theo phong cách "Nghệ thuật vị nghệ thuật" không phải quan điểm "Nghệ thuật vị nhân sinh" của đảng cầm quyền. Bị "treo bút" nên ông ta phải sống "bám váy vợ" và xài đồng lương ít ỏi ngoài mấy quán bia vỉa hè trong bộ dạng tóc tai bù xù, áo quần luộm thuộm. Bình Thanh là người miền nam tập kết đầu tiên thất bại trên đất bắc mà Kim từng chứng kiến. Ái ngại hoàn cảnh Bình Thanh, thỉnh thoảng Ngọc cũng giúp anh ta chút tiền xài và rước con gái anh ta, tên Thanh Mai, về nhà chơi. Mỗi khi cô bé ấy đến nhà là anh ta lại kể chuyện cổ tích cho hai đứa nhỏ nghe trước lúc ngủ, điều hiếm thấy khi chỉ mình Kim. Khác tính cách hay cáu bẳn của người cha, cô bé xinh xắn ấy luôn vui vẻ với mọi người và Kim, khiến nó bớt cô độc khi sống với một người cha nghiêm khắc.

Thi Sương còn có một người họ hàng khác làm chung Nhà Xuất Bản với chồng cô mà thằng bé Kim gọi là cậu Ba Lang. Thỉnh thoảng, Kim vẫn thấy cha nó uống trà hút thuốc và ngồi trầm ngâm bên người cậu ấy. Ba Lang khá trầm tính nên không mấy cuốn hút thằng bé. Một lần, nó được theo cha tới nhà ông ta trong một xóm biệt lập nằm giữa những cánh đồng nước lạnh lẽo gần hồ Ba Mẫu.

Trước nhà có một giàn mướp, một đống tro nguội lạnh và chiếc xe đạp đi làm mỗi ngày của Ba Lang dựng sát vách. Trong nhà có một cái bếp củi – có lẽ mới được dời từ ngoài sân vào cho ấm (?) - cháy nghi ngút và một bộ bàn ghế gỗ tuyềnh toàng. Ông Hai Sô, cha của Ba Lang, để chòm râu thưa dưới cằm, mặc áo bông xanh đã sờn và đội mũ che tai kiểu lính biên phòng vừa tiếp khách, vừa ho sù sụ vì lạnh. Những người đàn ông ấy vừa uống trà nóng, vừa nhắc lại kỷ niệm của họ trong nam và nói về công việc hiện tại ở đây. Khi đó, thằng bé Kim chưa biết ông Hai Sô* ấy chính là người đã thiết kế lá cờ đỏ sao vàng của nước Việt Nam Độc Lập, sau 80 năm đô hộ của người Pháp.

Anh trai Sương, tên Ba Năng, tập kết ra bắc cùng người vợ là một học sinh "trường Tây" ở Sài Gòn và đứa con trai bằng tuổi Kim, tên Hòa. Ngay khi tới nơi, họ được điều qua *Moscow* làm ở cơ quan Thương Vụ trong Tòa Đại sứ Việt Nam. Một ngày nọ, Ba Năng gửi cho cha con Ngọc một gói quà. Phần Kim là mấy món đồ chơi cũ và một mớ quần áo cũ. Cầm một chiếc quần lên tay, Kim ngạc nhiên vì kiểu cách của nó, một chiếc quần soọc rộng, may túm hai ống và có cái yếm trước ngực, như quần của chú hề trong rạp xiếc, nên hỏi cha:

- Đây là cái gì?

- "Pan-sô-lây".

Kim chẳng thích cái "Pan-sô-lây" ấy chút nào nhưng nó nào có quyền được thích hay không thích khác ý cha nên im lặng. Trong khi nó mân mê món đồ chơi thì cha nó loay hoay sửa cái "phẹc-mơ-tuya" của chiếc áo thun xanh mà nó thích nhất. Sau khi vật lộn không thành

----

*Lê Quang Sô (1894-!978) - nhân sĩ yêu nước quê ở Đạo Thạnh, Châu Thành, Mỹ Tho – từng bị người Pháp giam cầm ở Côn Đảo. Sau khi ra tù năm 1940, theo yêu cầu của tổ chức cách mạng, Hai Sô đã thiết kế lá cờ đỏ sao vàng cho hội nghị Xứ ủy Nam kỳ tại Tân Hương (Long An) và cuộc Khởi nghĩa Nam Kỳ cùng năm. Tháng 1 năm 1946, lá cờ đỏ sao vàng của Lê Quang Sô được Quốc Hội Khóa 1 sử dụng làm quốc kỳ chính thức của Nước Việt Nam Dân chủ Cộng hòa.

công với cái dây kéo chết tiệt đó, cha nó đỏ bừng mặt lên rồi xé toạc chiếc áo và quăng vào thùng rác trước sự sửng sốt, tiếc nuối của thằng bé. "Con không chê cha mẹ khó, chó chẳng chê chủ nghèo" nên Kim vẫn lẳng lặng mặc chiếc quần chú hề ấy đến trường Tiểu học Vân Hồ trên con đường 325 rải đá, ngạt ngào mùi hoa sữa. Lúc xếp hàng, chúng bạn khúc khích khi thấy chiếc quần không giống ai đó nhưng Kim vẫn thản nhiên cho đến khi một thằng chỉ vào cái quần, nói:

- Ê! Mặc quần con gái à?

- Mày muốn đánh nhau không? Kim vừa hỏi, vừa chỉ cái bút có ngòi bằng sắt vào nó. Tức thì, thằng đó im bặt. Thế nhưng khi tan học, cô giáo đã cho cha nó biết sự việc này và nhờ thế nó không phải mặc chiếc quần đó nữa.

Từ khi có Thi Sơn ở cùng, Ngọc thường đưa tiền cho Kim tự ăn sáng. Khi ấy, tờ hai hào xanh của nó mua được vô khối thứ xôi, bánh, cháo... nhưng về sau, thằng bé lại hay dùng tiền ăn sáng ấy để mua truyện tranh. Nhờ khả năng đọc dần tiến bộ nên nó lại mua các truyện cổ tích, dân gian Việt Nam và thế giới. Trong buổi đầu tập tành đọc sách ấy, nó thích các nhân vật Dế Mèn của Tô Hoài và Chú người gỗ *Pinocchio* của *Carl Collodi* hơn cả. Bởi các nhân vật đó cũng thích khám phá, cũng bị xem là những đứa trẻ ngỗ nghịch và cũng thường phải chịu hậu quả do mình gây ra như nó.

Những tối cuối tuần, Lê Ngọc hay dẫn các con hóng mát ở Bờ Hồ xem người ta nhảy đầm. Ở đó, trên đoạn đường Tràng Thi – Bà Triệu, có rất nhiều cặp đôi ôm nhau lả lướt theo những bản nhạc du dương phát ra từ những chiếc loa lớn hình tròn trông giống những chiếc đĩa bay (UFO) treo lủng lẳng trên cây. Kim thích cái không khí lễ hội ấy lắm – giây phút xa xỉ hiếm hoi của nó - nhưng lại thường phải về sớm vì thằng em nó luôn thấy nhàm chán và buồn ngủ.

Sau gần ba năm xa cách, tưởng chừng vô tận, thằng bé Kim vô cùng vui sướng khi được gặp lại mẹ. Nhưng mẹ nó không lên Hà Nội thăm nó mà lên giải quyết hậu quả mối tình vụng trộm của cha nó với Hoài Thu, sau khi mẹ cô ta tố cáo Lê Ngọc làm con gái bà ta có bầu. Là kiểu xã hội đồng nhất như Trung Quốc, Bắc Hàn nên ở Việt Nam khi ấy, người ta cũng rất định kiến với những suy nghĩ, lối sinh hoạt và trang phục khác biệt nên chẳng ai dám mặc đồ nổi trội vì sợ những lời đâm chọc. Cái định kiến ấy cũng nặng nề với những ai có ngoại hình khác thường, đến nỗi những người đầu trọc thường bị chế giễu: "Đầu trọc lông lốc bình vôi. Bà ngồi bà ỉa, bà bôi lên đầu" và rất khó xin việc cơ quan nhà nước. Thời ấy, dù ai đó tự động dâng hiến thân thể cho nhau hay trai gái yêu nhau nhưng chưa báo và được tổ chức đồng ý mà đã quan hệ thân xác thì đều bị xem là "hủ hóa" - sẽ bị kiểm điểm, cách chức, hạ lương. Nặng hơn thì bị khai trừ đảng, truy tố - nhục nhã chẳng dám nhìn ai. Người ta thường rình rập những cặp đôi đang tâm sự và sẽ bắt ngay nếu họ quan hệ thân xác, đôi khi còn không cho họ mặc lại quần áo để làm tang chứng. Thậm chí, có người không có tội cũng bị ép cho có tội nên phải tìm đến cái chết vì uất ức. Nhưng cũng có người phản ứng lại: "Ô hay! Tôi tưởng cái 'lìn' của tôi là chuyện riêng, thế mà giờ tổ chức lại bảo tôi phải dùng nó thế nào ư?" Tất nhiên, càng phản ứng tội càng nặng.

Vì lẽ ấy, tội "hủ hoá" của Lê Ngọc là một tội lớn. Thế nhưng do lãnh đạo Nhà Xuất Bản có ý nương tay, với một trong những biên tập viên tiếng Hoa, tiếng Pháp của mình nên đã lần lữa giải quyết sự vụ. Chính sự căng thẳng khi chờ xử lý đã khiến anh ta trút những trận đòn tàn bạo xuống đứa con mình theo kiểu "giận cá chém thớt". Rồi chuyện sắp có con ngoài giá thú với Hoài Thu đã lan như lửa cháy cũng dồn Lê Ngọc đến chân tường cùng tâm trạng buông xuôi. Từ đây, anh ta chẳng còn bận tâm đến những lời than vãn của hàng xóm về thằng bé Kim; nhờ thế mà nó thoát nhiều trận đòn oan nghiệt.

"Bỏ thì thương vương thì tội", Nhà Xuất Bản đã mời vợ Ngọc đến bàn cách giải quyết. Để tránh rắc rối pháp lý và giữ việc làm cho chồng, Thi Sương đã đề nghị gia đình Hoài Thu để cô chu cấp tiền nuôi dưỡng đứa bé và kết thúc câu chuyện. Cuối cùng, gia đình ấy cũng đồng ý bãi nại và nhận tiền cấp dưỡng đứa bé trực tiếp từ tay Ngọc. Kết quả không có chuyện gì xảy ra với người chồng nhưng người vợ lại phải chấp nhận sự qua lại của đôi nhân tình ấy với tâm trạng hồi hộp như đang phải sống trong một trạm xăng có thể phát hoả bất cứ lúc nào.

Những tưởng "sóng gió" trong nhà đã qua nhưng Kim đâu ngờ đó chỉ mới bắt đầu với những cuộc cãi cọ liên miên của cha mẹ. Một sáng thức giấc, nó thấy họ đang cãi nhau và khi chưa định thần là chuyện gì thì Ngọc dúi vào tay nó tờ năm Hào, bảo đi ăn sáng. Thằng bé đi đến tiệm bánh cuốn mà cứ vẩn vơ trong đầu hình ảnh cha mẹ cãi nhau. Tiệm bánh khá nhỏ, một bên là nồi tráng bánh bốc hơi nghi ngút và một bên có hai bộ bàn ghế thấp tè. Nó ngồi xuống một cái ghế lơ đãng nhìn mấy con cà cuống màu lá mạ đang ngâm trong cái lọ nước mắm trên bàn cho đến khi bà bán hàng có lọn tóc bọc trong vải đen, trông như con rắn quấn trên đầu, quay lại đon đả:

- Mua bao nhiêu nào?

- Cháu mua… thằng bé đang nhẩm xem mua bao nhiêu vì số tiền hôm nay nhiều gấp đôi mọi ngày thì hốt hoảng khi tờ Năm Hào màu tím đã rơi mất từ hồi nào rồi - khốn khổ cho tình cảnh như "chó cắn áo rách" của nó khi ấy.

- Cháu bị mất tiền rồi – nó ú ớ.

- Rõ sự! Bà ta nhổ toẹt miếng trầu đỏ lòm trong miệng vào cái bô dưới gầm bàn. Thế là, nó đành ôm cái bụng lép kẹp, thất thểu đí về và kể lại sự việc cho cha, rồi lại lủi thủi bước ra ngoài theo cái chỉ tay của ông ấy. Một lần khác, thấy Kim lảng vảng trước cửa phòng khi cha mẹ đang cãi nhau, cha nó liền đóng sập cửa lại và chẳng may, cánh cửa ấy đã chém đứt một phần ngón tay út của nó. Máu ra nhiều nhưng thằng bé không khóc, đến giờ mỗi khi nhìn vết sẹo trên tay Kim vẫn cảm giác như những chuyện đó mới chỉ hôm qua.

+ +

Để tiện quản lý gia đình, Thi Sương quyết định chuyển lên Hà Nội làm việc. Mỗi khi đi xin việc, cô lại giao Kim giữ đứa em gái Lê Hạ chưa đầy một năm tuổi của nó. Đứa bé khá nặng nên Kim chỉ ôm em ngồi một chỗ, không dám đi đâu vì sợ làm rơi nó xuống đất. May sao, cô bé ít khóc thường ngủ đến khi mẹ về.

Khi Thi Sương được nhận làm y tá khoa ngoại bệnh viện Việt– Đức (nhà thương Phủ Doãn) thì Lê Ngọc và các con cũng chia tay nơi ở cũ, đầy tai tiếng, chuyển đến khu nhà tập thể bệnh viện ở số 5 Phan Bội Châu. Nơi đây cũng từng là một biệt thự lớn của người Pháp, giờ làm chỗ ở cho 11 gia đình người Nam và ba gia đình người Bắc. Gia đình năm người của Thi Sương sống chung với gia đình bốn người của một y tá khác trong căn phòng lớn trên gác hai, được ngăn bởi tấm ri-đô vải. Tài sản chẳng có gì ngoài chiếc giường lớn cho bốn mẹ con, chiếc giường xếp của chồng và hai cái va-li quần áo. Do ở chung lại có nhiều con nít nên ban đêm hai gia đình đó ngủ không tắt đèn. Hàng đêm, Thi Sương và hai đứa con trai nằm theo chiều dọc của chiếc giường, đứa con gái nằm ngang trên đầu hai anh nó theo đúng nghĩa đen "cá mòi sắp lớp". Những đêm hè nóng bức, mùi nước đái của hai đứa con của cô y tá kia bốc lên nồng nặc mà chiếc quạt máy "tai voi "duy nhất trong nhà lại bị thằng Thi Sơn độc chiếm nên cô phải dùng quạt tay phe phẩy cả đêm. Còn những đêm đông, mấy đứa con cô lại co quắp trong tấm chăn mà co đầu này lại hở đầu kia, cho đến khi bị vợ chồng cô kéo chăn ra để cho cái lạnh đánh thức chúng dậy đi học.

Ngoài giờ học, Kim và chúng bạn thường chơi đánh đáo, đánh khăng, chơi bi, chơi xèng... những trò ấy rất cuốn hút lũ trẻ vì tính dân dã của chúng. Riêng chơi xèng, bọn trẻ phải tốn công đập thẳng các nắp chai bia thành những đồng xèng và để có nắp chai bia thì chúng lại lân la tìm kiếm ở các cửa hàng ăn uống. Một lần, đang tranh giành nắp chai trong một cửa hàng gần khu Tràng Tiền - trước

31

là nơi bán xe *Peugeot và Citroen* của hãng *Charles Biollot* - thì bọn trẻ bị nhân viên ở đó tống ra ngoài hiên khi trời đang mưa. Trong lúc đang co ro thì có hai người đàn ông ngoại quốc từ trong cửa hàng bước ra hỏi chúng bằng tiếng Việt lơ lớ:

- Có rét không?

- Không. Chúng lắc đầu.

- Mua kẹo! Đi mua kẹo. Họ xoa đầu mấy đứa bé và cho chúng mấy hào lẻ. Đám trẻ mừng rơn, kéo nhau đi mua kem quên cả lời cám ơn. Một que kem chỉ năm xu nên số tiền ấy đủ cho cả bọn lè lưỡi liếm mút suỵt soạt những que kem đến teo tóp chẳng kịp tan chảy. Thời đó, học trò thường đi guốc gỗ nên những đồng xèng còn được đám con trai đóng dưới đôi guốc để phát ra tiếng "lẹt xẹt" khi bước trên hè phố trước ánh mắt khó chịu của những người già.

Hà Nội khi ấy có rất nhiều ve. Tiếng ve râm ran suốt trưa hè trên những con đường nhiều cây cổ thụ. Tối đến, những đứa bé hay soi đèn dưới các gốc cây tìm bắt những con ve sầu lột xác. Sau một đêm, những con ve ấy đã có một đôi cánh dài cặp mắt to và cái vòi như con ruồi khổng lồ rồi lâu lâu lại hòa thanh cùng những con ve khác trên cây khiến đám trẻ ngỡ ngàng. Ngoài ve thì dế mèn, dế than cũng rất lôi cuốn lũ trẻ. Đôi khi dế tự bay vào nhà nhưng thường thì đám trẻ phải đi tìm hang của chúng, rồi cắm những chai nước vào đó và nhìn những bong bóng nổi lên ùng ục ở đít chai cho đến khi dế trồi lên vì ngộp thở. Những con dế than có những vệt vàng trên cổ - như khăn quàng của những hướng đạo sinh – thường bị nhốt trong hộp giấy để gáy những tiếng "cờ ríc, cờ ríc..." hầu hạ đám trẻ; còn những con dế mèn có cánh nâu đen, đầu to bóng loáng thì bị buộc phải làm đấu sĩ, sau khi đã bị ngắt đứt râu cho thêm phần hung dữ.

Khi mùa mưa tới, đám trẻ con nhà tập thể lại trần truồng ra sân hứng nước mưa từ các máng xối bị vỡ trên mái nhà tràn xuống. Chúng vùng vẫy trong những vũng nước chưa kịp rút, đôi khi lại thi nhau đái xa – trông chúng giống như những chú bé *"Manneken Pis"*. Rồi chúng lại thả thuyền giấy xuống những dòng nước đang cuồn cuộn dồn về mấy lỗ cống và đuổi bắt nhau dưới mưa tới khi môi đứa nào cũng thâm sì vì lạnh.

Đám trẻ ấy rất thích khám phá trải nghiệm. Một lần, y tá Hiệp luộc một nồi hột mít cho đám trẻ và cảnh báo chúng không nên ăn nhiều vì sẽ "địch" (xì hơi) nhiều. Nhưng chúng không nghe lời, cố ăn thật nhiều để thử nghiệm lời cảnh báo ấy. Quả nhiên, chẳng bao lâu đã có những tiếng "tỉn tỉn..." phát ra. Đám trẻ lập tức ngừng ăn, dỏng tai lên xem tiếng động đó từ đâu và khi phát hiện ra thủ phạm thì chúng cười phá lên như nắc nẻ rồi bắt đầu thi nhau rặn những tiếng "tẹt tẹt..." - nghe như tiếng xé vải - càng lúc càng nhiều. Bỗng một đứa con gái cũng lỡ phát ra một tiếng "bủm" làm đám con trai thích chí cười lăn lộn trên sàn nhà.

Ngoài giờ học, đám trẻ khu nh tập thể cũng hay lang thang ngoài khu Bờ Hồ xem đồ bày bán trong các cửa hàng, hay là dán mũi vào những cánh cửa kính ở tiệm *Bodega* hít hà mùi thơm những chiếc bánh ga-tô trong đó. Khi hứng lên chúng lại sang tòa nhà Uỷ ban Quốc tế về Giám sát và Kiểm soát Đình chiến Việt Nam (ICCS) trêu chọc những nhân viên người Ấn Độ. Khi ấy, chúng túm vạt áo như cái tai lợn rồi rón rén đến gần những người đàn ông da sạm râu quai nón đội những chiếc khăn to mầu đen giống như trong truyện "*Alibaba và 40 Tên Cướp*"- ngoắc lấy ngoắc để. Dù không hiểu chuyện gì nhưng thấy bộ dạng lấm lét kiểu "*Tom* và *Jerry*" của đám trẻ ấy thì họ đã vẫy chúng lại và nói lơ lớ: "Đén đai! Đén đai!" làm cả bọn hoảng sợ tháo chạy không dám nhìn lại. Chưa hết, bọn trò ấy còn tới vườn hoa "Con Cóc" gần Bắc Bộ Phủ nghịch nước ở đài phun, rồi lại dán mắt vào các cặp tình nhân ngồi quanh đó, hát nhảm: "*Đêm đông nằm trong chăn. Anh đánh rắm (xì hơi) làm em giật mình*". Thấy anh chàng nào ngăm đen, chúng lại hát: "*Sì-bô-nê. Bố Ghi-nê mẹ cũng Ghi-nê đẻ con đen sì*" khiến các cô gái ngượng ngùng còn các chàng trai nghiến răng trợn mắt như muốn "ăn tươi nuốt sống" đám nhãi "thò lò mũi xanh" đó.

Thời ấy, việc bán đồng nát rất được trẻ con quan tâm. Những

tiếng rao, "Ai bán lông gà, lông vịt không?", hay "Chai lọ, đồng nát đây", nghe quyến rũ như tiếng rao đổi đèn cũ lấy đèn mới của gã phù thủy *Mustapha* trong truyện "*Aladin* Và *C*ây Đèn Thần" vậy. Chỉ chờ thế, đám trẻ con trong khu nhà tập thể lại tíu tít đem vô khối lông gà lông vịt, lon sữa bò, chai lọ, vỏ kem đánh răng ra nơi những người mua đang chờ đợi chúng. Trong số đó, có một phụ nữ trẻ khá đỏm dáng với bộ trang phục truyền thống. Chiếc khăn mỏ quạ khi không đội lại được cô quàng trên vai khoe ra những lọn tóc vấn khéo léo trong một chiếc mân xinh xắn. Bên trong chiếc áo tứ thân mầu nâu đen, được buộc hai vạt trước cho tiện đi lại, là cái yếm màu mỡ gà chẳng dấu được cặp vú thả rông bên trong và cái váy lửng khoe đôi chân mềm mại xỏ trong đôi dép săng-đan mỏng dính. Sau khi gom đồ của lũ trẻ, cô thong thả tháo nút buộc ở sợi dây lụa mầu lá mạ thắt ngang hông, lấy ra những tờ hào và xu lẻ đưa cho mấy thằng con trai, rồi quay lại nói với mấy đứa con gái:

- Lông gà chỉ nửa giá lông vịt thôi nhá.

- Lông gà lông vịt giống nhau mà cô?

- Không! Thứ nào ra thứ ấy - lời dứt khoát của cô ta khiến đám con gái buồn thiu.

Đến giờ, Kim vẫn còn nhớ sự chỉnh chu và cái thần thái hiếm thấy của cô gái ấy. Phải chăng, cô ta là chỉ là một người đỏm dáng, hay là một phụ nữ rất khéo làm duyên? Câu hỏi ấy cứ mãi lăn tăn trong đầu nó nhưng dù thế nào thì thằng bé ấy cũng từng muốn có một cô vợ như thế.

Khu Cửa Nam có một ông người Tầu bán tầu hủ, trưa nào cũng gánh trên vai hai cái thùng gỗ và rao những tiếng "Tào phớ! Tào phớ!" ngắn ngủn khác người. Những miếng tào phớ mềm mại được hớt ra cái bát nhỏ bằng một mảnh vỏ con trai, rồi lại được chan nước đường ấm, thơm mùi gừng bằng chiếc gáo tre nhỏ. Quả là món ngon trưa hè. Thế nhưng lũ trẻ vẫn thích để dành tiền bán đồng nát để mua những chiếc bánh gối xịt tương ớt, bánh rán nóng, kẹo kéo, nộm đu đủ... vô cùng hấp dẫn được bán trước cổng trường.

Mỗi khi giáp tết, người lớn trong khu nhà tập thể lại đua nhau phơi rau củ làm mứt làm dưa, nhốt gà vịt đầy chuồng khiến đám trẻ con nôn nao chẳng muốn học hành gì nữa. Thằng bé Kim cũng vậy. Nó vui sướng khi được giúp mẹ làm những miếng mứt ngọt ngào từ mấy ngày trước Tết. Ngày 29 tết, phụ nữ trong nhà tập thể đua nhau gói bánh chưng bánh tét, rồi lại luộc chung trong cái thùng phuy to tướng đặt trên cái bếp làm bằng ba cục đá lớn cháy nghi ngút giữa sân. Công việc đốt lò, châm thêm nước, canh bánh chín đều do những người đàn ông đảm trách. Đám trẻ con chẳng có việc gì nhưng vẫn thích ngồi đó, cả nửa ngày, nhìn những ngọn lửa nổ lách tách rồi lại chạy về nhà hân hoan báo tin "Mẹ ơi! Bánh nhà mình chín rồi". Được bên mẹ trong những ngày giáp tết ấy là một trong những hạnh phúc lớn của đời Kim. Chiều 30 tết, bọn trẻ con bắt đầu xúng xính trong những bộ quần áo may sẵn - trừ vào tiêu chuẩn 5 mét vải một người một năm - và thường lớn hơn một cỡ để trừ hao... còn lớn! Cha mẹ Kim không mua đồ may sẵn mà dùng vải tiêu chuẩn may quần áo cho lợi hơn nên Kim luôn ước ao có được trang phục giống chúng bạn, dù họ chẳng bận tâm chuyện ấy. Tuy vậy, có lần cha nó mua hai đôi giày vải *Batta* cho hai anh em. Do thích giày "bát-kết" (basketball) nên Kim không mặn mà lắm nhưng Thi Sơn thì mân mê đôi giày suốt ngày, đến khi ngủ còn để chúng lên nóc màn ngắm nhìn. Sau bữa cơm tất niên, đám trẻ con kéo nhau ra Bờ Hồ xem bắn pháo hoa. Ở đó, người ta đông vô kể nên chúng đã trèo lên một cái cây la đà trên mặt hồ, ngồi đong đưa chân trên cành cao chờ giây phút khai hoả. Bất chợt, không thấy thằng em đâu nên Kim dáo dác nhìn khắp nơi, rồi tụt xuống đất khi thấy nó đang lủi thủi ở gốc cây kế bên.

- Sao không trèo cây?

- Ừ.

- Lại ỉa đùn hả? Kim hỏi khi ngửi thấy mùi thối từ người nó. Nhìn bộ dạng thằng em lúc ấy, Kim chán chường như chính mình vừa đạp phải cứt vậy. Trời ơi! Sao lại ỉa lúc sắp tới giờ khai hoả thế này? Giờ thì về cũng dở, ở cũng không xong nhưng chẳng có cách nào khác nên nó đành dừng cuộc vui đưa em về nhà. Trên đường về, ngoài đám lá bàng khô xào xạc dưới phố Tràng Thi trong gió đông hun hút, chỉ có hai anh em nó, thằng anh nhảy chân sáo phía trước và thằng em đi khệnh khạng phía sau. Sáng mùng một tết, câu chuyện ỉa đùn đã tan vỡ trong những tiếng nổ chát chúa bên ngoài. Ai đó muốn đánh thức mọi người dậy đón xuân? Rồi họ lại thi nhau đốt những dây pháo dài xen lẫn những quả pháo cối tạo nên những tiếng nổ đùng đoàng khắp nơi. Khi tiếng nổ vừa dứt, đám trẻ lao vào đám khói mịt mờ đó tranh cướp những quả pháo không nổ, như những chiến lợi phẩm đầu năm.

Ngoài tết ra, đám trẻ trong xóm còn dịp vui tết Trung Thu. Đêm trăng rằm, chúng thường đem những chiếc đèn lồng hình ngôi sao, đầu sư tử ra sân hát và múa trước khi "phá cỗ". Chỉ vài múi bưởi, mấy quả hồng và bốn cái bánh trung thu cắt làm sáu đã thành một mâm cỗ - ăn thì ít vui thì nhiều – của mười mấy đứa trẻ. Những chiếc bánh trung thu thủa ấy được làm từ những nguyên liệu rẻ tiền. Khi bán, bánh được gói trong những tờ giấy dầu và để trong những khay gỗ thô kệch. Do không mấy khi được ăn thỏa thích – vì mỗi nhà chỉ được mua một bánh nướng và một bánh dẻo - nên đám trẻ con rất háo hức, hít hà mãi những cái bánh mà không dám ăn vì… sợ hết! Cái tâm lý "của hiếm là của quý" ngày ấy vẫn còn đến ngày nay khi mà vô số người lớn – lũ trẻ con ngày ấy - vẫn chấp nhận xếp hàng cả buổi để mua những chiếc bánh làm thủ công, trông lem luốc. Không phải vì chúng ngon hơn những cái bánh khác mà có lẽ đó là những tấm vé trở về tuổi thơ của họ?

+ +

Đầu năm lớp ba, thằng bé Kim được cha dắt đến Trường Âm Nhạc Việt Nam trên đường Nguyễn Thái Học, đăng ký học đàn. Bước vào gian phòng đầu tiên, nó thấy một người đàn ông cao lêu nghêu đang cúi gục đầu, như con sếu đang cắm mỏ vào một cái đàn piano. Ông ta ra dấu cho Kim đứng bên cạnh và bảo nó xướng theo ông ta,

36

cùng những ngón tay gầy guộc đang lướt trên phím đàn, một thang âm nguyên từ nốt "đồ thấp" lên "đố cao" và trở xuống. Sau đó, ông ta không xướng nữa mà hất hàm bảo nó tiếp tục. Chục ngày sau, nó được nhập học lớp *violon* bán thời gian theo nguyện vọng cha nó. Khác cha, Kim không thích cái âm thanh có vẻ khô khan cùng tư thế gò bó khi cầm cái vĩ và cây đàn *violon* ấy mà chỉ thích những nhạc cụ có âm sắc rộn rã của *guitar, accordion* nhưng lại không dám nói vì sợ cha thất vọng. Về sau, thằng bé cứng đầu ấy mới biết chỉ có âm sắc của cây *violon* mới chạm tới các cảm xúc lắng đọng trong lòng người. Nếu thời gian quay lại, nhất định nó sẽ học *violon* đến nơi đến chốn để không phụ lòng cha.

Ngày qua ngày, đám trẻ nhà tập thể dần lớn lên và tập tễnh bước ra cuộc sống đường phố, nơi không thiếu những thói hư tật xấu. Có lần, chúng đã trộm một viên bi thủy tinh trong sạp tạp hóa ở chợ Cửa Nam, rồi chuyền tay nhau giấu đi. Chủ sạp, một người đàn bà đẫy đà, nghi ngờ dáng vẻ lấm lét của chúng nên đã chặn khám xét từng đứa. Đến Kim, không biết chuyền viên bi cho ai nên bỏ luôn vào miệng và khi bị truy xét thì ú ớ không dám mở miệng ra. Thấy vậy, đám trẻ liền hô lên giải vây "Nó bị câm đấy" và nhân lúc bà ta phân tâm, nó liền nhổ viên bi ra ngoài rồi tháo chạy cùng đồng bọn. Thấy đã đủ xa, lũ nhãi ranh liền quay đầu lại hát trêu chọc bà chủ quán: "*Bà ba béo, bán bánh bèo, bên bờ bể, bị bỏ bom ba bốn bận*" trong những tiếng chửi "Mất dạy! Đồ mất dạy!" của bà ta. Có vẻ thế vẫn chưa đã nư nên chúng lại gào lên: "*Này bà Lý toét ơi, con tôi lấy con bà. Hai đứa nó cùng yêu nhau, sắm cho nó một cái giường. Này bà là bà ơi, tối mai ta dự liên hoan*". Ngay lập tức, bà ta phóng cái thân hộ pháp về phía bọn trẻ và réo lên: "Tiên sư bố chúng mày! Bà mà bắt được là bà rút hết lưỡi chúng mày ra, xem còn lếu láo nữa không nhá". Nghe thế, bọn chúng cười ré lên rồi cắm đầu bỏ chạy.

Đám trẻ ấy cũng hay đến rạp Kim Đồng, rạp Kinh Đô xem phim hoạt hình, thần thoại, viễn tưởng... Chúng thường đến rạp trước giờ chiếu ngắm những cái quạt trần quay tít như cái chong chóng, những cái đèn áp tường mờ ảo, những tấm màn nhung ở cửa soát vé cứ mở ra đóng vào liên tục và đến khi những ngọn đèn trong rạp từ từ tắt, chúng lại hoan hỉ giơ tay chào nhau. Hiếm khi cùng lúc có tiền mua vé nên đôi khi chúng lại tìm cách xem lậu. Biết sau *toilet* trong rạp Kinh Đô có một cửa đổ rác thông ra phố Hai Bà Trưng nên chúng hay trèo qua cánh cửa đó vào rạp. Chẳng may, một hôm rạp không còn ghế trống nên chúng đã bị nhân viên soát vé phát hiện:

- Mấy thằng kia, ra tao bảo!

- Dạ!

- Vé đâu?

- Chúng cháu vứt đi rồi.

- Xéo! Ngay lập tức chúng bị anh ta xách tai tống ra ngoài.

Dù ham chơi nhưng đám trẻ ấy vẫn khá được việc cho các bà mẹ và Kim cũng thế. Hàng ngày nó phải rửa chén bát ăn từ tối hôm trước, lau nhà và chuẩn bị sẵn cái lò mùn cưa cho mẹ. Mọi lần, mẹ vẫn khá hài lòng với nó nhưng có lần do ham chơi, nó bỏ bê công việc và bị mẹ cho ăn mấy cái đũa bếp. Những cái đũa bếp ấy ít nhiều đã làm tổn thương hình tượng người mẹ trong lòng thằng bé. Thế nên hôm đó nó đã bỏ bữa tối, lang thang ngoài đường để cho mẹ lo lắng và cũng sẵn dịp này để thử cuộc sống lang bạt, như thằng bé *Rémi* và ông già *Vitalis* trong cuốn "Không Gia Đình "(*Hector Malot*) xem thế nào? Đầu tiên nó vào tiệm vẽ truyền thần trên đường Hàng Bông, xem những người đàn ông đang cắm cúi vẽ lại chân dung của ai đó trong những tấm ảnh nhỏ đã ố vàng. Họ dùng dụng cụ chia ô trên tấm ảnh cũ rồi dùng kính lúp soi vẽ lại từng nét trên một tờ giấy lớn cũng chia ô như thế. Những tấm hình mới vẽ khá giống những tấm ảnh cũ, dù hơi thiếu sống động nhưng dẫu sao cũng vẫn đủ đẹp để ngự trên bàn thờ cùng những nải chuối xanh.

Khi đèn đường đã thắp sáng, dòng người tan sở thưa dần, thằng bé tần ngần giữa cái ngã sáu chẳng biết nên đi đâu? Cuối cùng, nó quyết định vô tiệm ảnh Phương Đông ngắm những bức chân dung, xong lại qua lò bánh mì kế bên xem người ta làm bánh. Ở đó, có những người thợ mặc tạp-dề trắng đang hì hục nhồi những cục bột mì lớn bằng tay, rồi chuyển qua người khác nặn thành những chiếc bánh. Tiếp đó, bánh bột được đặt lên một thanh gỗ, giống cái mái chèo, đưa vào trong lò nướng bằng củi. Khi mùi bánh chín tỏa ra ngào ngạt, những người thợ lại dùng thanh gỗ ban nãy lùa những ổ bánh chín ra những cái sọt tre bên ngoài cho những người đi giao hàng. Nhìn cái ống khói của lò bánh mì tỏa những làn khói trắng lên bầu trời đêm đầy sao, Kim liên tưởng đến cái lò bánh mì trong truyện "Đàn Ngỗng Trời Của Mụ Phù Thuỷ", rồi lại lo lắng khi nghĩ đến một đêm dài đang chờ phía trước. Trời về khuya, các căn nhà trên phố đã tắt đèn nhưng Kim vẫn ngồi bó gối bên kia đường nhìn sang cánh cổng khu tập thể nhà nó đang đóng lại với lòng bồn chồn lo lắng. Phố xá vắng lặng chỉ có nó và mấy con mèo hoang đang ngồi giữa đường. Thằng bé bắt đầu thấy đói lạnh, trên người nó chỉ có cái áo may-ô và chiếc quần đùi nhưng nó vẫn gan lì ngồi thu lu ở đó như một con cóc tía. Bất chợt, một đám dân phòng đi qua và một người có gương mặt lạnh lùng trong số đó bước tới hỏi:

- Nhà ở đâu, sao ngồi đây?

- Bên kia – thằng bé đáp lí nhí và chỉ tay sang đường.

- Về ngay! Hay muốn ở đây làm thằng "ma-cà-bông" hả? Ông ta nghiêm giọng. Thế là nó đành lủi thủi sang bên kia đường và trèo qua cánh cổng vào nhà, dưới sự giám sát của họ. Sợ bị cha mẹ bắt gặp, nó chui vào cái gầm cầu thang chất đầy mùn cưa ẩm mốc. Ôm cái bụng đói, nó thấp thỏm không biết liệu cha mẹ có đi tìm nó không? Nhưng có vẻ họ rất giỏi Huyền Cơ, chẳng cần tìm cũng biết nó ở đâu. Sau một đêm tự giam mình trong gầm cầu thang tối mà chẳng được gì, Kim lại lò mò về nhà trước sự thản nhiên như không có gì xảy ra của cha mẹ nó. Vâng! Nó vừa nhận được bài học *Cuộc sống không gia đình chẳng thú vị gì!"*

Để tiết kiệm tiền, Thi Sương thường chiên cơm ăn sáng nên thằng bé Kim chẳng có tiền ăn sáng để dành mua sách truyện và phải mượn chúng bạn về xem. Nhiều lần chưa đọc xong, nó đã bị chúng đòi ráo riết và khi không đòi được thì chúng sẽ kết bè cấm vận nó. Lúc ấy, chúng thường giơ ngón tay út lên và nói với Kim, "Te mày!" nhưng vẫn theo dõi nó và thì thầm với nhau: "Xem kìa! Nó đang làm gì thế nhỉ?". Thấy con thích đọc sách, Lê Ngọc đã làm cho nó thẻ độc giả ở thư viện Hà Nội. Ở đó, thằng bé như con mọt sách gặm nhấm bất cứ thứ gì gợi trí tò mò của nó. Nhờ đọc nhiều sách sử Trung Hoa, nó biết khá nhiều thủ đoạn thâm hiểm hành động tàn ác và những tham vọng lãnh thổ của phong kiến phương bắc. Dành nhiều thời gian đọc sách, thằng bé Kim đã bớt hiếu động nhưng vẫn thường không tập trung trong giờ học. Một hôm, đang học trên lớp, nó lại phóng mắt sang cái sân rộng trải sỏi trong tòa nhà Mặt Trận Tổ Quốc kế bên và bất ngờ trông thấy Chủ tịch Hồ Chí Minh cùng một đám người. Thế là nó reo lên, "Bác Hồ!" lập tức những đứa khác cũng trèo lên cửa sổ và reo theo. Nghe ồn ào, chủ tịch và đám người dưới đó ngước lên nhìn đám học trò, rồi đi nhanh ra phía sau tòa nhà khuất tầm nhìn của chúng.

Sau thời gian tạm lắng, gia đình Thi Sương lại xào xáo vì Lê Ngọc vẫn phải thường xuyên qua lại với Hoài Thu để trợ cấp cho đứa con ngoài giá thú nên đã tạo cái cảm giác chồng chung cho vợ anh ta. Căng thẳng trong gia đình khiến Ngọc phải nhiều phen cuốn gói khỏi nhà và mỗi lần như thế Kim lại chạy theo năn nỉ cha đừng đi nhưng chỉ nhận được câu trả lời "Con về đi!". Nếu bên công giáo coi kết hôn theo thể thức giáo luật và sự ưng thuận đã bày tỏ trong lời thề hứa hôn nhân là giao ước hôn phối không thể hủy bỏ thì chính quyền cộng sản cũng ngăn cản tối đa việc dân chúng ly dị. Vì thế, chẳng mấy ai dám ly dị mà thường đóng kịch che mắt thế gian còn bên trong, họ vẫn âm thầm dày vò nhau khiến những đứa trẻ trong nhà luôn sợ hãi. Gia đình Kim cũng vậy. Khi ấy, Ba Năng mới trở về từ *Moscow* đã tới khuyên giải em gái mình nhiều lần nhưng không có kết quả. Một người khác tên là Cang, bạn thân với hai vợ chồng này từ hồi kháng chiến, cũng phải bó tay sau nhiều lần can gián không thành công.

Tuy thế, Kim vẫn coi cậu Cang ấy như luồng gió mát trong căn nhà ngột ngạt của nó và thường năn nỉ ông ta mua đồ chơi, hoặc đưa đi đâu đó cho khuây khỏa. Những lúc ấy, Cang thường ghẹo lại: "Mày già rồi còn đồ chơi gì nữa?" hay là nhướn cặp lông mày lên và gật gật cái đầu như thể "Biết rồi! Khổ lắm! Nói mãi!". Thế nhưng một ngày nọ, Cang cũng đã trở lại và dẫn thằng bé Kim theo ông ta. Họ đi ra phố Lý Thường Kiệt, nơi có một chiếc xe tải quân đội đang đợi sẵn, rồi cùng tài xế đi đến quân y viện 110 ở Bắc Ninh. Chiếc xe máy dầu hiệu *Praga* của *Czechslovakia* chạy khá nhanh và ồn làm tóc mọi người dựng ngược cả lên và khi nói chuyện phải nói to như cho người điếc nghe. Đến nơi, hai cậu cháu ở trong trong khu nhà tập thể của quân y viện và hàng ngày dùng bữa ở căn-tin là nơi mỗi khi thấy họ, những người nữ phục vụ lại túa đến trêu chọc:

- "Ông này gớm thật! Có con rồi mà giấu mọi người hả?".

- "Hử? Hử?"- Cang lại nhướn cặp chân mày lên nhìn họ và gật gật cái đầu như mọi khi. Là một bác sỹ thời Tây và từng là Thượng úy bác sĩ Ngoại khoa của Quân y viện này nhưng Cang đã bị giáng xuống trung úy, sau khi ê-kíp mổ của ông ta bỏ quên cái kẹp trong ổ bụng bệnh nhân trong một cuộc phẫu thuật kéo dài. Từ đó, người ta thấy Trung úy Cang thường trầm lặng, kể cả khi mọi người nhắc ông chuyện vợ con.

Sau dãy nhà tập thể có một đám trẻ thường nô đùa dưới một cái ao rộng khiến Kim chộn rộn lắm. Một buổi trưa, nó đã lén cậu Cang ra đó. Thấy những đứa trẻ dưới ao vẫy gọi, nó đã nhảy ào xuống nước không chút đắn đo. Sau khi chìm xuống, nó đạp mạnh chân ngoi lên thì bất ngờ dưới chân nó là một khoảng sâu hun hút. Lập tức nó bị hụt chân và sặc nước. Khi ấy, tai nó chỉ nghe thấy những tiếng "o, o..." và trước mắt là màn nước vàng đục. Toàn thân nó chìm nghỉm dưới nước như quả dưa chuột muối trong lọ thủy tinh. Nỗi hoảng sợ khiến nó vùng vẫy trong tuyệt vọng, thế nhưng khi thần chết nhìn nó mỉm cười thì thằng bé chợt bình tĩnh và nín thở, như khi chơi "Ù", rồi đạp nước liên tục để ngoi lên. Sau những cố gắng tưởng vô vọng ấy, bàn chân nó bất ngờ chạm vào lớp bùn đáy ao. Thoát rồi! Ý nghĩ đó loé lên trong đầu Kim. Thế là nó bật lên thật mạnh như để níu kéo cái ánh sáng trên đầu và thoát khỏi cái ao sâu khủng khiếp đó. Nặng nề lê bước lên bờ ao, nó nôn thốc nước ao và bèo tấm trong bụng ra ngoài, rồi thở dốc trong vòng vây của những đứa bé từ bờ bên kia vừa bơi sang:

- Không biết bơi à? Chúng hỏi.

- Ừ. Nó chua chát trả lời.

- Cho chuồn chuồn cắn rốn đi - một thằng nói.

Không biết bơi nhưng Kim biết bắt chuồn chuồn. Chốn quê ấy chẳng thiếu gì loại chuồn chuồn nhưng bắt chúng không dễ vì loại côn trùng này - có cặp mắt tinh tường với 300 ngàn thấu kính nhỏ ghép lại - có thể thấy mọi thứ từ xa. Nó chọn một con chuồn chuồn ngô có hai màu đen vàng loang lổ như chiếc trực thăng sơn ngụy trang. Thằng bé lấy tay quay vòng vòng trước mặt con chuồn chuồn khiến nó bị thôi miên và cái đầu, như cái mũ phi công, của nó cứ lơ láo nhìn theo bàn tay Kim mà không để ý khoảng cách hai bên đã dần thu hẹp. Cuối cùng, nó đã bị tóm trong mấy ngón tay của Kim dù cố vùng vẫy đôi cánh mỏng manh phát ra những tiếng xèn xẹt. Thấy cái đầu to đùng, hai cái răng bén như những cái câu liêm của con chuồn chuồn, Kim hơi ngần ngại nhưng rồi nó cũng dí con chuồn chuồn vào rốn mình. Chẳng khách sáo, con chuồn chuồn ngoạm lấy ngoạm để cái rốn của nó đến rướm máu như để trả thù, làm nó phải xuýt xoa, thổi phù phù vào vết thương cho đỡ đau. Quả nhiên, mấy hôm sau nó tự bơi được.

Thằng bé Kim không thuật lại chuyện chết đuối cho cậu Cang nhưng luật đời "có vay có trả". Đó là lần đến thăm bạn ở vùng ven Sài Gòn sau này, Kim thấy một đám người ẵm một thằng bé bị đuối nước xôn xao chạy tới. Người đàn ông đang ẵm thằng bé bất động trên tay không biết phải làm sao vì đường tới bệnh viện thì xa mà phong tục lại không cho cha mẹ đứa trẻ lại gần con lúc ấy. Thấy vậy, Kim nói:

- Xốc nước trong bụng nó ra!

- Cậu biết thì làm phước cho nó đi. Người đàn ông chợt hiểu và nói với hắn. Tuy miệng nói thế nhưng Kim chưa từng làm việc này mà chỉ đọc những gì về cứu người đuối nước. Nắm hai cổ chân thằng bé, hắn xốc lên xốc xuống vài lần nhưng nó vẫn bất tỉnh và rũ rượi. Hắn lại quay thằng bé vài vòng theo chiều kim đồng hồ làm nước từ người nó văng ra tứ tung nhưng nó vẫn nhắm nghiền đôi mắt. Trong lúc hắn bối rối vì làm kiểu gì cũng không được thì miệng thằng bé bỗng ộc ra nhiều nước và bắt đầu cục cựa. Mọi người ồ lên khi thấy nó tỉnh lại. Cha mẹ thằng bé nãy giờ ngấp nghé ngoài xa, lao tới ôm con chạy đi cùng đám người kia, bỏ Kim ở lại với những cảm xúc dâng trào. Vâng, không phải hắn mãn nguyện bởi câu nói theo Phật pháp *"Cứu một mạng người hơn xây bảy tháp phù đồ"* mà vì đã báo đáp công đức trời phật độ cho hắn thoát chết thủa xưa.

Trong năm học này có nhiều biến cố đã xảy ra ngoài tâm trí non nớt của thằng bé Kim. Đầu tiên là việc nhiều người miền Nam tập kết ra bắc muốn vượt sông Bến Hải trở về quê hương, sau khi chính quyền Sài Gòn không thực thi Tổng Tuyển Cử còn đàn áp người kháng chiến chống Pháp ở nhà, như hạ độc tù nhân ở Phú Lợi, chôn sống người ở Vĩnh Trinh, chặt đầu người bằng máy chém khắp nơi... Để giải toả bất mãn của họ, Ban Thống Nhất Trung Ương thường tổ chức mit-ting trước toà nhà ICCS và Văn phòng Đại diện Pháp quốc đòi chế độ Sài Gòn thực thi thống nhất đất nước.

Không kỳ vọng các giải pháp hoà bình nên từ 1959, Hà Nội bắt đầu đưa các đơn vị quân đội mở đường vào nam. Tiếp đó, từ 1962 -1964 mỗi năm họ lại âm thầm đưa khoảng 5.000 quân nhân người miền Nam trở về nam. Trong số đó có cả những người cậu của thằng bé Kim là đại úy Sô, thượng úy Đính, trung úy Cang... Những cuộc ra đi bí mật ấy vô cùng gian khổ, sống chết không nói trước được nên cha mẹ Kim rất bịn rịn mỗi lần chia tay họ - những người liều mình ra đi để những gia đình miền Nam tập kết ra bắc có ngày trở về quê hương.

Chuyện nữa là một chiều muộn, thằng bé Kim thấy mẹ mặt tái xanh, ôm bụng quằn quại... khiến cha nó phải đưa bà đi cấp cứu ở bệnh viện Việt – Đức. Sau đó, mẹ nó được chuyển tới Khoa Ngoại, nơi bà làm việc hàng ngày để giáo sư Tôn Thất Tùng, kiêm bác sĩ trưởng khoa, trực tiếp phẫu thuật. Kim rất lo khi thấy cha nó phải viết tờ giấy cam đoan chịu trách nhiệm nếu mẹ có mệnh hệ gì... Nhưng nhờ trời, cuộc phẫu thuật cắt tử cung của bà đã thành công.

Chuyện khác là một ngày nọ, khi người lớn đã đi làm, đám trẻ con ở nhà bỗng nghe có tiếng động lớn trên cầu thang. Chúng liền chạy lên xem có chuyện gì thì thấy ông Hai Sự, một người hưu trí, nằm bất tỉnh và sùi bọt mép nên la toáng lên để ai đó đưa ông tới nhà thương nhưng không kịp. Nhìn vợ con ông Sự âm thầm chịu nỗi đau mất người thân, cả đám trẻ cũng buồn theo. Thế là, ông Hai Sự đã nằm lại nghĩa trang Văn Điển bên người dưng mà không được yên nghỉ nơi triền cát trắng dưới bóng dừa Bình Định quê ông. Âu! Đó cũng là định mệnh của một người miền Nam tập kết ra bắc.

Đặc biệt, một việc đã xảy ra ở khu nhà tập thể, khiến thằng bé Kim nhớ mãi. Đó là khi có ba người đàn ông lạ mặt đến nhà hai vợ chồng chú Văn, là biên tập viên Nhà xuất bản Ngoại Văn và bác sĩ bệnh viện Việt-Đức. Sau khi họ đọc gì đó trong một tờ giấy thì chú Văn lẳng lặng theo họ ra chiếc xe hơi đậu bên ngoài, còn cô Tuyết thì đứng chết trân trong nhà. Có ai đó nói, "Chú Văn bị bắt vì dịch sách cấm" nhưng Kim vẫn băn khoăn, "Tại sao vợ chồng chú Văn - những trí thức giỏi tiếng Anh, Pháp - đã bỏ Sài Gòn theo cách mạng vào bưng biền kháng chiến thế mà giờ lại bị bắt ?" Ít lâu sau, cô Tuyết dắt hai đứa con nhỏ chuyển đi nơi khác sống vì không chịu được sự thương hại của người khác, bỏ lại căn phòng cùng cái "gạc-măng-giê" đựng chén bát cho gia đình Kim. Dù được ở căn phòng lớn hơn nhưng nó chẳng thấy vui gì trước gia cảnh bi đát của họ và rất buồn vì không bao giờ còn gặp lại gia đình ấy nữa.

Cuối kỳ hè năm ấy, Thi Sương được đi nghỉ mát ở bãi biển Sầm Sơn do công đoàn bệnh viện đài thọ. Sau những bữa ăn sáng, cô thường dẫn các con ra bãi biển tận hưởng vị mặn mòi nắng gió của biển khơi và nhìn ngư dân kéo lưới bắt cá đục ven bờ. Một chiều, trong lúc thằng bé Kim đang xây lâu đài cát trên bãi biển thì nghe thấy những âm thanh như sấm sét trên đầu, rồi lại thấy nhiều chiếc máy bay màu xám tro từ biển bay vào. Mọi người ngơ ngác không biết chuyện gì (?) nhưng chỉ ít phút sau, họ đã nghe thấy nhiều tiếng nổ và trông thấy những cột khói đen đang cuồn cuộn lên phía cửa biển Lạch Trường. Sau đó, những chiếc máy bay đó quay lại, lượn vài vòng trên đầu họ rồi bay nhanh ra biển. "Chiến tranh! Chiến tranh rồi!"– tiếng la thất thanh của ai đó làm nhiều người đang bơi dưới nước hốt hoảng gọi nhau lên bờ. Nhưng thằng bé Kim chẳng quan tâm điều đó vì nó vẫn đang ấn tượng với những chiếc phản lực cơ đầy uy lực kia. Sáng hôm sau, qua đài VOV (*Voice of Vietnam*) mọi người mới biết chuyện gì đã xảy ra hôm qua. Vâng! Ngày 5 tháng 8, 1964 hôm đó là ngày mở màn cho những đợt không kích của không quân Mỹ ra miền Bắc Việt Nam theo chiến dịch "Mũi tên xuyên" (*Pierce Arrow*). Thế là chiến tranh đã trở thành chủ đề bàn luận của những người đàn ông trong căn-tin hôm đó và cũng là lý do khiến đợt nghỉ mát của mấy mẹ con Thi Sương bị rút ngắn lại.

Chuẩn bị chiến tranh, người Hà Nội đã xây những hầm trú ẩn tại các vườn hoa và ven đường. Cây đào cổ thụ thường ra những bông hoa mầu hồng xinh xắn và cái sân mọi khi hay nấu bánh chưng trong nhà 5 Phan Bội Châu đã phải nhường chỗ cho một cái hầm trú ẩn nửa nổi nửa chìm. Lớp *violon* của Kim cũng đã ngừng vô thời hạn nhưng trường Điện Biên của nó vẫn khai giảng. Điều đáng nhớ là môn thủ công năm lớp bốn ấy là những bài học may vá và nhờ thế thằng bé đã nhận được những điểm cộng trong cuộc sống xa nhà sau này. Chiến tranh đến trước thềm nhưng người Hà Nội vẫn tưng bừng kỷ niệm lần thứ 10 ngày Giải phóng Thủ đô. Góc phố nào cũng thấy cờ, khẩu hiệu và nghe những lời ca trên loa phóng thanh: "...*Năm cửa ô đón mừng, đoàn quân tiến về. Như đài hoa đón mừng, nở năm cánh đào...*" (Ca khúc "Tiến Về Hà Nội" – Văn Cao). Mỗi lần nghe lại những lời ca ấy, Kim lại nhớ về cái Hà Nội thuở xưa khi vợ chồng người ta vẫn gọi nhau là "cậu" là "mợ" đầy những kỷ niệm vui buồn của mình.

Đầu 1965, lá bùa hộ mệnh "thành phần bần nông" lại giúp

Thi Sương được chọn đi học ở Đại học Y *St. Petersburg* (Nga). Hai vợ chồng cô nhờ bác Cả, một thợ chụp ảnh đào hoa với kiểu tóc "đầu bồng đít vịt" lúc nào cũng bóng loáng dầu "bi-giăng-tin", ở nhà bên, chụp cho vài tấm kỷ niệm. Hai vợ chồng khi ấy đã "gác lại quá khứ hướng đến tương lai" nên những tấm ảnh của họ trông khá hạnh phúc. Thế nhưng bác Cả ấy lại bất hạnh vì mấy hôm sau đã bị nhà chức trách bắt giam vì tội "Tàng trữ hình ảnh phụ nữ khỏa thân". Kim không quên được khuôn mặt buồn thảm của ông ta khi theo hai người lạ mặt lên chiếc mô-tô "sít-đờ-ca" đậu dưới đường hôm ấy.

Ngày Thi Sương lên đường, Kim rất buồn vì cái viễn cảnh sẽ bị cha đánh đập trong bảy năm phía trước. Thế nên trong lúc người mẹ hạnh phúc vì ước mơ xuất ngoại đã thành thì đứa con cũng mơ một tấm vé đi đâu đó để thoát khỏi cái tuổi thơ nhiều nước mắt. Chuyến tầu liên vận quốc tế đi Nga qua ngả Trung Quốc, Mông Cổ đã dần xa khuất mà bốn cha con Lê Ngọc vẫn còn đứng tần ngần trên sân ga.

Chương 3.

CON KIẾN LEO CÀNH ĐA

+ +

Theo lệnh sơ tán bắt buộc trước cuộc không kích lớn của Mỹ - chiến dịch "Mũi lao lửa" (*Flaming Dart*) - sẽ sớm xảy ra nên một tuần sau khi chia tay mẹ, ba anh em Kim lại tạm biệt Hà Nội đến tá túc trong nhà ông sếp của Lê Ngọc ở thị trấn Khoái Châu (Hưng yên). Đó là nơi Công chúa Tiên Dung* thủa xưa quây màn tắm và gặp chàng

Chử Đồng Tử đang vùi mình trong cát và cũng là nơi có đầm Dạ Trạch – dấu tích lâu đài của họ - bên sông Hồng. Hai chị lớn trong nhà luôn xem những đứa trẻ mới tới như em ruột, còn hai anh con trai lại hay rủ Kim đi bắt chim sáo, chim sẻ mới nở về nuôi. Đến cuối tuần, bọn chúng thường ra sân vận động xem phim ngược sau màn ảnh và chờ lúc tháo khoán vào xem tự do. Tiền mua vé chúng đem mua ngô nướng của các cô gái bán dạo. Cũng ở đó, Kim thấy người ta bán cào cào rang chín – thì ra, côn trùng cũng ăn được! Gần nhà Kim ở, có cái hồ lớn. Lần đầu bơi ra được bãi cỏ giữa hồ, nó mừng như thể *Columpus* ngày xưa tìm ra miền đất mới vậy. Thế nhưng khi khám phá nơi ấy là vương quốc rắn thì nó hoảng hồn lao xuống nước, lóp ngóp bơi vào bờ. Chưa hết, hồ ấy còn có rất nhiều thuốc súng do lính Pháp trút xuống trước khi tháo chạy bởi lính Nhật tấn công. Kim chỉ cần hụp xuống đáy hồ là vơ được cả nắm thuốc súng như những cái ruột bút chì đen. Nó hay xếp những viên thuốc súng ấy nối đuôi nhau và châm lửa đốt, rồi nhìn ngọn lửa xanh lè khét lẹt cháy rất nhanh từ đầu đến cuối giống những con bài *domino*.

Sau vài tháng, những đứa trẻ nhà Lê Ngọc chia tay gia đình ông sếp đến nơi sơ tán mới ở Phú Thọ. Bốn cha con đi xe lửa tuyến Hà Nội – Lào Cai, đến ga Vũ Ẻn thì đi tiếp bằng xe đạp dưới nắng trưa oi ả. Khi ấy, Ngọc chở Kim cùng đồ đạc lỉnh kỉnh và nhờ thân hữu chở hai đứa em nó. Vì cái "poọc-pa-ga" phía sau của cha chất đầy hàng nên Kim phải ngồi trên cái khung xe phía trước, khiến cái mông nó ê ẩm mỗi khi xe qua ổ gà. Đến nơi, mấy cha con họ ở trong dãy nhà lá cùng các gia đình khác trên một quả đồi thấp. Hàng ngày, Ngọc làm việc tại nhà và đến bữa thì nhận cơm từ bếp ăn về ăn cùng các con. Cuộc sống nơi ấy khá buồn tẻ với những bữa ăn đạm bạc tư bếp ăn tập thể, cùng món canh bí đỏ nấu với đậu phộng và sữa do Ngọc làm thêm cho các con. Đến một ngày, Ngọc tình cờ gặp lại một người đồng hương, tên Hai Niệm, sống ở nông trường Vân Lĩnh cách đó không

---

*Truyện "Tiên Dung và Chử Đồng Tử".

xa. Thời chống Pháp, Hai Niệm từng tham gia "Thanh niên Tiền Phong", rồi lại Công an Việt Minh. Sau cùng, ông theo Trung đoàn 210 tập kết ra bắc rồi kết hôn với một cô công nhân ở nông trường. Thỉnh thoảng, Hai Niệm lại đem rượu "quốc lủi"- rượu lậu mà người nấu có thể bị phạt tù - đến nhà Ngọc nhậu lai rai. Qua những lời khề khà của Niệm mà Kim biết ông ta từng là sát thủ với địch nhưng cũng là thần tượng của nhiều cô gái trong đó có một người đã có con với ông ta đang sống trong nam. Nhưng khi đó, nó không biết người đàn ông có tính cách xuề xòa như nông dân ấy lại là người hạnh phúc nhất.

Chuyện là, sau chiến tranh, Hai Niệm về quê tìm người phụ nữ thủa xưa nhưng người đó đã biệt xứ từ lâu. Nhờ nhiều manh mối, cuối cùng ông ta cũng tìm thấy người ấy đang sống ở khu cư xá Đô Thành, Sài Gòn 3. Thế nhưng ngày đoàn tụ của họ lại là một ngày đầy nước mắt. Sau phút ngỡ ngàng khi gặp mặt, người phụ nữ ấy bồi hồi kể lại việc mười mấy năm trước bà đã âm thầm dắt hai con nhỏ bỏ xứ lên Sài Gòn mưu sinh, tránh sự truy bức của chính quyền Sài Gòn với gia đình có người đi tập kết ra bắc. Giờ đây, thằng con lớn là thiếu úy quân Sài Gòn đã di tản ra nước ngoài, còn đứa con gái út mới lấy chồng. Nhìn bộ dạng như "gà mắc tóc" của chồng khi nói về bản thân sau ngày họ xa cách, người đàn bà hiểu mình đã bị phản bội, liền nức nở:

- "Tôi chỉ là người dân mà còn tin có ngày mình sẽ gặp lại, còn ông đi theo cách mạng, tại sao lại không có niềm tin? Sao lại nỡ phụ tình tôi?"

- "Tui có lỗi, giờ bà tính sao tui cũng chịu" – Hai Niệm lắc lắc cái đầu như tự trách. Rồi hai người ôm nhau khóc hu hu như những đứa trẻ. Sau đó, người đàn bà lấy quần áo của thằng con lớn cho Hai Niệm thay và chăm sóc cơm nước cho ông ta mỗi ngày, như chưa từng có chuyện gì xảy ra. Một hôm, bà nói:

- "Mai mốt ông ra bắc rước hết sắp nhỏ vô đây để tui nuôi".

- "Bà thiệt tốt!" Hai Niệm rưng rưng cảm động và thế là "được lời như cởi tấm lòng" ông ta liền ra Phú Thọ giải bày mọi chuyện với người vợ sau, rồi dắt hai đứa con trai vào nam để đứa con gái ở lại với mẹ. Sau này, thỉnh thoảng Kim lại đến thăm Hai Niệm, đang giữ xe cho rạp Thăng Long kiếm tiền phụ vợ và mỗi khi nghe Kim hỏi thăm người phụ nữ ấy thì ông ta lại nhấc điếu thuốc rê ra khỏi hàm răng ố vàng khói thuốc, rồi gật gật cái đầu như tỏ vẻ tôn trọng người phụ nữ của mình khi nói, "Vợ chồng cung kính như tân".

Một ngày nọ, Lê Ngọc nhận được thư của bệnh viện Việt Đức đòi lại căn phòng họ đang ở với lý do vợ anh ta đã đi du học nên không được tiếp tục ở nhà của bệnh viện. Về đến nhà, Ngọc rất bất mãn khi thấy người ta đang chuẩn bị trục xuất đồ đạc của mình ra ngoài để lấy chỗ cho chủ nhà tương lai đang ngấp nghé ngoài cổng. Tranh cãi giữa hai bên khá căng thẳng có nguy cơ ẩu đả nếu không có sự can ngăn của hàng xóm. Cuối cùng, nhờ vị lãnh đạo bệnh viện là người miền Nam tập kết mà Ngọc vẫn giữ được căn phòng của mình.

Những ngày vắng cha, mấy anh em Kim vẫn ăn cơm ở bếp tập thể và chơi quanh quẩn quanh nhà. Không gian núi rừng âm u, tĩnh lặng chỉ có những tiếng kêu "bắt cô trói cột"* của những con chim khướu vang vọng trong rừng sâu và những bản đồng ca của đám ếch nhái côn trùng quanh nhà. Đêm đêm, ánh đèn dầu leo lét không đủ thắp sáng gian nhà lá và thỉnh thoảng lại có tiếng động gì đó bên ngoài khiến hai đứa em Kim rất lo lắng. Thấy vậy, mỗi tối đi ngủ nó lại kể vài chuyện cổ tích để trấn an chúng. Khi ấy, Thi Sơn thường chen vào giữa vì sợ ma và đẩy Lê Hạ vào sát vách. Sợ em gái bị muỗi chích, Kim bảo thằng em đổi chỗ nhưng không được nên nó phải bịa ra câu chuyện "Có ba anh em nọ sống trong một ngôi nhà sát rừng và hàng đêm chúng thường bị những bóng đen rình rập bên ngoài. Một đêm nọ, có một cánh tay xương xẩu len lỏi qua khe cửa và đụng vào thằng anh nằm ngoài nhưng nó bỏ qua vì thằng này nặng quá, cánh tay ấy lại muốn bắt đứa bé nằm sát vách nhưng không với tới, thế là nó dùng những cái móng nhọn túm lấy thằng nằm giữa lôi vào rừng". Nghe

----

*Truyện sự tích chim "Bắt cô trói cột".

thế, thằng anh bảy tuổi phóng vào vách và đẩy đứa em gái năm tuổi ra giữa và thế là lần đầu Kim đã thành công bằng một sự bịa đặt.

+ +

Ít lâu sau, Nhà Xuất Bản lấy lại dãy nhà lá để làm việc tập trung nên những gia đình ở đó phải đến ở nhờ nhà dân xung quanh. Lê Ngọc lại dẫn các con đến tá túc nhà một nông dân, tên Được, trong thung lũng giữa mấy quả đồi cọ. Người chồng thường dẫn thằng con trai hơn Kim hai tuổi, tên Tình, đi săn bắn hay làm việc đồng áng, còn người vợ thì chăm đứa con mới sinh và làm nội trợ cùng đứa con gái 15 tuổi tên là Thú. Tình và Kim khá thân nhau. Một tối không trăng, hai đứa rủ nhau ra chơi cùng đám trẻ trong thôn, dưới ánh đom đóm lập lòe. Đám trẻ quê thấy thằng bé thành phố trắng trẻo thì thi nhau chọc ghẹo, rồi lại gạ vật nhau. Được Tình cổ vũ, Kim rủ ngay thằng thủ lĩnh thử sức, khiến đám trẻ reo lên vì sự bốc đồng ấy. Lập tức, thằng bé đen trũi ấy lao vào ôm ngang hông Kim định quật xuống nhưng Kim ghì chặt cổ nó đẩy tới làm cả hai ngã ngồi xuống đất. Tình thế bất phân thắng bại trong tiếng "trống mồm" thùm... thùm...của đám trẻ. Từ đó, những đứa trẻ quê và thằng bé Kim đã hoà thuận.

Nhà thằng Tình nuôi một con chó săn to, tên Đực, trên mặt có nhiều lông dài trắng như râu tóc ông già. Những lần thăm bẫy, khi cỏ cây còn ướt sũng sương đêm, Tình hay dắt chó và rủ Kim đi cùng. Bọn chúng theo những lối mòn tiến vào rừng sâu. Lưng đeo cái vỏ dao bằng sừng trâu, Tình vừa đi, vừa phát những cành cây trước mặt bằng con dao quắm, còn Kim thì loay hoay gỡ những con vắt, trông giống cái gai trên cành hay cọng cỏ mục bám trên người hút máu. Con Đực lâu lâu lại sủa vang khiến những con chồn sợ hãi phóng mất dạng trước mắt bọn trẻ. Thỉnh thoảng, bọn chúng lại giật bắn mình vì những con chim lớn trong các bụi cây bất ngờ bay vù qua đầu. Đường rừng lắm dốc nhiều rãnh trơn trượt nên Kim thỉnh thoảng lại ngã xuống mấy cái khe sực mùi lá mục. Cuối cùng, chúng cũng tới nơi đặt

50

những chiếc bẫy, làm bằng những thanh tre và dây se bằng vỏ cây, đặt gần suối. Với những cái bẫy đó, cha con ông Được thường bắt được những con thú nhỏ. Sáng nào họ cũng phải đi thăm bẫy nếu không thú dính bẫy sẽ bị thú khác ăn thịt, hay bị ruồi bọ bu vào vết thương làm thịt thối rữa. Khi bẫy được nhiều thú, ông chủ nhà thường xẻ thịt và bỏ lên gác bếp hong khói ăn dần. Riêng con tê tê, ông để nó lên cái mâm đồng rồi lại úp cái cối đá lên thân hình đang cuộn tròn của nó vì sợ "tên tù binh" ấy đào hang bỏ trốn. Tình còn kể, những con tê tê thường dương vẩy lên cho kiến, mối chui vào rồi lặn xuống nước cho đám kiến, mối nổi lên để xơi chúng. Nhưng chẳng cứ gì tê tê, dân địa phương cũng hay dùng vợt bắt kiến cánh, mối cánh khi động tổ bay ra, rồi rang chín thành món đặc sản. Cũng nhờ thấy những đám kiến đám mối rời tổ, hay chuồn chuồn bay cao bay thấp, hoặc nghe tiếng kêu của tắc kè - chẵn mưa, lẻ nắng – mà họ đoán biết được thời tiết ngày hôm sau.

Một tối, sau khi nghe con tắc kè ngoài bìa rừng kêu bảy tiếng, Tình rủ Kim sáng hôm sau đi đặt bẫy chim. Trước lúc đi, Tình đổ nhựa trám mới nấu vào một ống vầu, rồi cắm những cái nan tre dài gần hai gang tay vào đó. Đoạn, nó đeo cái ống vầu đó sau lưng và một cái giỏ nan ngang hông, rồi cầm dao xăm xăm vào rừng. Hai đứa lặng lẽ đi xuyên qua khu rừng rậm, cẩn thận tránh đạp lên cành cây khô để không phát ra tiếng động. Tới nơi, Kim sửng sốt trước một cảnh tượng kỳ diệu như trong "Xứ Sở Thần Tiên Của *Alice*". Đó là một không gian vài trăm thước vuông được thắp sáng bởi những tia nắng vàng xuyên qua những tán cây rừng âm u. Ánh nắng huyền ảo trên khu đất xanh ngời cỏ hoa và trên khe suối nước trong vắt và những tảng đá rêu phong, những sợi dây leo giống những cái xích đu. Từ trên cành cao xuống khe suối, hàng trăm con chim đủ màu, lớn bé đang tắm rửa, nhảy nhót ríu rít. Nhiều con lấy mỏ chải từng sợi lông trên cánh, nhiều con vừa uống nước vừa soi mình trên mặt nước. Vô số con khác bay lên sà xuống, nhảy lích chích trên cỏ xanh. Tiếng chim đang huyên náo bỗng tắt lịm, rồi từng đàn chim như những nàng tiên bay ùa lên cao khi phát hiện có kẻ xâm nhập. Ngay lập tức, Tình lao như bay đến khe suối, nơi hơn chục con chim đang cuống cuồng tìm cách thoát khỏi những cái nan tre tẩm nhựa trám cắm từ hôm trước. Chúng giãy giụa tuyệt vọng, vừa kêu két két, vừa mổ liên tục vào tay Tình nhưng chẳng ăn thua gì với cái da dầy như da trâu của nó. Sau khi nhét chim vào giỏ nan và cắm những cái nan tre tẩm nhựa trám mới quanh khe nước thì hai đứa ra về. Trên đường về, Tình chặt vài sợi dây rừng, uống nước trong đó rồi chuyền cho Kim thứ nước giải khát có vị hơi chát ấy. Thấy những con bìm bịp, gà rừng thấp thoáng ngoài bìa rừng, Kim hỏi:

- Sao không bẫy mấy con đó?

- Thịt bìm bịp tanh, còn thịt con gà đó thì dai và đen không ngon, cứ để nó "đạp" gà mái nhà có lợi hơn – Tình giải thích.

Mùa lúa chín, cả nhà ông chủ lại kéo nhau ra gặt ở những thửa ruộng riêng. Người chồng cùng hai đứa con lớn thay nhau cắt lúa rồi chất lên một chiếc xe quẹt không có bánh xe mà chỉ có hai thanh gỗ dài bên dưới do trâu kéo - như kiểu xe chó kéo của người *Eskimo*. Người vợ địu đứa con nhỏ sau lưng vừa mót lúa gặt sót, vừa châm nước uống cho mọi người. Khi lúa chất đầy xe, Tình và Kim ngồi ngất nghểu trên chiếc xe quẹt về nhà trên con đường đồi nhiều rãnh lớn do nước mưa tạo thành. Những khi xuống dốc, chiếc xe lao rất nhanh làm con trâu chạy lồng lên và xe ngả nghiêng dù Tình đã cố ghìm dây xỏ mũi trâu và gào lên: "Họ!...Họ!"

Sau vụ gặt, mấy mẹ con Tình lại rủ Kim ra những thửa ruộng mới gặt bắt chuột đồng. Tìm thấy hang chuột, Thú liền quạt khói từ một cái đụn rơm đang cháy vào cửa hang. Khói len lỏi trong hang, rồi thoát ra một hai lối ra khác. Lập tức, cô bé lấp các lối ấy lại chỉ chừa một lối thoát duy nhất, nơi thằng Tình và con Đực đang chờ. Khi không chịu đựng nổi làn khói cuồn cuộn trong hang, đàn chuột chạy túa ra ngoài và bị cái nơm của Tình chụp bắt lia lịa. Những con thoát được thì lại bị con Đực vồ hay bị mẹ con chị Thú la hét dồn về một phía để Tình và con Đực tiếp tục đuổi bắt. Cuối cùng, cuộc đi săn kết thúc với một giỏ đầy những con chuột đồng màu nâu vàng kêu lít chít bên trong.

Ông Được chủ nhà, nuôi thả rông rất nhiều gà và vài con lợn mán. Ngày hai lần, mẹ con chị Thú lại gọi chúng, đang ở đâu đó trong rừng, về cho ăn. Thằng bé Kim rất hiếu kỳ cách ve vãn gà mái của con gà trống đầu đàn khi nó sà một bên cánh rồi đi vòng quanh con gà mái – như cách các chàng trai người H' Mông thổi khèn bên các cô gái trong những phiên chợ tình. Lúc ấy nó thường tự hỏi, "liệu gà trống có tình cảm gì với gà mái không, hay chỉ là cách chiếm đoạt thân xác?" Chăn thả gia súc thu hút nhiều thú rừng nên lâu lâu Tình lại lấy rơm đem vào chuồng trâu lót ổ ngủ để ngăn chúng đến bắt gà. Kim cũng đã vài lần theo nó ra ngủ ở đó. Cảm giác nằm trên ổ rơm bông xông nhìn sao đêm khá thú vị nhưng sáng ra háng và nách Kim bị những con mò nhỏ mầu hồng cắn rất ngứa ngáy. Tuy chủ nhà có ý đề phòng nhưng nhiều đêm, con Đực cứ sủa và chạy huỳnh huỵch quanh nhà vì đánh hơi thấy thú rừng rình rập nên sáng ra, Tình và Kim lại xách dao kiểm tra quanh nhà. Một lần, thấy con gà mái trong ổ phóng ra ngoài kêu ầm ĩ, chúng ngó vào xem thì thấy một con rắn màu đen nằm cuộn bên trong nên Kim bảo Tình:

- Chém đi!

- Không! Chém sẽ bị trả thù.

- Ai trả thù?

- Vợ hay chồng nó sẽ theo mùi máu tìm đến trả thù người chém. Không mấy tin lời nó nói nhưng quả thật Kim không thấy ai ở đây chém chết rắn, ngoại trừ một lần ông chủ nhà bắt được con trăn đang tấn công con lợn mán của nhà. Khi đó, ông treo trăn lên cây bưởi, rồi dùng dao khứa quanh cổ và kéo lớp da xuống như lột chiếc tất khỏi chân. Thịt trăn trắng muốt được chặt nhiều khúc chia cho hàng xóm, còn mỡ thì làm dầu trị bỏng, nứt nẻ chân tay.

Những ngày tết ở vùng trung du ấy thật đáng nhớ. Trong khi Lê Ngọc khề khà mấy chén rượu cùng chủ nhà bên những bông hải đường, cúc vạn thọ ướt sũng sương giá thì Kim lại theo Tình ra cây nêu ở bãi đất gần nhà. Trên ngọn nêu có một vòng tròn buộc những lá cờ ngũ sắc cùng nhiều vật đem lại may mắn. Quanh chân nêu có vòng tròn bằng vôi xua đuổi tà ma. Gần đó có những cái đu tre. Đu đơn cho các thiếu nữ thể hiện sự duyên dáng, cho thanh niên khoe sự khoẻ mạnh, còn đu đôi để trai gái giao lưu tình cảm trong ngày xuân vạn vật khoe sắc. Đám nam thanh nữ tú ấy còn thi nhau đi cà kheo, làm từ những ống tre cao tới 2 thước, trông rất ngộ nghĩnh.

Hàng ngày, Kim vẫn cùng chúng bạn đội những chiếc mũ rơm chống mảnh bom trên đầu và đi bộ khoảng 5 km đến trường trên những con đường đồi. Một hôm, chúng thấy một con rắn có những khoanh vàng đen đang phơi nắng giữa đường nên lấy đất đá ném xua đuổi nó đi. Con rắn liền chui vào một khe đất nhưng còn ló đuôi ra ngoài. Thấy thế, Kim nắm cái đuôi nó lôi ra vì nghĩ có đủ thời gian bỏ chạy. Nhưng con rắn không để bị kéo ra mà quay lộn đầu lại nhìn kẻ tấn công và phun phì phì khiến Kim phải buông nó ra, chạy lùi về đám bạn đang la hét phía sau. May mắn không có chuyện gì với Kim hôm đó nhưng gia đình thằng Tình lại gặp chuyện buồn khi con Đực không về nhà. Mấy cha con họ thay nhau ra bìa rừng gọi chó nhưng nó vẫn biệt tăm. Sáng hôm sau, họ tìm thấy xác con chó đã cứng đơ cạnh xác một con rắn hổ mang lớn đầy những vết chó cắn.

Rồi chiến sự lại bùng lên như một cái chảo lửa và các cuộc không kích của Mỹ bấy giờ đã chẳng còn chừa chỗ nào. Ở nơi sơ tán của Kim thường xuyên nghe tiếng máy bay gầm rú trên đầu và tiếng bom rền do chúng thả xuống tuyến đường sắt Hà Nội – Lào Cai. Tháng 11, 1965 các ga Phú Thọ, Việt Trì bị không kích nặng nề khiến việc đi lại giữa trụ sở và nơi sơ tán bị gián đoạn thế nên Nhà Xuất Bản đã rút hết nhân viên về Hà Nội làm việc và liên hệ một nơi khác cho thân nhân họ tiếp tục sơ tán. Thế là, mấy cha con Lê Ngọc lại từ biệt gia đình ông Được, trở về nhà chuẩn bị cho đợt sơ tán mới.

+ +

Cha con họ về đến nhà thì đa số dân chúng Hà Nội đã đi sơ tán. Thành phố vắng vẻ trầm mặc trong không khí chiến tranh. Đèn công cộng bị hạn chế tối đa, các cửa kính đều dán giấy chống vỡ khi bom nổ, đèn xe ô tô cũng phải sơn che một nửa. Tiếng còi báo động inh ỏi và tiếng loa phóng thanh "Đồng bào chú ý! Máy bay địch cách Hà Nội 50 cây số…" khiến dân chúng cứ phải thập thò trong những tăng-xê bên đường. Một ngày cuối tháng 6, 1966, kho xăng Đức Giang ở ngoại vi Hà Nội bị trúng bom Mỹ làm 2,5 triệu lít xăng bốc cháy ngùn ngụt đến tận trưa hôm sau. Thấy không ổn, Lê Ngọc vội vã dẫn các con ra bến xe Kim Mã bắt xe đò đi thị trấn Phùng, rồi đi bộ thêm vài cây số tới nơi sơ tán mới ở Đan Phượng, Hà Tây. Ngọc gửi con trong gia đình ông Chủ nhiệm hợp tác xã nông nghiệp, tên Thùng, rồi quay về Hà Nội làm việc. Gia đình người nông dân ấy sống trong một ngôi nhà gạch mái lá ba gian hai chái. Không xa Hà Nội nhưng cuộc sống nơi ấy đậm truyền thống "cây đa giếng nước" của một làng quê Bắc Bộ. Đất chật người đông, nhà này liền vách nhà kia, như kiểu: "*Nhà nàng ở cạnh nhà tôi, cách nhau cái giậu mồng tơi xanh rờn*" trong thơ Nguyễn Bính vậy. Nhiều gia đình dùng mảnh đất riêng trồng dâu nuôi tằm. Lần đầu thấy những con tằm dài tới năm, bảy phân với những cặp chân nhỏ dưới bụng như những con sâu gớm ghiếc, Kim rất sợ dù biết chúng vô hại. Hai bố con ông Thùng thay nhau cầy bừa ngoài đồng xa, còn bà cụ khi khỏe thì ra đồng làm cỏ, lúc yếu lại nằm nhà rên hừ hừ. Những lúc mặt trời đứng bóng, vợ ông Thùng lại ê a ru con trên chiếc võng đay; tranh thủ lúc con ngủ, người mẹ, áo lúc nào cũng thấm sữa, ấy lại đi nấu cơm, xay lúa, giã gạo. Nhìn người đàn bà nhỏ bé nhún nhảy trên cái chày giã gạo nặng nề cùng cặp vú thõng thượt quăng qua quăng lại như cái đồng hồ quả lắc… mà Kim thấy thương những người phụ nữ nông thôn. Gia đình ông Thùng thường kho số thịt cá ít ỏi, rồi bỏ vào những cái niêu đất, rồi lại treo lên vỉ kèo nhà bếp ăn dần.

- Sao chú phải treo cao thế? Thằng bé Kim hỏi.

- "Chó treo mèo đậy" cháu ạ – ông ta giải thích.

Ngoài đứa con gái nói ngọng của ông Thùng, mấy anh em Kim còn chơi chung với một cô bé mồ côi tên là Hường ở nhà kế bên. Thỉnh thoảng, Kim lại tò mò hỏi Hường lý do mẹ nó đem con cho người khác nuôi (?) nhưng nó chỉ lắc đầu, buồi thiu. Một hôm, trong lúc cả bọn đang chơi thì có người gọi bé Hường về gặp mẹ đẻ của nó vừa tìm đến. Cô bé xúc động lắm vì lần đầu được thấy mẹ. Sau khi mẹ về, nó ngồi một mình dưới gốc cau với khuôn mặt đỏ bừng và hai tay mân mê chiếc khăn len xanh lá mạ mẹ mới quàng cho. Không biết cái cảm giác lần đầu thấy mẹ, sau bảy năm không có mẹ, của bé Hường có khác cái cảm giác phải chờ bảy năm mới được gặp mẹ của Kim không? Bất kể thế nào, đó cũng là sự chịu đựng quá sức với những tâm hồn trẻ thơ.

Mé ngoài con đê trước nhà Kim ở, có một cái đầm lớn mà dân địa phương ít khi dám lội xuống vì sợ bị những con dải dìm chết nhưng điều đó không cản được thằng bé ra đó bơi lội. Hơn thế, nó còn khám phá dưới đầm ấy có rất nhiều trai, hến có thể ăn được. Kim thường đi chậm trên lớp bùn dưới đáy đầm, khi chân đụng phải vỏ trai cứng thì hụp xuống móc con trai lên. Thịt trai nấu với bầu tươi vừa ngon, vừa không tốn tiền chợ, thật "nhất cử lưỡng tiện!". Căn nhà Kim ở, có rất nhiều chuột. Đêm đêm, chúng cắn nhau chí chóe, rồi lại rên rỉ trên mái nhà khiến hai cụ già thường xuyên mất ngủ. Có đêm, ông chủ nhà phải lấy cây xiên dài đâm lên lũ chuột nhưng chỉ im lặng được một lát là chúng lại tiếp tục hoành hành. Một lần, thấy một con rắn dài đang luồn lách trên mái nhà thằng bé liền báo cho ông ấy nhưng sau khi liếc mát nhìn con rắn, ông chỉ buông câu "Nó là rắn ráo bắt chuột", rồi thản nhiên dắt chiếc xe đạp "Phượng Hoàng", luôn sạch bóng, ra khỏi nhà và bấm chuông kính-coong trên con đường làng vắng vẻ. Cây quýt trong vườn nhà mới bói quả lần đầu. Một trái vừa chín tới trông rất quyến rũ. Trong phút không cầm lòng, Kim đã hái trộm quả quýt, rồi chui vào trong chăn ăn cùng hai đứa em. Sẽ chẳng ai biết nó ăn trộm - nó nghĩ thế nhưng cái đầu non nớt ấy lại không nghĩ ra, người lớn sẽ dễ dàng suy đoán ai là kẻ ăn trộm trong nhà? Hơn thế, cái mùi thơm của trái quýt cứ phảng phất quanh chiếc giường ba anh em nó được kê sát cửa phòng của bà cụ rất thính mũi và là người mà nó khiếp sợ nhất. Với cái đầu trọc lởm chởm những sợi tóc cứng, hàm răng nhuộm đen xộc xệch và một con mắt trắng đục, trông bà chẳng khác gì hung thần trong trí tưởng tượng của nó. Những khi rảnh rỗi, bà lấy cái cối nhỏ đeo trước bụng ra, nghiền miếng cau bổ tư và lấy lá trầu đã quết vôi nhão từ cái bình vôi gói miếng cau rồi bỏ vào mồm nhai nhồm nhoàm. Nhai một lúc, bà lại nhổ vào cái bô cái dung dịch đỏ lòm như máu. Khi vôi trong bình khô bà cụ đem cái bình vôi để dưới gốc cây đa ngoài miếu và nói với những đứa bé: "Cây gạo có ma, cây đa có thần" chúng bay không được ra đấy! Rồi bà lại dọa: "Cấm đứa nào được lấy ông Bình Vôi của bà, kẻo 'ông rắn' có mào trong miếu ra vật chết chúng bay". Mỗi lần đi tiểu, bà cụ kéo chiếc váy lên ngang đùi, rồi đứng dạng hai chân trên một cái vại chôn nửa nổi nửa chìm ngoài vườn và đái tồng tộc vào đó như một người đàn ông khiến Kim kinh hãi. Không riêng nó, hàng xóm cũng rất sợ bà cụ bởi câu ví von "Voi một ngà đàn bà một mắt". Sau đó dù không ai trong nhà nhắc đến chuyện quả quýt nhưng Kim vẫn ân hận mãi vì vụ ăn trộm ấy.

Đã 12 tuổi nhưng Kim vẫn rất hiếu động. Sau giờ học, nó hay leo lên những cuộn tơ đay trắng muốt được chất thành từng đống cao trong đình làng, xua đuổi những con dơi quạ đang treo lủng lẳng trên nóc đình, rồi nhìn chúng bay chập choạng vào góc tối. Một hôm, ra đình chơi, nó không thấy những cuộn tơ đay đâu thay vào đó là những thùng gỗ xanh chất cao. Thế là nó và một thằng nữa đã mở vài thùng ra xem nhưng khi thấy những viên đạn to và vàng chóe ở bên trong, chúng vội đóng nắp lại bỏ đi. Cuối tuần, cha nó từ Hà Nội lên đã hỏi việc trong kho đạn khiến nó sững sờ, không biết tại sao ông ta lại biết? Thì ra, người ta đã đến Nhà Xuất Bản khuyến cáo những gì nó đã làm trong kho đạn. Từ đó, thằng bé đã biết sự lợi hại của chính quyền và luôn phải dè chừng tai mắt của họ.

Để con bớt nghịch ngợm, Lê Ngọc đã mượn nhiều sách về cho con đọc và dẫn nó đến một họa sĩ gần nhà học vẽ. Nhưng chẳng được mấy ngày, thằng bé ấy đã bỏ ngang vì thấy thầy không nhiệt tình và những điều ông ta nói chẳng có gì hay ho. Ngược lại, những tác phẩm dịch của văn chương phương Tây lại rất lôi cuốn nó. Thấy Kim suốt ngày cầm cuốn sách trên tay, một hôm, ông Thùng bảo nó:

- Viết hộ chú bản báo cáo cho hợp tác xã.

- Cháu không biết viết đâu.

Nhưng ông ta vẫn cứ dúi vào tay nó một xấp giấy quăn góc, rồi dùng những ngón tay to bè với những cái móng đen kịt mật mía quẹt lên lưỡi trước mỗi lần lật trang và nói, "Cứ theo cái cũ này viết lại, rồi thay mấy số mới vào là xong". Trước sự quyết đoán đó, thằng bé bất đắc dĩ chép lại bản báo cáo đầy những ngôn từ theo lối văn mẫu - triệt tiêu cảm xúc thật của con người – vẫn còn áp dụng trong văn bản nhà nước cho đến tận ngày nay.

Đến một ngày, căn bệnh "Xơ gan cổ trướng" của bố ông Thùng phát nặng. Dù hàng tuần người nhà vẫn phải mướn y sỹ trên tỉnh về thăm khám, rút nước trong bụng nhưng cũng không giúp được cụ thoát căn bệnh hiểm nghèo đó. Ngày bố mất, ông Thùng chạy ra sân gọi hồn bố trên mái nhà về nhập xác, "Ba hồn bảy vía bố ở đâu thì về" khiến thằng bé Kim sợ nổi da gà. Sau lúc nhập quan, người ta đặt trên cổ quan tài một bát cơm, một quả trứng luộc và cắm lên đó một đôi đũa. Đêm đó, bất chấp nhiều người lo ngại nhưng ông Thùng vẫn thắp chiếc đèn "măng-xông" sáng choang, mượn của hợp tác xã. Vì chiến tranh nên đám ma chẳng có kèn trống gì ngoài tiếng khóc than của những người đàn bà phụ nữ. Ngày hôm sau, ông Thùng mặc áo tang, đội vòng rơm quấn bẹ chuối; mẹ và vợ ông mặc áo xô trắng thắt dây chuối ngang lưng cùng họ hàng quyến thuộc chít khăn trắng trên đầu vừa khóc, vừa đưa ông cụ ra nơi an táng. Sau ngày ông cụ mất, căn nhà trở nên vắng vẻ nhưng những lời chỉ dẫn của ông, đâu là sao "Thần Nông", sao "Bắc Đẩu", là "Sông Ngâu", hay

"Chiến tranh là bởi đất chật người đông khi nào mười phần chết bảy còn ba, chết hai còn một mới ra thái bình" vẫn văng vẳng bên tai Kim.

Khi chiến sự trở nên ác liệt thì các cuộc hành quân từ bắc vào nam cũng công khai. Trai tráng trong làng liên tục tòng quân để việc đồng áng cho phụ nữ. Xóm thôn vắng vẻ, thiếu bóng con trẻ. Một hôm, trên đường đi học, Kim thấy mấy người đàn bà đang sụt sùi trước ngõ một căn nhà lá nên tò mò vào xem. Trên cái chõng tre đặt giữa nhà có một cái xác phụ nữ mặc đồ đen, tóc xõa xượi trên khuôn mặt bôi nghệ vàng khè. Cạnh cái xác là một bà lão tóc bạc phơ đang rên rỉ: "Ối con ơi! Sao con lại ra nông nỗi này? Con ơi là con ơi!" rồi bất chợt bà lão gào lên: "Ối giời đất ơi! Ối làng nước ơi! Đứa nào hại con tôi chết oan ức thế này? Giời ơi là Giời ơi! Hu hu..." Nghe những người đàn bà bàn tán, "Con bé mọi ngày ngoan lắm, sao lại ra nông nỗi này?" và "Mẹ cha quân nào hại nó thế cơ chứ" thì Kim biết người phụ nữ xấu số là con dâu bà lão đang khóc, chồng chị ta đang ngoài mặt trận. Ai cũng căm phẫn kẻ nào đó làm chị ta chửa hoang, phải âm thầm tự phá thai dẫn đến cái chết oan uổng.

Ở những nơi trọng yếu, ngoài quân đội còn có các đơn vị dân quân với các súng máy phòng không hạng nhẹ. Đập Phùng- mục tiêu thường xuyên của không quân Mỹ nhằm gây lũ lụt cho Hà Nội - được bảo vệ bởi pháo phòng không và tên lửa SAM2. Ngoài ra, còn có hai khẩu đội súng máy 14,5 li của các nữ dân quân trên đập để đối phó phi cơ bay thấp. Một buổi trưa tháng 4, 1967, Kim nghe thấy tiếng máy bay gầm rú và nhiều tiếng bom nổ ngoài đập Phùng. Sau đó, nó thấy ông Thùng mặt tái xanh đang thì thầm với mấy người đàn ông khác với vẻ rất xúc động. Bọn họ múc những gáo nước trong bể nước mưa lên uống ừng ực, rồi vác cuốc xẻng và những cái cáng tre chạy huỳnh huỵch ra phía con đập. Lát sau, nó lại thấy một chiếc xe "com-măng-ca" chở thi thể các nữ dân quân vừa chết vì trúng bom chạy đi chạy lại từ con đập về nhà hội trường xã. Chín cái xác mặt mũi nhợt nhạt, đầu tóc rũ rượi, quần áo tả tơi, bê bết đất cát và máu đã đen đặc được chùi rửa sạch sẽ trước lúc truy điệu. Hơn phân nửa số nữ liệt sĩ hôm ấy là người của xã Song Phượng. nhà hội trường xã hôm đó đã bị khuất lấp bởi mầu tang trắng, tiếng khóc thảm thiết của thân từ nhân họ trong đám tang chung ấy tưởng vang tới tận trời xanh. Để giữ an toàn cho gia đình nhân viên, Nhà Xuất Bản lại di chuyển nơi sơ tán của cơ quan. Thế là, cha con Lê Ngọc lại chia tay gia đình ông Thùng trở về nhà chuẩn bị đến nơi mới.

Hà Nội bấy giờ chìm trong không khí chiến tranh. Trên cầu Long Biên và các đỉnh cao trong thành phố đều có những khẩu súng máy 12,7 li, và vô số khí cầu *hydro* bay lơ lửng chống phi cơ bay thấp ở ngoại vi thành phố. Đêm đêm, những đoàn xe quân sự bít bùng và những đoàn tầu hoả chở chiến cụ hối hả chạy về phía nam. Nhịp sống khẩn trương với những lời ca tha thiết: *"Ơi cô gái ơi, súng trên vai, sao vuông đầu mũ. Em đi về đâu mà mắt em trong sáng. Em đi về đâu mà chân bước hiên ngang..."* (ca khúc "Bài Ca Hà Nội" – Vũ Thanh) là những gì thân quen với người Hà Nội khi ấy.

Trong lúc chờ đến nơi sơ tán mới, Lê Ngọc đặt cơm ở cửa hàng ăn uống Bắc-Nam. Mỗi lần thay cha nhận suất ăn là Kim lại gặp một viên quản lý người Nam Bộ giám sát việc phát cơm. Gã này có khuôn mặt tái mét và một cặp môi thâm sì lúc nào cũng mím ngay cả khi nói khiến tiếng của hắn nghe rin rít như tiếng của loài rắn độc. Không biết sao gã luôn xét nét mỗi khi thấy Kim - cứ như nó sắp ăn cắp gì đó - khiến thằng bé luôn lo lắng và thầm ao ước đừng phải giáp mặt gã "rắn độc" đó. Nhiều bữa, thấy suất ăn chỉ có ít cơm cùng những miếng bánh cuốn ngô và chút canh bí đỏ lõng bõng với vài miếng thịt mỡ, Ngọc lại sang quán phở Nam Ngư gần nhà mua một bát phở bò về làm canh. Thằng bé Kim rất thích ăn cơm với canh phở nóng và thơm này, đến độ nó cho là cái câu hỏi ẩn dụ "Cơm với phở cái nào ngon hơn?" thật ngớ ngẩn.

Quán phở Nam Ngư ngày ấy do một người đàn ông tầm thước đứng nấu. Ông ta thường dùng con dao to hình chữ nhật thái những bánh phở thành những sợi nhỏ đều. Đoạn lại dùng con dao đó xắt ra những miếng thịt bò vừa chín tới, hay thịt mỡ gầu giòn, hoặc những miếng thịt gà da vàng ươm bỏ lên tô phở cùng nhiều hành lá rau thơm. Sau cùng, ông chan lên bát phở những giá nước lèo trong, óng ánh váng mỡ từ nồi nước xương bò trên cái lò than quả bàng. Do trâu bò là gia súc cày kéo bị cấm giết mổ nên quán không có nhiều thịt tươi làm bò tái, chỉ có phở bò chín và phở gà. Dẫu vậy, mùi thơm ngào ngạt của nồi nước lèo, của thịt chín, của hành, rau thơm, nước mắm và cả cái mùi than cháy đã tạo nên cái mùi rất riêng của những quán phở vẫn khiến thực khách luôn thấy thèm mỗi khi đi qua đó.

+ +

Trước ngày Lê Ngọc và các con đến nơi sơ tán mới, Cầm – một trong số những người cậu của thằng bé Kim ở Hồng Quảng dạo nào - vừa tốt nghiệp đại học Y Hà Nội đã tới thăm họ trước khi ra mặt trận. Cầm dẫn Kim ra công viên Thống Nhất uống si-rô dâu còn anh ta cùng một người bạn đẹp trai uống cafe đá và bàn luận về một người con gái nào đó. Có vẻ anh ta đang phân vân liệu có nên khuyên người yêu đừng chờ đợi mình hay không? Vài hôm sau, Cầm vào chiến trường Đông Nam Bộ với cương vị bác sĩ một trạm phẫu thuật tiền phương. Hàng ngày, bác sĩ Cầm cùng hai y tá thực hiện các cuộc trung phẫu, tiểu phẫu, điều trị vết thương hay sốt rét, rắn cắn cho chiến sĩ, dân cư quanh đó trong điều kiện thiếu thốn thuốc men dụng cụ y tế và xa các quân y viện tuyến trên. Ở chiến trường, cái ranh giới kiểu da beo giữa các bên tham chiến thường khá mơ hồ. Một khu vực hôm nay thuộc bên này, ngày mai lại có thể thuộc bên kia. Mỗi khi bị địch tấn công, trạm phẫu thuật lại rút đi dưới sự yểm trợ của các đơn vị chiến đấu nhưng nhiều lần, họ phải tự rút. Trong một lần như thế, bác sĩ Cầm đã bị địch bắt và người đàn ông sức vóc nhỏ yếu ấy nhanh chóng suy sụp cả thể xác và tinh thần trước đòn thù và phải chấp nhận "chiêu hồi". Âu! Đó là điều dễ hiểu với người bác sĩ áo trắng, chỉ sống bằng giá trị nhân bản lòng vị tha. Làm sao anh ta có thể đối đầu với những cực hình thời trung cổ: rút móng tay, đục răng, móc mắt,

61

đóng đinh vào đầu, thiêu sống, luộc người trên chảo nước sôi... trong các trại tù binh của quân Sài Gòn? Sự tàn bạo đến mức ngay cả người Mỹ sau này cũng phải thốt lên," Sao họ lại có thể tàn ác với đồng bào mình đến thế?". Có lẽ câu trả lời chỉ có thể là, "Sự thất học, ngu muội lại được khuyến khích bởi lòng thù hận đã khiến thú tính trong những tên cai ngục trỗi dậy và biến chúng thành quỷ dữ".

Sau chiến tranh, 12 trong số 13 cai ngục ở trại Phú Quốc đã đào tẩu ra nước ngoài. Duy nhất một kẻ, tên Nhu, còn ở lại sau nhiều lần vượt biên không thành. Sinh ra trong một gia đình nghèo ở Đồng Tháp nên mới học lớp ba là Nhu đã nghỉ học, rồi bom đạn, thiếu ăn đã đưa hắn vào lính và làm cai ngục ở trại tù binh Phú Quốc. Ngoài sự khét tiếng với mấy chục kiểu tra tấn tàn ác vô nhân tính, Nhu còn hãnh diện với xâu chuỗi làm bằng những chiếc răng do chính tay hắn đục ra từ miệng tù binh. Sau khi đi cải tạo bốn năm về, Nhu về sống ẩn dật trên đảo cùng vợ con. Vì lo sợ bị trả thù, hắn gài mìn quanh nhà khiến các con hắn đứa thì què giò, đứa thì trọng thương. Phải chăng, việc Nhu vượt biên không thành và con cái hắn bị thương tật là *Nghiệp Báo** của hắn? Tuy thế, những người tù binh khi trở lại thăm nơi này đã không trả thù Nhu, thậm chí còn chụp hình chung với hắn và giải thích những tấm hình sẽ giúp con cháu họ hình dung ra thế nào là "mặt người dạ thú". Nhờ tận tình chỉ điểm các hố chôn xác gần 4.000 tù binh và hướng dẫn chi tiết để phục dựng lại nhà tù Phú Quốc thành điểm tham quan lịch sử nên Nhu vẫn được chính quyền mới trợ cấp tuổi già và cho tham gia hội Người Cao Tuổi.

Nơi sơ tán mới của mấy cha con Lê Ngọc ở xã Sài Sơn (Phủ Quốc Oai, Sơn Tây) có di tích Chùa Thầy là nơi tu hành của thiền sư Từ Đạo Hạnh thời Lý. Gửi con trong nhà một nông dân, tên là Quốc, xong thì người cha trở về Hà Nội làm việc. Quanh quẩn việc đi học và nấu ăn ở đấy thật nhàm chán, như bị giam hãm trong một ngôi nhà bị ngập nước nên Kim dành nhiều thời gian đọc những cuốn tiểu

----

*Sự trả giá cho những việc làm ác ý.

thuyết Tây phương mà cha tiếp tục mượn về dưới ngọn đèn dầu được người con trai lớn trong nhà, tên Quý, làm từ vỏ trái bom bi "quả dứa" (BLU-3/B) và cái xi-ranh tiêm.

Vào mỗi cuối tuần, Lê Ngọc lại đạp xe đến nơi sơ tán để tiếp tế thực phẩm cho các con. Những lúc đó, Kim cảm thấy xót xa khi cha mệt mỏi chẳng buồn vuốt mái tóc loà xoà trong giá rét căm căm. Nó cũng cảm thấy tội nghiệp cho cái niềm vui nhỏ bé của cha khi kể những chuyện hài hước trên cung đường gian khổ đó cho đồng nghiệp. "Có hai chị em nọ chở nhau trên đường lên nơi sơ tán thì trông thấy hai con chó giao phối bên đường. Đứa em hỏi:

- Chúng nó làm gì thế?

- Chúng nó cãi nhau - người chị bối rối nên nói đại. Một người đàn ông đi qua nghe thấy vậy đã trách cô chị:

- Những con chó đang vui vẻ thế kia, sao cô lại bảo chúng cãi nhau?

- Kệ thây tôi, bận gì tới ông,

- Ô hay, mới nói có thế mà cô đã muốn cãi nhau với tôi à? Lời châm chọc đã khiến cô đỏ mặt.

Những tuần bận rộn, người cha chuẩn bị sẵn thực phẩm để thằng bé Kim tự về Hà Nội lấy và đem lên nơi sơ tán. Một lần, trên chuyến xe khách từ bến xe Kim Mã đi Quốc Oai, Kim chợt sững sờ khi thấy một phụ nữ rất giống mẹ nó, nên chẳng rời mắt khỏi bà ta. Khi xe đến bến, người ấy đi hướng khác làm nó hụt hẫng, thất thểu bước đi cùng cái ruột tượng gạo quàng trên cổ và hai giỏ thức ăn nặng chĩu trên tay. Bất giác, nó nhớ mẹ rồi tủi thân khóc hu hu trên con đường vắng không bóng người. Sau khi nước mắt làm vơi nỗi lòng, nó lại lủi thủi bước đi trên con đường đất đỏ hơn bảy cây số về nơi sơ tán. Qua khỏi chùa Thầy một đoạn, bỗng trời kéo mây đen tối sầm, gió cuốn bụi mù mịt khiến thằng bé bối rối không biết trú mưa ở đâu giữa nơi đồng không mông quạnh. Chẳng có chỗ nào cả. Thế là nó cố bình tĩnh sải bước như một gã đàn ông thực thụ. Nhưng có lẽ phật trong chùa đã độ cho thằng bé tội nghiệp ấy nên chỉ lát sau, mây gió tan đi bầu trời quang đãng trở lại.

Ông chủ nhà của Lê Ngọc nuôi thả rất nhiều gà vịt ngoài đồng. Mỗi khi gió lạnh về là chúng lại bị toi hàng loạt. Những khi ấy, ông ta thường có nhã ý biếu mấy cha con Ngọc vài con. Sau khi làm sạch gà, Ngọc ướp nhiều gia vị vào thịt trước khi chế biến thành những món gà rô-ti, cà-ri, xào gừng, xào sả ớt cho các con ăn mà chẳng làm sao. Thế nhưng ở nơi ấy đã xảy ra một chuyện hy hữu mà Kim không thể quên. Đó là vào một chiều đông u ám, Ngọc dắt ba đứa con ra cánh đồng mới gặt, nơi những con ngan của ông chủ nhà hàng ngày vẫn bay ra đó kiếm ăn. Bọn họ đi bước thấp bước cao trên những thửa ruộng mấp mô những gốc rạ cứng thấp thoáng những tờ truyền đơn màu xanh do máy bay Mỹ thả xuống. Cứ thế, họ đi sâu vào cánh đồng vắng trong cái lạnh căm căm trên mặt và tê cóng đôi tay. Ngọc mặc cái *vest* xám có sọc ca-rô nhuyễn, quàng khăn dạ nâu trên cổ cứ im lặng bước tới mà không trả lời câu hỏi "Đi đâu vậy ba?" của thằng Kim. Một lát sau, ông ta nói 'muốn chết (!?)'. Thằng bé không biết vì sao mà cha nó lại ra cơ sự này nên cứ léo nhéo: "Ba ơi! Đừng chết. Đừng chết! Ba ơi" nhưng ông ta vẫn chẳng nói chẳng rằng, tiếp tục bước đi trong sự hoang mang tột độ của nó. Đến con kênh chắn ngang trước mặt, Ngọc dừng lại trầm tư điều gì đó, mặc gió thổi mái tóc hoa râm bay lòa xòa trước mặt. Có việc gì bức xúc đến nỗi ông ta phải nghĩ đến cái chết? "Phải chăng đó là sự vất vả khi một mình nuôi ba đứa con nhỏ trong chiến tranh? Là sự mất mặt vì có thêm đứa con ngoài giá thú trong một xã hội bảo thủ? Là sự bất lực khi đồng lương ít ỏi không đủ sống? Là sự thua thiệt trên con đường thăng tiến nghề nghiệp?" Chẳng ai biết trong đầu ông ta nghĩ gì. Đăm đăm nhìn con kênh trước mặt, Lê Ngọc nhớ về con sông Cái Bè ở quê nhà, nơi hồi còn nhỏ ông vẫn thường leo lên chiếc cầu sắt ở đó nhảy xuống sông bơi lội cùng bạn bè. Là cháu đích tôn một dòng tộc khá giả ở Cái Bè và từng là "cậu ấm" có người chăm lo việc ăn học từ bé nhưng sự cưng chiều ấy không ngăn được khát khao tới những chân trời mới của Lê Ngọc. Học xong tú tài, ông cùng bạn bè xếp bút nghiên lên đường chống Pháp trong tổ chức kháng chiến của đảng Dân Chủ của tầng lớp tư sản và trí thức yêu nước. Tiếp đó, ông lại theo cái đảng này gia nhập Việt Minh, rồi trở thành giáo viên dạy tiếng Hoa, tiếng Pháp và thể dục ở trường Tiểu học Kháng chiến Phan Lương Trực trong chiến khu Đồng Tháp Mười. Sau khi tập kết ra bắc, Ngọc được đưa về Ban biên tập Nhà Xuất Bản Trung Chính. Ngoài khả năng dịch thuật, ông chẳng có nhiều thành tích trong kháng chiến như những người khác. Chưa kể cái quá khứ đảng viên Dân Chủ và lý lịch con địa chủ đã là trở ngại cho ông trước những cơ hội thăng tiến, vốn ưu tiên cho thành phần công nông. Đã vậy cái tội "hủ hoá" còn kéo chân Ngọc xuống mỗi khi muốn mở miệng đòi hỏi quyền lợi cá nhân. Tuy thế, ông không ân hận với con đường mình đã chọn và cam chịu tất cả vì lẽ, "Theo cách mạng để dân tộc không bị làm nô lệ ngoại bang". Cuối cùng, dường như bản năng sinh tồn mạnh hơn tất cả, Ngọc lại nói với lũ trẻ, "Thôi đi về!". Thế là cả đám lại lếch thếch trở về nhà.

Lê Ngọc không bao giờ nhắc lại chuyện đó nhưng Kim vẫn muốn biết lý do cha nó muốn quyên sinh(?) và nếu phút chót ông ta không đổi ý thì ba anh em nó có phải chết chung không? – Chuyện người đời vẫn hay làm. Ai đó từng nói, "*Những người trí thức thường yếu đuối trong tâm hồn, đôi khi họ lại tìm đến cái chết quẩn quanh với mấy chuyện tình ái, thể diện vớ vẩn*". Vậy cha nó có vướng vào những chuyện vớ vẩn đó không? Kim tiếc đã không hỏi chuyện này trước lúc cha hắn qua đời, đành để những bí mật ấy theo của ông xuống suối vàng. Tuy nhiên, về sau hắn cũng khám phá ra trong thời gian đó Hoài Thu đã kết hôn với một người khác trẻ Ngọc hơn 13 tuổi, khiến ông ta suy sụp tinh thần.

Phải chăng? Dù Hoài Thu không phải là vợ nhưng cô ta đã sinh con cho ông ta và cái quan hệ phối ngẫu đó cũng dẫn đến mối quan hệ chiếm hữu và những cơn ghen theo bản năng. Có những người đàn ông thường hãnh diện khi chiếm được phụ nữ của người khác nhưng lại rất đau khổ khi người phụ nữ của mình bị kẻ khác chiếm hữu. Trong trường hợp ấy, đôi khi cái chết cũng là một giải pháp cho những kẻ bi luỵ như Ngọc?

Bấy giờ, cô bé Lê San bị mẹ bỏ lại bên dòng sông Ông Đốc năm xưa đã là một thiếu nữ. Sau khi cha mẹ ra bắc, cô sống với bà ngoại và dì Hai ở An Hữu, Mỹ Tho, cho đến một ngày, gã trưởng thôn đến nhà họ đe doạ tố giác với chính quyền gia đình này có người tập kết ra bắc. Bà ngoại và dì của Lê San rất lo lắng nên đã chạy vạy tiền bạc lo lót cho gã nhưng không xong vì thứ gã muốn là cái nhan sắc của người dì. Thấy vậy, hai người đàn bà ấy định bỏ xứ đi nơi khác nhưng gã đã cho người theo dõi và cảnh cáo sẽ không nương tay nếu bỏ trốn. Cùng đường, dì Hai đành "nhắm mắt đưa chân" về nhà hắn làm vợ cho yên chuyện. Thế là Ngoại phải dắt Lê San sống rày đây mai đó ở nhà bà con nhưng ở đâu cũng không được lâu vì bị chính quyền sở tại nghi ngờ lai lịch cô bé. Thương cháu lận đận, Ngoại dẫn Lê San về nhà nội nó bên chợ Cái Bè nhưng ở đó nó cũng không thể đi học vì sinh trong chiến khu không có giấy khai sanh hợp lệ. Đến lượt, bà nội phải gởi Lê San lên Mỹ Tho cho con trai mình lo liệu nhưng cũng vẫn vướng chuyện lý lịch cô bé. Một lần nữa, Nội lại gởi Lê San cho em trai mình bên Cai Lậy nuôi dưỡng và làm giấy khai sanh mới cho cháu, sau khi lo lót tiền bạc cho ai đó ở trong chính quyền. Từ đây, cô bé đã có thể sống hợp pháp với cái tên mới là Đoàn San nhưng cái tuổi thơ sống kiếp "ăn nhờ ở đậu" hết nhà này tới nhà khác đã khiến cô bé ấy gần như thất học. Chữ nghĩa không bao nhiêu trong đầu cô chỉ chất chứa những giận hờn oán trách. Dù cùng một gia đình nhưng nhiều người vẫn xem Đoàn San như đứa trẻ mồ côi, thậm chí còn la mắng sai bảo cô bé như người ở. Mỗi khi tết về, cô bé ấy lại ứa nước mắt tủi thân khi thấy gia đình người ta sum vầy. Gia đình cô đang ở đâu? Sao cha mẹ sinh ra cô lại bỏ cô bơ vơ nơi đây? Cũng là con người, sao cô phải sống kiếp đoạ đày như vầy? Chẳng ai trả lời Đoàn San những khi cô bé ấy khóc hu hu một mình. Vâng, dường như chỉ có ông bà là sợi dây huyết thống duy nhất để cô có thể chia sẻ những nỗi niềm riêng của mình. Nhưng ông nội thì đau ốm liên miên, còn bà nội chỉ biết bù đắp cho cháu bằng những tô hủ tíu, cháo gà xé phay, những lon *Coca*, xá xị... Thỉnh thoảng, bà lại dẫn cháu lên Sài Gòn thăm ông nội nằm nhà thương, hay thăm mấy người bà con bên chợ Tân Định.

Cứ thế, cô bé lớn lên như một cây gai, sẵn sàng tấn công bất cứ ai trong nhà làm phật ý mình, khiến mọi người phải e dè cô. Thế nhưng Đoàn San lại lấy đó làm vui vì vì chí ít mọi người cũng phải biết cô là ai trong nhà. Năm 18 tuổi, Đoàn San quen và yêu một anh lính Bảo-An, tên Tài - gốc Triều Châu, quê Bạc Liêu - đóng quân gần nhà. Nhờ tình yêu ấy, cô không còn cô đơn mặc cảm để hoà nhập cuộc sống cộng đồng. Thấy Tài hiền lành chất phác, bà nội đã gả cháu cho anh ta và rồi cuộc sống vất vả của người mẹ ba con ấy đã dập tắt những ước mơ thời con gái của Đoàn San.

+ +

Nhờ những cuộc chuyển quân vào nam ra bắc tấp nập của các đơn vị quân đội mà Lê Ngọc biết được hoàn cảnh khá khó khăn của gia đình mình ở quê nhà. Chương trình "Cải cách điền địa" của chính quyền Sài Gòn đã trưng mua hầu hết đất đai "thẳng cánh cò bay" của gia đình Lê Ngọc. Cuộc sống sa sút đã dẫn đến cái chết của cha ông, dọ không đủ tiền chữa trị ở nhà thương. Tâm trạng Ngọc khi đó khá tệ. Ông ta chẳng thiết tha làm gì ngoài việc ôm cái đài nghe tin chiến sự trong nam qua đài BBC và Sài Gòn, dù việc đó bị cấm. Cũng qua cái đài đó, thằng bé Kim nghe lỏm được lời tuyên thệ nhậm chức khá gãy gọn, dứt khóat kiểu nhà binh, giống những ông cậu sỹ quan của nó, của Tổng thống Nguyễn Văn Thiệu. Rồi cũng qua đó, Kim lại nghe thấy ông ta nói trong dịp tết 1968: "Không cho một tên Việt Cộng nào vô Sài Gòn dù chỉ vô ăn một tô hủ tíu" khiến nó ngỡ ngàng, "Người làm lớn sao lại nói những điều nhỏ mọn vậy?". Thế là những triết lý trong những cuốn sách sử Trung Hoa từng đọc lại nhắc nó: "Giận cũng không nên giận với cái không đáng giận", hay là "Người bản lĩnh không có tức giận". Bởi tức giận là bản năng và biết tiết chế bản năng mới là bản lĩnh.

67

Tin chiến sự trong nam càng dồn dập thì những đợt tuyển quân ngoài bắc càng gia tăng. Đến một ngày, người con trai lớn của ông chủ nhà cũng đến chào từ biệt Lê Ngọc lên đường tòng quân. Quý là một thanh niên khỏe mạnh hiền lành, thường để mái tóc chải ngược, mặc áo sơ mi bó như dân chơi nhưng khá rụt rè trong giao tiếp, nhất là với con gái. Những đêm trăng sáng, trai gái trong làng thường tụ tập trên chiếc cầu xi-măng hóng gió, nói những chuyện vu vơ chẳng đâu vào đâu. Thỉnh thoảng, vài cô gái phấn khích lên đấm thình thịch vào lưng vài anh chàng nào đó, xong lại cười sằng sặc, hay rú lên trong vòng tay những gã trai làng. Cảnh tượng ngứa mắt ấy khiến bà lão sống gần đó lâu lâu lại chửi đổng:

- "Tiên sư cha quân bất nhân nào không để yên cho bà ngủ nhá! Hả cái quân "nặc nô" động đực kia?".

- "Bà cứ việc ngủ đi, chúng tôi đi đây" – chúng trả treo, rồi như đàn chim sẻ bay ùa sang phía bên kia cầu. Những khi ấy, Quý chỉ nhe răng cười theo mọi người, chẳng dám động tay động chân với cô nào.

Kim còn nhớ mãi những chiều, khi phi cơ Mỹ bay từ hướng núi Tam Đảo đi tấn công Hà Nội gầm rú trên đầu nhưng anh Quý và nó vẫn đi bẫy chim cuốc. Lúc ấy, Quý dùng khúc tre ngắn thổi giả tiếng loài chim ấy để dụ chúng đến bẫy. Những con chim mắc bẫy cố giãy giụa và dùng mỏ mổ vào tay Quý quyết liệt nhưng không ngăn được nụ cười mãn nguyện của hai anh em. Những ngày lộng gió, nó theo anh Quý ra đồng thả những cánh diều lớn có gắn mấy ống sáo - làm bằng ống nứa nhỏ - phát ra những tiếng tu...tu...tu... khàn khàn trên không trung. Mỗi khi diều đứt dây, hai anh em lại cuống cuồng chạy theo cánh diều đang chao đảo sang cánh đồng làng bên, mặc đôi chân vấp vào những gốc rạ đau điếng. Những đêm mưa, Quý lại khều nó:

- Dậy! Đi bắt cá.

- Ở đâu? Nó hỏi lại giọng ngái ngủ.

- Nhanh lên! Theo anh.

Hai anh em nó tới một thửa ruộng vừa bị nước sông tràn vào lấp xấp gần nửa bụng chân có rất nhiều cá diếc đang cuống cuồng tìm lối thoát. Quý chạy lõm bõm dưới ruộng, một tay soi đèn pin, một tay dùng cái nơm tre chụp lia lịa xuống đàn cá. Dù thích lắm nhưng Kim vẫn chần chừ vì trông thấy có nhiều con đỉa đang lập lờ như những dải lụa nhỏ dưới nước. Nhưng rồi, nó cũng lội ào xuống ruộng, vụng về bắt cá giống như những chú gấu bắt cá Hồi bên *Alaska*. Sau cùng, nó cũng hiểu được cái bài học" *Đừng bắt cá hai tay!*".

Khoác bộ quân phục mới lên người, Quý từ biệt gia đình, mỉm cười với Kim rồi nhập vào đám tân binh đang xếp hàng trên sân phơi lúa. Khi ấy, nó thương Quý lắm và cầu mong chiến tranh đừng giết hại người anh hiền lành tốt bụng ấy. Thời gian dần trôi nhưng những năm tháng tuổi thơ sống nơi những miền quê hiền hoà, cùng những người dân chất phác ấy vẫn còn mãi trong tâm thức Kim.

Sau những ngày đó, Kim được cha cho theo học trường Trung học Nội trú Trưng Vương 3A trên một bãi nổi ở xã Hồng Châu (Hà Tây). Cuộc sống nội trú quả là thú vị, nhất là những lúc tham gia các môn bơi lội, thể dục ngoài bãi ven sông. Đối diện nơi ở của học sinh có một bãi nổi trồng mía của hợp tác xã, đám nam sinh hay bơi sang đó bẻ trộm mía ăn. Ăn chán chê xong, chúng lại trải nghiệm câu nói: "Nhất tắm sông nhì ỉa đồng", rồi mới chịu bơi trở về. Cuối tuần cả lớp chờ nước cạn để đi bộ qua con sông trơ đáy sang bờ bên kia, nơi có những chiếc xe khách đang chờ đưa chúng về Hà Nội. Khi ấy, xe khách thời Tây biến đâu hết, chỉ có những chiếc xe Đông Âu mới nhập về và các xe nội địa được đóng từ khung xe IFA. Xe nội địa chạy ồn và xóc nên mỗi lần được ngồi trên chiếc *Skoda* êm ái có phanh hơi, cửa tự động là Kim lại cảm giác đang đi trại hè chứ không phải đang đi sơ tán chiến tranh. Đến khi tổng thống Mỹ *Johnson* tuyên bố chấm dứt chiến dịch oanh kích "Sấm Rền" từ vĩ tuyến 20 trở ra thì đám học trò bọn Kim lại lục tục về nhà như bao lần trước. Tình cảnh của chúng chẳng khác gì *"Con kiến mà leo cành đa, leo phải cành cụt leo ra leo vào"*.

69

+ +

Về Hà Nội, ngoài việc đi học Kim còn phải đi chợ nấu cơm như một bà nội trợ. Tuy chợ chẳng thiếu thứ gì nhưng chỉ những người làm việc tự do mới có tiền mua. Còn công chức, người làm công ăn lương thì từ 1962 đã phải dựa vào nguồn thực phẩm giá rẻ theo chế độ tem phiếu định lượng của nền kinh tế chiến tranh. Nó không phải sản phẩm của "Chế độ Bao cấp" như nhiều người lầm tưởng, bởi mọi thứ đều phải trả tiền, không ai cấp phát cho không ai cái gì cả. Tuỳ đối tượng, sẽ được cấp một trong các loại tem phiếu: "A và B" cho cán bộ cao cấp với tiêu chuẩn hàng tháng: 6 cân thịt, 3 cân đường, 21 cân gạo, bơ sữa, bánh kẹo, thuốc lá, vải vóc không hạn chế ở các cửa hàng "Giao Tế". Tem phiếu loại "C" cho cán bộ trung cấp với định lượng ít hơn hai loại A, B ở cửa hàng "Cung Cấp". Tem phiếu loại "E" và "N" cho cán bộ sơ cấp và dân thường - gia đình Kim thuộc loại bét này. Ai có loại tem phiếu này cứ việc xếp hàng ở bất cứ cửa hàng nào mà mua tiêu chuẩn tháng: 13 cân gạo, 3,5 lạng thịt, một lạng đường, một ít đậu phụ, cá biển, nước mắm, bột ngọt, chất đốt. So với cuộc sống tự túc tự cấp của nông dân, cuộc sống buôn bán của thương nhân, hay cuộc sống của cán bộ cao cấp thì cuộc sống của công chức, người làm công ăn lương chật vật hơn cả. Thế nên, đã chẳng thiếu những lời châm biếm của họ về cái chế độ tem phiếu không công bằng ấy: *"Tông Đản* là của vua quan. Nhà Thờ * là của trung gian, nịnh thần. Đồng Xuân* là của thương nhân. Vỉa hè là của nhân dân anh hùng"* nhưng cũng chẳng thay đổi được gì. Để giải bài toán thiếu lương thực, chính phủ thường thay thế một phần gạo bằng bột mì viện trợ khiến nhiều gia đình gặp khó khăn khi chế biến. Một số người đem bột đi làm mì sợi ở cơ sở của người Hoa, nhưng nhiều người khác chỉ ngào bột với nước, nặn ra bánh, rồi đem luộc hoặc hấp. Những chiếc bánh đó chỉ ăn được khi nóng còn khi nguội thì chai cứng

----

* Tên các của hàng thực phẩm và chợ.

70

tới mức "Ném chó chó chết" - như người ta vẫn đùa. Thấy vậy, có người đã cán bột dẻo, bỏ thêm đường và cắt ra những miếng nhỏ, rồi chiên thành những chiếc bánh nóng giòn. Những người khác lại pha bột lỏng trộn khoai lang cắt sợi, tôm nhỏ, chiên thành những chiếc bánh nóng, dùng với rau sống, nước mắm chanh ớt. Về sau, có người đem thứ bánh chiên ấy bán cho những kẻ uống bia hơi ven hồ Tây. Theo năm tháng, những chiếc bánh ấy dần trở thành món "Bánh Tôm Hồ Tây" đặc sản mà chẳng còn mấy ai nhớ được cái xuất xứ bần hàn của nó. Do tem phiếu, tiền chợ hạn hẹp nên Kim thường phải đi nhiều nơi tìm hàng rẻ và dậy sớm xếp hàng ngoài các cửa hàng thực phẩm. Thế nhưng nó vẫn luôn phải đứng sau những cục gạch, cái làn rách đã ở đó từ đêm trước. Tuy là những vật vô tri nhưng chúng lại đại diện cho những kẻ "đầu gấu" bán chỗ kiếm lời và đám dân "phe" mua đi bán lại nên chẳng ai dám đụng đến. Nhiều người Hà Nội không thích cá biển nên hay bỏ tiêu chuẩn, nhờ thế Kim mua được thêm ít thực phẩm không cần tem phiếu. Để đổi món, thỉnh thoảng nó lại ra chợ Hàng Da đổi gạo lấy bún về nấu bún riêu, bún ốc. Bằng cách nào đó, cha nó cũng đem về những hũ mắm cá linh, những con cá khô, lọ chao, túi ca-la-thầu và cả những miếng phô-mai "tổ ong". Ông cũng thường nấu chè đậu bằng số đường tiêu chuẩn tháng và làm món trứng gà trụng nước sôi cho các con, bằng sợi dây may-xo mà mỗi lần nấu là điện áp lại sụt giảm hàng xóm kêu la om xòm.

Dân Hà Nội khi ấy rất ít uống cà phê nên ngoài chợ không sẵn thứ này, do vậy Lê Ngọc phải gửi mua cà phê ở các nông trường. Mỗi ngày, ông lại dùng cái phin cũ pha cà phê đen nóng, rồi bỏ chút bơ vô. Mùi cà phê thơm dậy khiến thằng bé Kim cảm thấy căn phòng nhà nó dường như ấm áp hơn, thân thương hơn. Thằng em của Kim không chỉ thích cà phê mà còn thích cả rượu. Một lần, cha nó cho hai anh em mấy quả táo Tầu ngâm trong hũ rượu đã uống gần hết. Thi Sơn thích lắm nên xin thêm, đến khi ăn xong lại xin nữa khiến cha nó không hài lòng nên đã đưa hũ rượu cho nó cùng lời cảnh báo, "Không ăn hết, mày sẽ bị đòn!". Chẳng bận tâm lời cha nói, Thi Sơn thản nhiên ôm hũ rượu vào lòng, móc từng quả táo bỏ vào miệng. Sau khi ăn hết táo, nó tu một hơi hết số rượu trong hũ rồi trả lại cái hũ trống cho cha, với khuôn mặt đỏ bừng.

Cuộc sống Lê Ngọc lúc ấy, khá trầm lặng. Ông thường suy tư viết lách trong nhà, thỉnh thoảng mới lầm lũi ra ngoài. Có lần ông ta đọc cho Kim nghe một đoạn truyện ngắn của mình đang chờ đăng trên Tạp chí Văn Nghệ. Nhưng chờ hoài mà chẳng thấy truyện được đăng - không biết vì văn phong, hay vì cái đề tài yêu đương không thích hợp với thời chiến? Rồi nó cũng thấy một bài thơ dang dở của cha, tự trách "Sao đã 40 tuổi mà còn khổ luỵ vì yêu?" Vâng, khi ấy những kẻ tứ tuần vẫn còn yêu đương là không bình thường. Dù vậy, Ngọc vẫn thường nhiệt tình chu đáo với vài phụ nữ là nhà báo, bác sỹ khi họ tới chơi. Nhất là với Mười, một nghệ sĩ đàn xen-lô của Đoàn Văn Công Giải Phóng, được vợ anh ta giới thiệu đến nhà ở nhờ ít ngày trước khi về nam. Những khi thấy cô Mười - một phụ nữ mảnh mai xinh đẹp và nhạy cảm - gạch dưới và đánh dấu hỏi mực đỏ lên những dòng chữ cha nó viết cho cô ta, là Kim lại tức điên lên vì mẹ nó bị phản bội còn cha nó bị người ta xem thường. Có vẻ chuyện chinh phục những phụ nữ xinh đẹp và thông minh ấy không như ý nên Ngọc rất dễ nóng giận và sẵn sàng bạo hành con cái khiến đám trẻ con trong nhà tập thể thường rỉ tai nhau: "Chú Ngọc ác lắm!"

Vợ chồng Ba Năng làm việc ở Bộ Ngoại Thương. Thỉnh thoảng, họ lại mời cơm mấy cha con Lê Ngọc trong căn hộ của họ ở khu tập thể Kim Liên do Bắc Triều Tiên xây dựng. Cuộc sống trong căn hộ có toilet, bếp riêng và đi làm bằng xe mô tô "con thỏ" của họ rất khác hoàn cảnh của cha con Ngọc nên ông ta chỉ một lần dẫn con tới đó, còn những lần khác thì lũ trẻ phải tự đi bằng tàu điện. Hai đứa con trai của Ba Năng tên là Hoà và Bình chỉ biết nói tiếng Nga và cười nhưng bà mẹ của chúng lại hay xét nét mấy đứa cháu chồng nên quan hệ của họ khá miễn cưỡng. Dù sao, nhờ họ mà mấy anh em Kim có được những bữa cà-ri gà nấu khoai tây khá thịnh soạn và nếu may mắn hơn chúng lại còn được uống chút sái rượu vang, sâm-pan của ông cậu giàu có ấy.

Mỗi ngày đều tới trường bằng tầu điện nên Kim cũng học được kỹ năng nhảy lên, nhảy xuống khi tàu đang chạy giống như bao thiếu niên đường phố. Nhưng đặc biệt ở trên tàu nó thấy có nhiều kẻ xin ăn, hát xẩm và những người lính Tây đen, Tây trắng bán hàng rong, điều mà trước đây nó không thấy. Trong số lính Tây đó, Kim rất ấn tượng với một người lính Tây trắng mặc đồ nâu sồng, gánh trên vai những chiếc chiếu hoa bằng một chiếc đòn sóc. Nhìn bộ dạng mệt mỏi vì nắng nóng và đôi chân trần lấm lem bụi đường của ông ta mà nó ái ngại "Sao không về quê cho nhàn tấm thân mà phải sống khổ cực nơi đây?" Nó tự hỏi nhưng rồi lại suy đoán, "Hẳn ông ta phải có một người phụ nữ tuyệt vời thôi thúc ở phía sau?" Sau này, mỗi lần nghe bản vọng cổ "Tình Anh Bán Chiếu" là Kim lại nhớ tới người lính Pháp bán chiếu ấy. Rồi hắn cũng thấy những tù binh phi công Mỹ, da trắng bệch mặt ủ rũ, bị dẫn giải trên đường dưới những cơn mưa phùn chiều đông. Khi đám tù binh đang im lặng bước đi thì bỗng một người đàn ông đứng bên ngoài hô lên, "Sao chúng mày giết con tao? Giờ tao đánh chết chúng mày!". Lập tức, vài người khác nhao nhao lên "Đánh đi! Đánh bỏ mẹ chúng nó đi!". Thế là những kẻ quá khích ấy ném mọi thứ có sẵn trong tay vào đám tù binh đang bị xích thành từng tốp và chỉ chịu dừng khi bị lực lượng áp giải tù binh áp chế bằng những khẩu AK47. Một vài tù binh đã bị xây xát nhẹ nhưng bọn họ không có phản ứng lại mà vẫn lầm lũi bước đi trong những tiếng la ó giận dữ phía sau. Phải chăng như Phật pháp, "*Thiện ác hữu báo*" là nền tảng của chúng sinh?

Những năm đó, khu nhà 5 Phan Bội Châu là địa chỉ quen thuộc của các học sinh miền Nam. Bọn họ thường lui tới nhà vợ chồng tiến sĩ Ấn để đàn ca, tập võ. Hiếu kỳ lối sống phóng túng ấy nên Kim thường la cà ở đó, học lỏm vài thế võ, vài ngón đàn guitar, thậm chí còn thần tượng vài đàn anh vì những chuyện tỉ thí trên võ đài, hay chuyện tình lâm li của họ. Giống họ, Kim cũng tin người Nam Bộ có tính cách thượng võ giống chiến binh Cô-dắc, cũng tự hào dòng máu Nam Bộ qua các bài ca "Nam Bộ Kháng Chiến", "Tiểu Đoàn 307", mà ca sĩ Quốc Hương, tiến sĩ Ấn và những người khác thường đàn ca. Tuổi mới lớn của Kim cũng hiếu chiến như nhân vật "Dế Mèn". Một lần đi trên phố, nó bị ba thằng mới lớn chặn lại:

- Ê! Biết tao là ai không?

- Mày dám hỏi tao ư? Vừa hỏi lại để tỏ ra chẳng vừa, Kim vừa thoi túi bụi vào mặt thằng to con nhất vì biết chẳng có cách nào thoát được bọn ấy. Những cú đánh phủ đầu như một võ sĩ boxing thực thụ ấy khiến đối thủ phải ôm mặt bỏ chạy. Lần khác, nghe ai đó báo "Thi Sơn bị đánh chảy máu đầu ở ngoài kia" Kim liền ra coi sao thì thấy một thằng có bộ dạng khá du côn nên hỏi nó:

- Mày đánh em tao?

- Thì sao? Nó gật đầu thách thức.

- Thì sao hả? Vừa nói, Kim vừa nhá hai tay trước mặt thằng đó, rồi bất ngờ tung cước, đá thật mạnh vào bụng dưới đối thủ làm nó khuỵu xuống ôm bụng nhăn nhó. Những người đàn bà mua bán gần đó thấy thế, liền hô lên:

- Thằng kia đánh chết người rồi. Bắt lấy nó!

- Ai bảo nó đánh người ta trước – Kim trả lời, rồi bình thản bước vào nhà, sau khi thấy thằng du côn kia đứng dậy bỏ đi.

Thích khám phá nên Kim ít chơi chung với thằng em an phận kết quả là chúng thường không hiểu ý nhau. Một lần, Thi Sơn rủ:

- Mình đi ăn kem đi.

- Mày làm quái gì có tiền – Kim coi thường.

Nghe vậy, thằng em bỏ đi. Lát sau, nó quay lại khoe:

- Em mới đi ăn kem về

- Tiền đâu mày có?

- Em nhặt được ... nó hồn nhiên kể.

Nghe thế, Kim tiếc lắm. Nó vừa trách Thi Sơn không nói rõ từ đầu, vừa tự trách mình đã luôn không để ý đến thằng em khù khờ của nó.

Ngày khai giảng năm học lớp Chín ở trường Hà Nội B, Kim nghe thấy đài *VOV* thông báo:" Chủ tịch Hồ Chí Minh vừa qua đời..." Muốn biết đám tang Chủ Tịch Nước thế nào nên nó vượt qua các chốt chặn vòng ngoài, vòng trong của cảnh sát, quân đội đến toà nhà Quốc Hội, nơi một biển người đang chen lấn vào trong. Thu hai tay trước ngực, nó thả mình vào đám đông, mặc những đợt xô lấn như sóng triều ấy đẩy nó vào trong. Đây là lần thứ hai, nó thấy người đàn ông có công lớn trong việc kết thúc 80 năm người Pháp đô hộ Việt Nam. Ông cũng là người đã gieo vào đầu nó và hàng triệu học sinh khác một tâm niệm: "Đất nước này có sánh vai được cùng các cường quốc năm châu hay không là nhờ vào công lao học tập của các cháu". Khi đó, nó nghe đài *BBC* nói:" Ông Hồ mất đi như màn khói mỏng tan ra để lộ những mối bất hoà nội bộ" nên có ý chờ xem điều xảy ra? Nhưng chờ mãi mà không thấy gì nên từ đó nó lờ mờ hiểu kẻ thù chẳng bao giờ nói tốt về nhau.

Thỉnh thoảng, Kim lại theo người bạn đi bơi lội trong một cái ao ở làng Xuân Đỉnh quê anh ta. Một lần, khi nhảy từ cành ổi cao xuống nước nó bị chấn thương lưng, rồi chìm xuống đáy ao nhưng nhờ từng suýt chết đuối nên nó biết cách bơi vào bờ. Tuy vậy, vết thương ấy vẫn đeo đẳng nó mãi sau này. Trường không có chương trình ngoại khoá nên bọn con trai trong lớp hay chia phe đá cầu làm bằng những đồng chinh - tiền xu thời xưa – và đá bóng ngoài bãi nổi sông Hồng gần cầu Long Biên. Vẫn là chiếc cầu Kim từng đi thăm mẹ khi xưa nhưng giờ đã sập ba nhịp vì trúng bom Mỹ năm 1967. Trên đường về, nó lại ghé khu tập thể Cổ Tân thăm Thanh Mai và hai đứa em cô ấy, rồi cả bọn lại tập mấy bài hát Quan Họ. Một lần, Mai đưa nó cuốn "Đất Rừng Phương Nam" và nói:

- Đọc đi, truyện này hay lắm.

- Truyện mới à?

- Ừ! Sách của chú ở phòng kế bên mới viết đó.

- Ông ấy là Đoàn Giỏi ư?

Cô gái gật đầu. Đúng vậy! Kim khá bất ngờ với cuốn sách đó vì đã lâu rồi nó mới lại tìm được sự đồng cảm với nhân vật chính trong một cuốn truyện Việt Nam.

"Thời gian chẳng đợi ai!" Mới đấy mà Kim và Thanh Mai giờ đã nghỉ hưu với những mái đầu bạc. Còn hai người em cô thì một vẫn chạy xe ba bánh ở Thủ Đức và một phải lãnh án tù chung thân bên Mỹ, sau khi bắn chết vợ và người tình của cô ta.

Tuổi 16, Kim vẫn giữ thói quen đến thư viện nhưng lúc này nó thường tìm đọc những cuốn tiểu thuyết tình cảm xã hội. Thật ra, chẳng riêng gì nó mà ở cái tuổi "gái thập tam nam thập lục" thì bọn con trai trong nhà tập thể đều tò mò về con gái. Chúng thường leo lên mái nhà, lén nhìn xuống đám con gái đang tắm phía dưới. Sau đó, chúng lại xuýt xoa và nháy mắt, cười tủm tỉm với nhau... khiến đám con gái tức điên lên vì không biết ý nghĩa điều đó là gì? Vâng, chứng chẳng thể biết được khi đám con trai không bao giờ hé môi vì đàn bà con gái thời ấy rất nghiêm khắc với bản thân và những ai muốn vượt qua cái hàng rào tiết hạnh của họ. Có lần, một nữ sinh lớp Kim bị tốc áo khi tập nhảy xa đã khóc sưng cả mắt và giận hờn mọi người suốt buổi học, khiến đám nam sinh phiền lòng khi lỡ thấy cái rốn cô ta.

Dù chưa biết tán gái, như cách con gà trống dụ gà mái bằng những hòn sỏi khi xưa, nhưng khi ấy Kim đã thích gần gũi với vài cô gái trong trường. Một người, là cháu một vị Phó Chủ Tịch Nước, có đôi môi đỏ trên khuôn mặt bầu bĩnh và chiếc cổ trắng ngần lúc nào cũng quàng chiếc khăn rằn Nam Bộ. Nhưng cái sự yêu thích bồng bột ấy, như cái cách mừng tíu tít của chú cún con, đã bị chặn trước cánh cổng sắt nặng nề và ánh mắt nghiêm khắc của gã lính gác cổng nhà cô ta. Một cô bạn khác cùng lớp, cũng thường dịu dàng với Kim và trong một lần nhận lời mời đến nhà cô ta thì nó và một người bạn nữa đã bị đám thanh niên mới lớn ở đó cà khịa. Không ngại đánh nhau nhưng khi nghe chúng doạ: "Xéo! Không thì chúng ông cho ăn 'củ đậu' bây giờ" thì bọn Kim đành lên xe đạp phóng đi không dám quay đầu lại vì xấu hổ.

Khác đám nam sinh vẫn còn tính cách trẻ con, nữ sinh trong

lớp thường hành xử mọi chuyện có vẻ chín chắn hơn. Lớp trưởng và tổ trưởng của Kim đều là con cái gia đình tư sản thời Pháp đang sống trong những biệt thự có diện tích tương đương diện tích nhà tập thể của nó. Chưa kể, mỗi biệt thự ấy có tới ba *toilet*, trong khi 50 người ở khu nhà nó chỉ có hai cái, nên mỗi sáng họ phải chờ gần 30 phút mới tới lượt. Kim rất cảm phục sự cam chịu của các cô bạn ấy cùng gia đình họ khi phải sống trong một xã hội khác lạ với cuộc sống nhung lụa của mình và phải sống cùng những người không cùng tầng lớp. Rồi nó cũng buồn vì không biết gì hoàn cảnh của họ sau này, nhất là khi nghe ai đó bảo, "Con cái tư sản không được thi đại học".

Bấy giờ, Thi Sương đã ở *St. Petersburg* được gần 5 năm. Cái lạnh thấu xương của xứ sở Bạch Dương ấy khiến cô bị đau dây thần kinh toạ, di chuyển khó khăn nên cô quyết định về nước học tiếp ở Đại Học Y Hà Nội. Thế là cái mối bất hoà từ trước của hai vợ chồng cô lại bùng phát dù cô học nội trú chỉ về nhà cuối tuần. Lần này, gió đã đổi chiều, Lê Ngọc là người thường xuyên nóng nảy hung dữ với vợ con. Những khi ấy, ông ta thường đỏ gay mặt và tự đấm vào ngực mình, như cái cách của con tinh tinh bên Phi Châu, khiến các con sợ hãi và Kim phải cố ăn hết những gì không ngon trên mâm cơm do nó nấu để khỏi vạ lây. Người đời nói, "Trời đánh còn tránh bữa ăn" nhưng Ngọc lại thường trút giận của mình trong các bữa ăn, khiến không khí gia đình luôn ngột ngạt. Có lẽ đồng lương công chức ít ỏi - chồng lãnh hơn 80 đồng, vợ chỉ có 45 đồng - mà phải chi cho sáu miệng ăn, cũng là một nguyên do gây căng thẳng trong nhà như câu đồng dao thời ấy: "*Tất ta tất tưởi là lương chín mươi. Dở khóc dở cười là lương sáu chục. Gia đình lục đục là lương bốn lăm. Rau cháo quanh năm là lương mười tám*".

Cuộc sống tồi tệ ấy cứ tiếp diễn cho đến ngày hai vợ chồng họ đi họp đồng hương. Ở đó, lá bùa hộ mệnh "thành phần bần nông" một lần nữa giúp Thi Sương thuyết phục được Ba Nhuận – một người Bắc "Nam Tiến" chống Pháp năm 1946, lấy vợ Mỹ Tho – đang là Thứ trưởng Ngoại giao lưu ý gia cảnh cô. Ông ta từ tốn lắng nghe những gì Thi Sương nói, rồi nhận giúp Lê Ngọc chuyển sang ngành ngoại giao, mở ra trang mới của cuộc đời. Lời hứa ấy như gãi đúng chỗ ngứa của Ngọc, giúp ông ta trút bỏ được những hờn giận trong lòng. Không chỉ thế, thỉnh thoảng Ba Nhuận còn mời cơm gia đình cô tại căn biệt thự ở phố Hàng Chuối của mình, rồi lại chu đáo chở khách về trên chiếc *Peogeot* 404, loại xe Tây Âu đời mới nhất Hà Nội khi ấy, khiến thằng bé Kim vô cùng hãnh diện. Những lúc ấy, nó muốn hét lên thật to cho mọi người trong khu nhà tập thể biết, "Này, các người ơi! Chúng tôi cũng không phải dạng vừa đâu nhé". Nhưng chẳng may, người tài xế thường chỉ dừng xe phía bên lề đường đối diện, khiến anh em nhà nó phải lóc cóc đi bộ qua đường và chẳng khoe được gì với ai.

Chương 4.
NHỮNG ĐOÁ HOA VÔ THƯỜNG

+ +

Một giờ sáng. Khi Kim đang đắm chìm trong những miền ký ức xa xưa thì trên sảnh nhà ga xuất hiện một đám lính nói chuyện xì xồ đã đánh thức hắn. Những người lính mặc đồ dã chiến màu nâu vàng, đeo ba-lô cao ngất nghểu và mang bên mình vài vật dụng lỉnh kỉnh của nhà binh. Sau hồi bàn tán, cả đám dừng chân cạnh chỗ Kim. Có lẽ họ vừa đến từ một chuyến bay nào đó và đang chờ chuyển tiếp chuyến bay? Đám lính tháo ba-lô đồ đạc trên người, ngồi duỗi chân thoải mái trên sàn. Vài người tranh thủ chợp mắt, số khác lại hí hoáy với những chiếc *Iphone*. Anh lính trẻ ngồi gần Kim, lại hớn hở với cô ả nào đó đang léo nhéo trong điện thoại. Nhìn khuôn mặt măng tơ của họ, hắn thấy quen quen như từng gặp ở đâu rồi? Phải, hắn từng thấy những anh chàng lính trẻ như thế trong đợt duyệt binh ở *Paris* năm nào.

- Chào buổi sáng! Một anh lính tóc hung chào Kim.

- Chào buổi sáng! Các anh đi đâu đấy?

- Chúng tôi đi Châu Âu, rồi tới *Afganistan*.

- Ồ! Hèn gì quân phục của các anh không giống những gì tôi từng thấy.

- Ông đã thấy gì?

- Tôi đã thấy các bộ quân phục Mỹ trong chiến tranh Việt Nam.

- Ông là người Việt à? Ông tôi từng đánh nhau ở đó.

- Thế ư? Không chừng chúng tôi đã gặp nhau vì hồi đó tôi cũng là quân nhân – Kim hào hứng.

- Ông là lính Sài Gòn?

- Không. Tôi là lính Bắc Việt.

- Lính Sài Gòn và lính Bắc Việt khác nhau thế nào?

- Tổ quốc của họ là một nửa Việt Nam, còn của chúng tôi là một nước Việt Nam không chia cắt.

- Ông tôi nói lính Bắc Việt gan dạ lắm.

- Là người ai cũng thế thôi, chỉ khi bị dồn vào đường cùng thì con người mới mạnh mẽ như những chiến binh thép – hắn giải thích.

Kể cũng lạ! Ngày xưa, Kim chỉ biết người Mỹ ngoài mặt trận thế mà giờ hắn lại đang ở hậu phương của họ trong một cuộc chiến khác. Hắn nhớ lại...

+ +

Những năm 1970 - 1971, Hà Nội liên tiếp tuyển quân, bổ sung cho chiến trường. Tất cả thanh niên từ 18 tuổi nếu không là con duy nhất đều phải nhập ngũ. Lúc đó Kim chưa học hết năm cuối trung học phổ thông, chưa tới tuổi nhưng vẫn viết đơn tình nguyện nhập ngũ. Nó coi lá đơn như cái vé miễn phí, hay tấm giấy thông hành vào đời, hầu thoát khỏi cái không khí gia đình ngột ngạt, mà không cho

79

cha mẹ biết. Tại Khu Đội Hoàn Kiếm, người đàn ông gác cửa đang há to miệng ngáp, như con hà mã đang nghênh chiến, lơ đễnh hỏi vẻ ngái ngủ:

- Việc gì?

- Dạ! Nộp đơn ở đâu ạ?

- Đơn gì? Đưa xem nào! Ông ta liếc mắt vào tờ đơn, như thể ở đây chẳng thiếu thứ này, rồi chỉ tay về phía mấy căn phòng, nói tiếp:

- Để đơn đây! Vào kia khám sức khoẻ.

Ở phòng khám đó, Kim cũng cân đo và phải vạch mông ra cho họ xem như bao kẻ khác. Vài ngày sau, Khu Đội gửi giấy báo nhập ngũ về nhà, đồng thời gửi danh sách các học sinh trúng tuyển nghĩa vụ quân sự đến trường học. Rồi đến lượt trường Hà Nội B tổ chức lễ chia tay các học sinh chuẩn bị nhập ngũ và tuyên bố đặc cách tốt nghiệp phổ thông cho họ. Tất cả sáu đứa lớp Kim cùng vài chục học sinh khác trong trường được phép nghỉ học kể từ hôm ấy. Thế là, "ván đã đóng thuyền" cuộc đời nó đã sang trang mới. Mới hơn 17 tuổi, như con gà chưa biết gáy, chưa mọc cựa, Kim lò dò bước vào thế giới của những con gà chọi sừng sỏ như nó từng thấy khi bé mà chẳng biết những hiểm nguy đang chực chờ phía trước. Trước ngày lên đường, sáu đứa chuẩn bị nhập ngũ tụ tập uống trà, ăn kẹo lạc ở nhà Việt Quang do mẹ nó đãi và nghe những bài hát nổi tiếng của "thần đồng *Robertino*", cùng những bản hoà tấu đang thịnh hành từ những cái đĩa than của *Hungary*.

Không ai tiễn Kim ngày lên đường vì đó là ngày làm việc nhưng nó chẳng phiền vì từng nghe, "*Những kẻ bịn rịn khi chia tay và quay đầu nhìn lại sẽ không may mắn*". Thong thả ăn xong chén cơm chiên lót dạ, Kim ra khỏi nhà, vẫy chào mấy người hàng xóm rồi lững thững tới nơi tập trung ở trước trường Hà Nội B. Đến nơi, nó thấy một chiếc xe khách nội địa và rất đông người nhập ngũ cùng thân nhân của họ. Lát sau, những sĩ quan tuyển quân bắt đầu điểm danh và cho những người nhập ngũ lên xe trước sự lưu luyến của thầy cô bạn bè. Chiếc xe khách từ từ lăn bánh đến địa điểm tập kết tân binh ở đình Lĩnh Nam cùng đoàn người đưa tiễn chạy xe đạp phía sau. Ở đó, đám Kim nhập bọn với người nơi khác và sau khi được phiên chế đơn vị thì mọi người lần lượt vào đình nhận quân trang. Tiếp đến, tân binh nghỉ tại chỗ, chờ cơm chiều. Kim và vài người khác không có ai đưa tiễn ngồi yên lặng trên những bậc thềm đình, nhìn các bậc phụ huynh lau mồ hôi, bóc bánh trái cho con cái họ ăn và những cặp tình nhân tay trong tay, ánh mắt đượm buồn. Bất ngờ, hắn thấy các bạn cùng lớp xuất hiện. Thì ra, bọn họ đèo nhau bằng xe đạp đến đây. Thế là mọi người vây lấy nhau chuyện trò như lâu lắm rồi không gặp. Các cô gái cứ xuýt xoa khi thấy các bạn trai của họ xúng xính trong những bộ quân phục mới còn sột soạt bột hồ khiến Kim hãnh diện lắm. Những giây phút ngắn ngủi ấy cũng trôi qua để lại mình hắn trên sân đình với nỗi buồn man mác của kẻ ra đi không biết ngày về. Lát sau, những người lính bếp bắt đầu dọn bữa cơm đầu tiên cho các tân binh ngay trên sân đình. Sáu lính mới ngồi bên nhau ăn chung một mâm "đại táo" với yêu cầu trở đầu đũa để đảm bảo vệ sinh. Trong tâm trạng xáo động, ai nấy cũng chỉ ăn uống qua loa mà chẳng nhớ mình vừa ăn món gì? Cơm nước xong thì đèn đường đã sáng. Tiểu đoàn tân binh bắt đầu hành quân ra ga Giáp Bát trên những con phố đông đúc sau giờ tan sở. Ở các giao lộ, người dân đều nhường đường cho đoàn quân đi với ánh mắt thương cảm, khiến nhiều người lính trẻ lờ mờ cảm nhận được điều gì đó về tương lai của mình.

Gần 10 giờ tối, các tân binh lên chuyến tầu tốc hành đi về phía nam. Đoàn tầu chạy băng băng trong đêm tối. Mỗi khi đến gần các đường cắt ngang, tiếng còi tầu lại cất lên rền rĩ và nhiều người lại nhoài ra cửa sổ vẫy những người không quen biết bên dưới như cố vớt vát thêm chút gì đó của quê nhà. Bỗng từ trong toa, một giọng ca của ai đó cất lên: "*Tôi xa Hà Nội năm tôi 18 khi vừa biết yêu...*" Lập tức, cả đám phụ hoạ: "*Hà Nội ơi! Giờ biết ra sao bây giờ. Ai đứng trông ai ven hồ. khua nước xanh như ngày xưa?*" (Ca khúc "Tôi Xa Hà Nội"). Rồi sự im lặng bao trùm cả toa tầu, những tân binh mặt búng ra sữa dựa vai nhau ngủ gà ngủ gật cùng những tiếng động đều đều dưới đường ray trong đêm đầu xa mẹ. Hai giờ sáng, đoàn tầu dừng lại ở ga Đò Lèn. Mọi người bừng tỉnh trong tiếng sả van nước xì xì từ cái đầu máy, rồi nhanh chóng xuống tầu trong tiếng hô hét của những viên chỉ huy dưới sân ga. Khi đoàn tầu quê nhà tiếp tục nhả khói chạy về phía nam bỏ lại những người lính trẻ một mình, thì họ đã cảm nhận được: "từ giờ họ đã ngoài vòng tay của mẹ thật rồi".

Đơn vị Kim tiếp tục hành quân bộ qua địa phận huyện Hà Trung đến nơi huấn luyện tân binh ở huyện Nga Sơn. Lần đầu hành quân đường dài nên tốc độ đi khá chậm, mãi gần trưa họ mới đến nơi. Sau khi các sĩ quan tuyển quân bàn giao quân cho Tiểu đoàn huấn luyện 611, Sư đoàn 338 thì các tân binh lại được phiên chế về các đại đội, trung đội, tiểu đội đóng quân từ xã Nga An đến xã Nga Thanh. Kim và các bạn hắn thuộc Đại đội 3, Trung đội 1. Không biết có phải mảnh đất này - từng là đảo cát chỉ thích hợp với quả dưa hấu của Mai An Tiêm * - không trồng được lúa (?) nên bữa ăn của dân chúng nơi đây thường là cơm độn khoai, có khi chỉ là khoai luộc – những củ khoai teo tóp giống nhiều đứa trẻ còi cọc trong làng. Tổ ba người của Kim ở trong nhà một gia đình như thế nên họ thường chia sẻ thức ăn, đường, sữa của mình cho những đứa trẻ.

Ở nơi đóng quân, mỗi đại đội đều dựng một cái nhà lá lớn làm bếp ăn và nơi sinh hoạt. Tại đó, tân binh học truyền thống quân đội và 10 lời thề quân nhân. Đó là những lời thề ngắn gọn, đại ý "Không lấy cái kim sợi chỉ của dân, không doạ nạt dân. Nếu bị địch bắt tra tấn quyết không khai..." mà không có những chữ" Xây dựng xã hội chủ nghĩa", hay "Đấu tranh của nhân dân thế giới "nghe đa đoan như sau này. Việc giáo huấn binh sỹ chỉ gồm 24 chữ: "Trung với nước, hiếu với dân. Nhiệm vụ nào cũng hoàn thành. Khó khăn nào cũng vượt qua. Kẻ thù nào cũng đánh thắng". Trong đó, "Trung với nước hiếu với dân" là sáu chữ Hồ Chí Minh tặng trường võ bị Trần Quốc Tuấn năm 1946. Về sau, ai đó đổi nó thành "Trung với Đảng

----

* Truyện cổ tích "Sự Tích Quả Dưa Hấu".

hiếu với dân" khiến nhiều cựu binh băn khoăn: "Nếu đất nước lại có chiến tranh thì khẩu hiệu tập hợp dân chúng sẽ là gì?". Theo Hồ Chí Minh, "Nước ở đây là mẹ chung của dân, của toàn dân tộc chứ không của riêng ai" và việc làm cho quân dân đồng tâm trong chiến tranh là kế sách đầu trong 5 kế sách của Tôn Tử: "Đạo - Thiên - Địa - Tướng – Pháp". Thêm nữa, việc thường xuyên hát tập thể các ca khúc có từ "hy sinh" như *"… Vỉ đất nước thân yêu mà hy sinh…"*, hay *"Thề cứu lấy nước nhà, thề hy sinh đến cùng…"* cũng giúp người lính không quá bận tâm hai chữ "hy sinh" mà chỉ coi đó là số phận.

Đại uý Thân, chính trị viên tiểu đoàn, là người lên lớp tình hình chiến sự và giải đáp các câu hỏi của tân binh:

- Bao giờ hết chiến tranh?

- Khi nào Mỹ ký hiệp định *Paris* – ông ta đáp và bảo họ cố gắng trở thành "Dũng Sĩ Diệt Mỹ" để ép Mỹ nhanh chóng ký kết. Khi ấy, thành tích diệt một lính Mỹ bằng hai lần diệt một lính đồng minh và ba lần lính Sài Gòn. Đây là cách đáp trả sự giết hại dân thường theo tiêu chuẩn "đếm xác" của tướng *Westmoreland*: "Cứ trong 5 người bị giết mà một người có vũ khí thì mặc nhiên tất cả đều là xác kẻ thù."

- Lính chư hầu thì sao?

- Mỹ rút thì tất cả đều rút.

- Còn lính Nguỵ?

- Lính Sài Gòn thì… chỉ vài tháng là ta giải quyết xong thôi! Ông ta trả lời sau giây phút trầm ngâm. Không biết do đâu mà ông ta lại quyết đoán như thế? Nhưng Kim đã từng nghe ai đó nói, *"Chiến tranh là cuộc đánh nhau của những người không biết nhau nhưng được dẫn dắt bởi những kẻ quá hiểu biết về nhau"*. Có lẽ vì vậy mà ông ta cũng như các cấp trên của mình luôn không coi quân Sài Gòn là đối thủ? Mọi người nghe thế đều an lòng vì tin có ngày sẽ trở về nhà.

- Sức mạnh của quân đội ta là gì? Họ lại hỏi.

- Là "Quân Lệnh Như Sơn" (núi).

- Sao quân phục của ta không đẹp?

- Cái đẹp của quân đội ta ở sự thống nhất.

Nghe thế nhưng Kim vẫn thích những bộ quân phục gọn gàng, tiện dụng của đối phương hơn. Mãi sau, hắn mới nguôi ngoai việc này khi thấy những bộ quân phục cùng các phù hiệu cọp, beo, xà, điểu... của đối phương đều bị khuất phục bởi những đôi dép cao su và chiếc nón tai bèo bình dị của người lính Việt Nam.

Tiếp đến, các tân binh bắt đầu học sử dụng các loại vũ khí bộ binh, các động tác lăn lê bò trườn, vượt chướng ngại vật, rồi chiến thuật tổ ba người, tiểu đội, trung đội trên thao trường là một bãi tha ma ở Nga Phú. Nơi đó, ban ngày họ phơi mình trên những gò cát nóng bỏng dưới trời nắng đổ lửa cùng những cây xương rồng. Ban đêm, áo quần lại ướt sũng sương khuya nhưng ai cũng cố gắng làm theo lời các cán bộ, "Đổ mồ hôi trên thao trường để đỡ đổ máu trên chiến trường". Có đêm, khi Kim đang bò tới ổ phòng ngự của "quân xanh" thì "tên lính canh" chợt quay về hướng hắn nên hắn phải lao mình xuống một cái hố cỏ mọc um tùm để tránh bị phát hiện. Nằm dưới hố, Kim ngửi thấy có mùi gì đó thối khăn khẳn nhưng vẫn nằm im vì sợ lộ vị trí. Bụp! Một phát pháo lệnh đỏ bay vút lên, cả đơn vị cùng hô "Xung phong!", lẫn cả tiếng hô "A-la-xô" - của thằng cha nào đó vẫn tưởng đang chơi "đánh trận giả" ở nhà - rồi xông lên ổ phòng ngự của "quân xanh". Kết thúc buổi tập, Kim quay lại kiểm tra cái hố nó nằm ban nãy thì phát hoảng vì đó là một cái huyệt mới lấy cốt đi cải táng, bên dưới vẫn còn sót lại vài tấm ván mục.

Trong huấn luyện, các tân binh được vài lần bắn đạn thật, ném lựu đạn, đánh bộc phá. Khi ấy, họ được hướng dẫn cách bắn "điểm xạ" súng AK47 từng loạt hai, ba viên thay vì lia hết băng đạn 30 viên - theo kinh nghiệm của sỹ quan huấn luyện, kẻ thù sẽ e dè hơn khi nghe tiếng súng bắn từng loạt ngắn và điều ấy sẽ tạo thêm cơ hội cho quân ta. Riêng lựu đạn, Kim có một bài học nhớ đời. Lần ấy, trong ổ chiến đấu giả định, Trung đội trưởng đưa hắn một quả lựu đạn chày RGD33 để ném thực hành. Nhưng sau khi giật chốt lựu đạn, hắn lại giữ nó trên tay và nhẩm đếm từ 1 tới 6, đến khi thấy nó xì khói đen mới ném - bắt chước một anh hùng thời chống Pháp. Bất ngờ trước hành động của hắn, trung đội trưởng quát lên: "Ném đi!" và khi thấy quả lựu đạn đó nổ ngay khi vừa chạm đất, ông ta giận dữ trách: "Thanh niên gì mà bướng thế?" Nghĩ lại, hắn vô cùng ân hận vì sợi dây cháy chậm trong mỗi quả lựu đạn có thể dài ngắn khác nhau và chúng thường phát nổ trong vòng 5 giây – tương đương thời gian đếm từ 1 đến 6. Việc đó không những làm hắn suýt toi mạng mà còn khiến cả đám người phải chết theo nếu quả lựu đạn nổ nhanh hơn một chút.

Hành quân đường dài và mang vác nặng là việc thiết thực của lính bộ binh khi họ sẽ phải hành quân bộ vượt mấy ngàn cây số vào nam trên dãy Trường Sơn. Trước giờ hành quân, các chỉ huy kiểm tra số lượng đất trong ba-lô của từng người lính, trung bình là 30 - 40 cân chưa kể khẩu AK47 nặng hơn 4 cân, hoặc khẩu trung liên RPD nặng 7,5 cân. Họ luôn muốn binh sỹ của mình mang vác càng nhiều càng tốt. Nhưng có lẽ, để hạn chế những người lính tàn sát đồng loại trong các cuộc chiến, ông Trời đã không ban cho con người cái khả năng mang vác hơn 70 lần trọng lượng cơ thể như loài kiến bé nhỏ?

Cự ly hành quân thường từ 50 – 100 cây số. Xuất phát từ Nga Sơn qua Yên Mô, rồi vượt dãy Tam Điệp, nơi vua Quang Trung từng dừng chân khi ra bắc diệt 290 ngàn quân Thanh, xuống Đồng Giao trở về. Đi cả đêm không ngủ nên nhiều người chân bước đi mà mắt mở không ra nên đã bị té vì cứ bước thấp bước cao như thế. Nhiều lúc khẩu lệnh từ đầu hàng quân truyền xuống phía sau không được thực hiện khiến đội hình bị dồn ứ hay gián đoạn. Mỗi lần nghỉ giải lao, mọi người lại gối đầu vào ba lô ngủ say giữa màn trời chiếu đất ẩm ướt sương đêm.

Khi vượt núi, những người lính lần theo những lối mòn lởm chởm đá tai mèo dẫn lên đỉnh, rồi lại bám gót nhau vượt qua những vách cao trơn trượt. Bình thường leo lên vách đá đã khó thế mà giờ lại phải đeo cái ba-lô nặng chĩu phía sau khiến các cơ chân Kim căng cứng theo từng bước đi. Bù lại, giây phút đứng trên đỉnh núi cao lộng gió phóng mắt nhìn bốn phương trời cũng rất thú vị. Ở đó, hắn trông thấy những con sơn dương nhởn nhơ kiếm ăn trên các sườn núi mà chẳng sợ sệt gì ai - chắc chúng biết khi ấy chưa có các quán "Thịt dê sáu món" như ngày nay?

Lúc xuống núi cũng chẳng dễ dàng gì vì sức nặng của chiếc ba lô phía sau khiến người ta khó kiểm soát được trong lực trên từng bước chân nên nhiều người đã bị trượt xuống dốc cuốn theo vô số đất đá lăn lông lốc. Về tới Đồng Giao, đoàn quân phải vượt qua những quả đồi trọc chỉ có những cây mua, cây chó đẻ, và băng qua những đồng cỏ khô cháy dưới trời nắng như thiêu như đốt và hơi nóng dưới đất bốc lên hầm hập. Ai nấy đều căng thẳng đầu óc, nhìn gì cũng thấy như qua cái lăng kính mầu vàng. Họ khát cháy cổ nhưng nơi đó chẳng có lấy một giọt nước ngoại trừ vài vũng trâu đầm còn đọng chút váng trắng đục như sữa không uống được. Dù vậy, vài người vẫn cố nhúng khăn mặt xuống vũng bùn tanh tưởi đó để thấm nước, rồi phủ lên mũ làm giảm cái nóng hầm hập trên đầu. Đội hình hành quân dần rối loạn khi nhiều tân binh kiệt sức, khát nước, bước lững thững phía sau, khiến các chỉ huy phải la thét ầm ĩ, "Bước chân dài ra! Đi nhanh lên! Chạy đi!".

Cùng lúc ấy, Hải quân Mỹ tăng cường phong toả các hải cảng, bờ biển miền bắc. Tầu chiến Mỹ thường bắn phá đảo Hòn Mê, các đơn vị thủy quân lục chiến Sài Gòn sẵn sàng đột kích lên đảo. Do vậy, chỉ huy Sư đoàn 338 đã lệnh cho Tiểu đoàn 611 hành quân đêm từ Nga Sơn lên Phát Diệm để nghi binh địch. Từ 9 giờ tối hàng đêm, đơn vị Kim bắt đầu hành quân theo đội hình hàng dọc ngoài rìa các làng mạc ven biển thưa thớt dân cư, sau khi 75 phần trăm giáo dân đã di cư vào nam. Tiếng chân người, tiếng vũ khí lích kích trong đêm tối khiến người dân nơi đây ngỡ là có những đoàn quân đông đảo đang hành quân và lũ chó trong làng đua nhau sủa dữ dội, như câu ngạn ngữ Thổ: "*Chó cứ sủa, đoàn người vẫn cứ đi*".

+ +

Khoá huấn luyện tân binh kết thúc sau khi Tiểu đoàn 611 hoàn tất bài vượt sông cùng vũ khí, quân trang bằng những tấm nylon đi mưa làm phao. Tiếp đó là những ngày rèn luyện thể lực. Mỗi sáng họ phải vác vũ khí chạy 10 cây số theo đội hình trung đội. Tiếng chân rầm rập, tiếng người hô vang thật khí thế. Những chỉ huy chạy đầu hàng quân dõng dạc hô to cho toàn đơn vị hô theo trên suốt chặng đường dài:

- "Vượt sông Bến Hải!"

- "Vượt dải Trường Sơn!"

- "Nuôi chí căm hờn!"

- "Vào Nam giết giặc!". Rồi họ lại đồng loạt hô:

- "Một, hai, ba, bốn".

- "Một một, hai hai, ba, bốn".

Sau này xem những phim huấn luyện các đơn vị SEAL của Mỹ. Kim lại liên tưởng đến cách thức rèn luyện của đơn vị mình ngày trước và nhận thấy, chỉ có ý chí mạnh mẽ của những người lính Việt Nam mới đối đầu được sức mạnh của quân đội Mỹ! Hồi tưởng cuộc chiến, Kim hiểu truyền thống "Khó khăn nào cũng vượt qua, kẻ thù nào cũng đánh thắng" của quân đội Việt Nam không phải là câu chuyện thần thoại mà đó là sự thật, dựa trên:

- Sự ủng hộ của dân chúng - những người luôn tri ân công lao tổ tiên mở mang bờ cõi.

- Sự thực thi mệnh lệnh vô điều kiện của các quân nhân.

- Sự dạn dày chinh chiến, đồng cam cộng khổ và tinh thần "thắng không kiêu bại không nản" của các cấp chỉ huy.

Hắn cũng hiểu nguyên do khiến Hoa Kỳ sa lầy tại Việt Nam bắt nguồn từ việc họ phát động cuộc chiến chống "cộng sản xâm lăng" như cách tổng thống Johnson từng nói," Mất miền nam Việt Nam thì Hoa Kỳ sẽ phải chống cộng sản trên bãi biển *Waikiki (Hawai)* ". Trong khi về bản chất, đó là một cuộc chiến thống nhất đất nước, được dân

87

chúng ủng hộ. Đến khi hiểu chuyện, họ lại giữ thể diện bằng sức mạnh tuyệt đối của vũ khí, hòng khuất phục dân tộc này. Tệ hơn! Sau này, tướng *Westmoreland* và cố vấn *R. Thompson* vẫn ảo tưởng, "Cuộc chiến đã có thể thắng lợi bằng một cách nào đó." Thật ra, họ đã thực hiện mọi ý định trên chiến trường, số bom đạn họ đã sử dụng cũng đã tương đương 600 quả bom nguyên tử (theo cố vấn Lê Đức Thọ), nên giờ nếu có ném thêm vài quả bom nguyên tử thì cũng chẳng có gì bảo đảm sẽ giải quyết được cuộc chiến theo ý muốn.

Kim từng xem phim của *George P. Cosmatos* nói về nhân vật *Rambo* nào đó, chỉ một người một súng đã triệt hạ vô số binh sĩ Việt Nam - trông rất yếu hèn. Hắn cũng từng đọc chuyện lính Sài Gòn vào bar, kêu Whiskey uống trước khi lên trực thăng ra trận, rồi trở về uống tiếp sau khi đã tiêu diệt đối phương như cách "Cao bồi viễn tây". Hoang tưởng! Nếu dễ vậy thì *Westmoreland* cùng mấy ngàn lính thuỷ đánh bộ của ông ta chỉ cần vài tháng để bình định miền nam như tuyên bố, chẳng phải kéo dài chiến tranh nhiều năm đến thế. Sự thật, binh sĩ của ông ta luôn lo ngại khi phải đụng độ với quân đội Việt Nam mà họ gọi là "*Main Forse Units*" và coi đó là những chiến binh hung hãn – "*Bully boys*". Thậm chí về sau, có những cựu binh Mỹ hồi tưởng lại cuộc chiến, đã nói "Họ sẵn lòng đổi bất cứ thứ gì để có được 200 tay súng đó".

Thật vậy! Chẳng có chiến thắng nào trên chiến trường mà không phải trả giá, như các đạo diễn tác giả thiếu hiểu biết thừa kiêu ngạo kia tưởng tượng. Trong cuộc chiến, mỗi bên đều có những lợi thế riêng: lính Mỹ tự hào ưu thế vũ khí, còn binh sĩ Việt Nam coi trọng trí tuệ để giải quyết tình thế. Thực tế, từ năm 1958 Hà Nội đã xoá mù chữ toàn dân và dù chỉ với những kiến thức phổ thông nhưng số đông binh sĩ Việt Nam vẫn có thể ứng dụng những nguyên lý khoa học vào thực chiến. Đó là một lợi thế to lớn khi so sánh với quân Sài Gòn - năm 1966, chỉ có 50 phần trăm và 1974 vẫn còn 30 phần trăm dân số miền nam vẫn mù chữ. Vậy nên chiến trường giống một bàn cờ có các quân cờ mạnh yếu khác nhau nhưng chúng vẫn ăn được lẫn nhau.

Những kỳ thủ nào lầm tưởng phương diện nào đó của mình là sức mạnh tuyệt đối sẽ dẫn đến kiêu căng, không hiểu được ý đồ của đối phương, sẽ phải thất bại trong ván cờ không được phép đi lại ấy.

Để cải thiện bữa ăn, Đại đội 3 nuôi hai con lợn bằng cơm thừa và rong bèo do các chiến sĩ thay nhau đi vớt ngoài sông. Đến lượt Kim là một ngày gió mùa đông bắc, nước sông lạnh buốt như lưỡi dao sắc cứa lên da thịt, khiến hắn ngần ngại nhưng rồi hắn vẫn phải cùng đồng đội lặn hụp xuống đáy sông, nhổ những búi cỏ rong đem lên bờ. Khi xong việc, tay chân Kim tê cóng, mất cảm giác, hai hàm răng va nhau lập cập. Là kẻ ăn sau cùng nên suất ăn của hắn lạnh ngắt, mỡ của món thịt kho củ cải và món canh bắp cải đều đông cứng bên trên nhưng do đói lạnh nên hắn vẫn ăn ngấu nghiến. Nhìn Kim ăn, một người lính già đang ngồi xỉa răng cất tiếng hỏi:

- Sao có một mình mà cậu ăn vội thế?

- Em mới đi làm về nên đói quá - hắn bẽn lẽn thanh minh cho tật háu ăn của mình và xấu hổ vì thấy mình sao tầm thường quá?

Rồi cái ngày liên hoan được mọi người trông đợi cũng tới. Hai con lợn đơn vị nuôi bấy lâu nay, ước cả trăm cân, được những người lính nông thôn xử lý nhanh chóng. Chẳng bao lâu, những người lính bếp đã dọn ra những mâm đầy ắp thịt luộc, thịt xào, lòng dồi, canh hầm xương trông rất hấp dẫn. Vài người lính đem những bi-đông rượu "quốc lủi" ra chiêu đãi anh em. Rượu rót mỗi lần nửa bát B52 (bát lớn) cho mỗi người khiến ai nấy đều vui vẻ. Sau khi no nê, đám lính trẻ bắt đầu đánh bài ăn thuốc lá. Có kẻ lại bốc đồng hát tướng lên: *Ta là con của bố ta mẹ ta. Nhớ nhà là ta cứ ta về...*" khiến Chính trị viên đại đội phải quát lên, "Say rồi thì ngủ đi! Hát vớ vẩn."

Trong khi ấy, mấy tay lính già lại vây quanh bình trà nóng và nghêu ngao mấy điệu Chèo: "*Gió rét đêm đông, mấy cô chưa chồng, nằm trong chăn ấm, vạch quần ra xem...Ờ, to quá nhỉ?*". Một người trong bọn họ vỗ vỗ ống điếu thuốc lào, rồi hô lên: "Tạm biệt Điện Biên, vẫy chào Tam Đảo. Vượt Trường Sơn ta tiến sang Lào" – ý nói, đã hết các loại thuốc lá, giờ chuyển sang thuốc lào. Một gã khác nhìn chăm chăm kẻ đối diện hỏi: "Cậu biết vì sao đàn ông không có vú to?" Khi người kia lắc đầu thì gã liền kể: "Sau khi Thượng Đế bẻ chiếc xương sườn của người đàn ông để tạo ra người đàn bà thì kẻ đó liền so bì:

- Sao đàn ông có có đủ 'đồ chơi' mà tôi không có?

- Mày nói phải – Thượng Đế đáp lại, đoạn ngài ngắt cặp vú thằng đàn ông đổi cho con đàn bà. Thế là từ đó, bọn đàn ông lúc nào cũng nhìn chằm chặp vào những cái vú đàn bà vì...tiếc của! "

Ha, ha... cả bọn cười vang. Gã kia vừa dứt chuyện, kẻ khác lại tiếp lời: "Trong cuộc càn quét vào làng, tên chỉ huy địch quân thét vang: Đốt nhà! Giết đàn ông! Hiếp hết đàn bà! Thế là, lửa cháy súng nổ và các cuộc rượt đuổi náo loạn. Bỗng tên chỉ huy thấy một người đàn bà già nua chạy về phía hắn.

- Mụ kia, có việc gì? Hắn quát lớn.

- Bọn lính đó bất tuân lệnh ông. Chúng chỉ chạy theo mấy đứa con gái, chẳng ngó ngàng đến tôi..." Ha ha, hô hô...những tiếng cười lại huyên náo cả góc nhà.

Thấy một đám quây quần bên một người lính coi tướng số nên Kim cũng mò tới đó. Khi ấy, "thầy bói" nói với một anh lính: "Tướng cậu chỉ '*Ăn tục nói phét đánh rắm rong, vai u thịt bắp mồ hôi dầu,*' chẳng làm nên khanh tướng gì đâu. Cứ yên tâm ở nhà mà "cày" với bu nó nhé". Thấy Kim chen vào, 'thầy bói' nhìn xăm soi vào người hắn, rồi phán:

- Ngón trỏ ngắn hơn ngón đeo nhẫn, ông này cũng không làm chính trị được đâu, chỉ thiên về đường tình cảm thôi!

- Xem đường vợ con cho nó đi - tiếng ai đó xen vào.

- Đời ông ít nhất cũng hai vợ – gã 'thầy bói' phán tiếp, sau khi lật lên lật xuống bàn tay Kim, trong tiếng xì xào của đám người ngồi quanh, "Ông này dùng vợ hao nhỉ". Không muốn bị anh em bàn tán về mình nên Kim lủi ra ngoài dù vẫn muốn biết thêm về hai ả vợ trong tương lai của hắn.

Ở đầu thôn có một người đàn bà độc thân bán tạp hoá nhưng lâu lâu người ta mới thấy chị ta mở cửa. Chẳng mấy ai nhìn thấy mặt người đàn bà ấy ra sao nhưng nghe bảo tướng mạo chị ta xấu xí, tính khí lại thất thường. Chưa kể, có những tối, người ta còn nghe thấy những tiếng cười một mình của chị ta trong ngôi nhà ấy. Đám lính trẻ chẳng bao giờ lai vãng đến ngôi nhà "ma quái" đó nhưng những tay lính già lại hay đến đó mua thuốc lá dao cạo, xong lại cứ rình rập quanh đó như những con chó săn dậm dựt bên hang chuột. Một lần, Kim nghe họ kháo nhau:

- Mày làm gì cứ thậm thụt ở đấy hay lại muốn tòm tem con đó?

- Bác biết rồi đấy. Lính "trên răng dưới dái" chẳng đến đây thì đến đâu?

- Này đừng tưởng nó rồ dại không biết gì nhé. Không chừng là nó có cả "rổ cặc" rồi đấy. Đụng vào mà rách việc!

- Bác chả phải dạy! Em biết cả đấy.

Những khi rảnh rỗi, đám lính trẻ lại đi tới thị trấn Nga Sơn chụp ảnh, mua sắm lặt vặt bằng số tiền phụ cấp ít ỏi. Đa số họ chỉ mười tám đôi mươi, chưa vợ, chưa từng yêu nên thường phấn khích mỗi khi gần đàn bà con gái. Có lần, các chàng trai ấy cố tình sờ mó những nơi nhạy cảm của các cô gái đi đường khiến bọn họ đỏ mặt ngượng ngùng. Thấy thể, các chàng trai lấy làm đắc ý, tiếp tục vỗ mông một người phụ nữ đang đi xe đạp tới. Lập tức, chị này dừng lại nói một hơi "Tôi ở Hội Phụ Nữ xã. Các chú chỉ đáng tuổi em tôi thôi. Ra đường phải giữ tác phong quân nhân, biết chưa?". Nghe thế, cả đám lính tiu nghỉu. Đúng là "vỏ quýt dày có móng tay nhọn!"

Một sáng thức giấc, Kim chợt thấy một cô gái độ tuổi trăng tròn, đội một vòng hoa nhài trắng đang nô đùa cùng mấy đứa trẻ bên sân nhà bên. Lập tức, hắn bị cuốn hút bởi cô ta nên định giở bài tán tỉnh truyền khẩu trong đơn vị: "Em ơi! Anh biết phải làm gì khi đôi mắt em buồn rười rượi như cánh đồng mùa hạ dưới ánh nắng mùa hè?", hay đại loại như thế. Nhưng rồi, hắn thấy những lời sáo rỗng ấy không hợp với cô bé này nên đổi sang cách của riêng mình:

- Mấy đứa bé kia là em hay là con của em thế?

- Là em đấy - cô gái bật cười vì câu hỏi "ngớ ngẩn" ấy.

- Sao anh chưa bao giờ thấy em nhỉ?

- Em ở thị xã mới về nhà ông bà. Một quê đôi chốn mà anh.

- Thế mà anh không biết. Em tên gì nhỉ?

- Tóc Tiên – cô đáp rồi cau đôi mày thanh tú, hỏi lại:

- Sao anh hỏi nhiều thế?

- À, tại anh thích em.

- Thế anh tên gì? Cô gái hỏi lại với vẻ nguôi ngoai sau khi nghe lời phỉnh nịnh. Không biết có phải vì cảm tình với anh học trò mặc áo lính, hay sự đồng điệu của tuổi mới lớn đã khiến cô gái chú ý đến Kim. Còn hắn lại thích nét đẹp hồn nhiên cùng cái tên, một loài hoa nhỏ, của cô ta. Thế rồi, hễ có dịp là họ lại nói chuyện luyên thuyên với nhau qua cái hàng rào xương rồng ngăn giữa hai nhà. Cứ thế, tình yêu của họ như bông hoa chớm nở đầu cành mỗi ngày một đẹp hơn.

Một hôm, Kim và một người ở tiểu đội khác tên là Tập xích mích nhau. Thấy thằng Tập đô con lại ngang tàng nên hắn nhờ Việt Quang đối chọi lại nhưng bạn hắn nhanh chóng bị đối thủ quật ngã. Ân hận vì đã làm bạn mất mặt nên Kim có ý trả thù. Ngay khi biết Tập được đi phép, hắn cũng lên gặp Chính trị viên tiểu đoàn xin được nghỉ phép gấp. Đại uý Thân nghiêm nghị hỏi:

- Cậu nghỉ phép làm gì?

- Em giúp cha mẹ chuyển nhà. Hắn nói dối rồi phân bua: nhà em bị người ta lấy lại nên phải dọn đi nơi khác.

- Bao lâu thì xong?

- Ba ngày.

- Đúng không? Tớ kiểm tra lại nhé?

- Dạ.

- Giờ tối rồi. Để mai tớ liệu.

Sợ chờ đến ngày mai sẽ không kịp gặp Tập ở Hà Nội vì ba ngày phép quá ngắn nên Kim không chờ đến hôm sau mà đi luôn ra đường 10, bắt xe khách đi Phát Diệm.

Thị trấn Phát Diệm đêm đó khá vắng vẻ. Nhà Thờ Lớn và nhà dân xung quanh đều đóng cửa im ỉm. Trên con đường chính của thị trấn thấp thoáng vài bóng người đang gồng gánh hàng hoá đi về nơi nào đó trong bóng đêm. Cả trung tâm thị trấn chỉ có mấy cái bóng đèn vàng vọt bị rầy bu đặc xung quanh trông như cái đèn lồng trên cái cột điện ở giữa vòng xoay. Lưng chừng cây cột điện ấy có một chiếc loa phóng thanh đang ra rả những bản tin chiến sự. Chẳng có quán xá gì hết, Kim đành móc bao Trường Sơn, thuốc lá hạng bét dành cho binh sỹ, ra hút và ngắm nhìn trời đêm đầy sao đang lắng đọng trên làn khói thuốc. Sau khi cái loa phóng thanh tự nhiên tắt ngấm thì không gian trở nên vắng lặng. Sợ rắc rối với lực lượng Kiểm soát Quân sự nên Kim chui vào trong một cái thuyền úp ven đường để ngủ với khẩu khí "vô hoạn nạn bất anh hùng". Nhưng hắn chẳng thể chợp mắt với cái bụng lép kẹp vì tiếng vo ve của đám muỗi đói và tiếng chuột cắn nhau chí choé. "Không khéo nơi đây là cái câu lạc bộ của đám chó hoang hay lũ rắn độc săn đêm thì toi mạng." Kim lo lắng nhưng lại tự trấn an, "bất quá thì cũng như những gì trong 'Những Trường Đại Học Của Tôi' (Maxim Gorky)", chẳng doạ được hắn. Trong bóng đêm tĩnh mịch, hắn chợt nghe có tiếng chân người bên ngoài rồi lại có tiếng một gã đàn ông:

- Ghé đây làm "một điếu" nhé.

- Mới "làm" ban nãy, giờ lại đòi. Sao tham thế? Tiếng một ả phụ nữ.

- Mót rồi. Thời chiến là cứ phải phiên phiến.

- Vừa vừa thôi ông, đừng giống như gà ấy... Nỡm ạ!

- Trời ơi! Đã bảo dạng chân ra - gã đàn ông cằn nhằn.

- Vướng quần thì dạng là dạng thế nào? Ả kia nũng nịu.

Nghe vậy, Kim chửi thầm, "Mẹ kiếp! Tao chưa nghe thằng nào nói ông Trời biết dạng chân như mày". Thế rồi, một chiếc quần đàn bà rơi xuống sát mặt Kim để lộ ra hai bắp chân trắng hếu. Thế là, gã kia dập lấy dập để vào người cô ả đang tựa lưng vào chiếc thuyền khiến nó rung lên bần bật cùng những tiếng thở hổn hển của gã ta và những tiếng "ọp, ọp", như tiếng kêu của loài cóc nhái nhớp nháp. Bực mình khi người ta làm tình ngay trên đầu mình mà chẳng thể chui ra nên Kim đằng hắng nhẹ một tiếng.

- Ma? Có ma! Cô ả hốt hoảng khi nghe tiếng người.

- Ma đâu? Ma ở đâu? Gã đàn ông giật mình hỏi lại.

- Trong thuyền.

- Chạy đi! Gã đàn ông vừa hét lên, vừa cuống cuồng nhặt chiếc quần dưới đất lên mà chẳng dám ghé mắt nhìn vào bên trong chiếc thuyền. Khi nghe tiếng chân bọn họ đã xa, Kim bật dậy lẩm bẩm: Đồ "mèo mả gà đồng"! Chúng mày là ma chứ không phải tao nhé.

Cuối cùng, chiếc loa phóng thanh lại cất lên tiếng nhạc hiệu một ngày mới. Kim lồm cồm chui ra khỏi cái thuyền, vuốt lại quần áo, lững thững ra bến xe đi Ninh Bình. Ngồi bên cửa sổ xe mát rượi gió sớm, hắn thong thả ăn hai cái bánh chưng nhỏ, rồi khoan khoái châm một điếu thuốc hút và nhả ra những đám khói hình chữ "o". Tới nơi, hắn mua vé xe lửa về Hà Nội rồi hoà vào đám người áo quần cáu bẩn, mồ hôi chua loét, ngủ gà ngủ gật như một gã đàn ông bất kỳ trên tầu. Về đến nhà, hắn liền tìm đến một người học sinh miền Nam biệt hiệu "Thạnh Mù" là sát thủ MMA để nhờ anh ta "xử" thằng Tập. Thạnh sốt sắng cùng Kim đến nhà Tập.

Khi đó, Tập đang thẩn thơ trước cửa nhà. Trên tay nó đeo một chiếc đồng hồ tự động hiệu *Seiko* dày cộp mà Kim nằm mơ cũng không thấy nên bọn Kim biết thằng này không phải dạng vừa. Tuy thế, khi bất ngờ bị Thạnh hất hàm hỏi "Mày bắt nạt thằng Kim?" thì nó chỉ ú ớ nói không nên lời. Thấy Thạnh sắp ra đòn - thường rất mạnh và bất ngờ để áp chế đối phương – Kim bỗng cảm nhận được hậu quả bởi sự nông nổi của hắn và cái tình đồng đội ở đâu sâu thẳm trong lòng hắn chợt trỗi dậy nên đã đổi ý, nhìn Thạnh lắc đầu rồi kéo anh ta đi. Dù không đánh nhau nhưng Kim vẫn cảm kích tấm lòng trượng nghĩa của "Thạnh Mù". Sau ngày về nam, hắn còn gặp lại Thạnh vài lần, trước khi anh ta bị giam một năm vì tội "Tàng trữ vũ khí quân dụng "rồi lại được trả tự do vì không đủ chứng cứ buộc tội. Tuy vậy, Thạnh vẫn bị trường Đại học Bách Khoa đuổi học - kết cục buồn cho một học sinh miền Nam tập kết ra bắc trong ngày đầu trở về quê hương.

Hai ngày sau, Kim và Tập gặp lại nhau trên đơn vị, khi ấy dường như trong ánh mắt bọn họ có gì đó vị nể nhau hơn. Trong buổi chào cờ đầu tuần tiếp theo, tất cả chiến sỹ trong đơn vị đều được phong cấp binh nhất và nghe tiểu đoàn trưởng ra lệnh hành quân vào hôm sau. Chiều đó, khi trời sắp tắt nắng, Kim ngó qua hàng rào xương rồng nhưng không thấy Tóc Tiên đâu. Sực nhớ, giờ đó nàng thường đi lễ nhà thờ giáo xứ nên hắn hộc tốc chạy ra đó. Vừa hay, khi hắn tới nơi cũng là lúc Tóc Tiên từ trong nhà thờ bước ra.

- Sao anh đến đây?

- Anh tìm em. Mai anh đi rồi.

- Ông em cũng bảo mai đơn vị anh đi rồi.

- Mai anh đi - hắn lắp bắp vì không biết nói thế nào những ý nghĩ lộn xộn trong đầu.

- Em bảo biết rồi mà.

Tâm trạng Kim khi ấy như đứa trẻ đợi quà mẹ. Hắn muốn được cô gái vỗ về bằng cách nào đó. Chẳng hạn những cái ôm, những nụ hôn nồng cháy nhưng hắn biết chẳng bao giờ nàng làm vậy ở nơi tôn nghiêm này. Nhưng rồi hai người họ cũng tay trong tay, bốn mắt nhìn nhau. Thấy những người cuối cùng trong nhà thờ lục tục đi ra, hắn lại hỏi:

- Mai anh đi rồi, em có nói gì với anh không?

- Vào đây!

Tóc Tiên rút tay ra khỏi bàn tay hắn, rồi quay vào giáo đường. Kim lẽo đẽo theo sau nàng vào nơi mà hồi nhỏ hắn rất sợ vì sự huyền bí. Cha xứ đang làm gì đó trên bục giảng trông thấy họ thì lẳng lặng ra ngoài để đôi trai gái ở lại. Khi ấy, nàng nói với Kim "Làm theo em!" Chắp tay hướng lên Đức Mẹ Đồng Trinh, Tóc Tiên lẩm nhẩm gì đó mà Kim chỉ nghe được loáng thoáng "Đức mẹ cứu giúp..." và "A-men" mà không biết nàng đang cầu nguyện gì cho mình hay cầu nguyện thay cho hắn?

Đoạn, nàng gỡ cây thánh giá gỗ mun đen bóng trên cổ trắng ngần của mình trao cho Kim với đôi mắt buồn như mắt Đức Mẹ *Maria*. Kim xúc động lắm vì đó là lần đầu trong đời hắn nhận được sự âu yếm của một cô gái. Thế nên, dù đang trong giáo đường tôn nghiêm, hắn vẫn cứ đặt lên đôi môi xinh xắn của nàng một nụ hôn ngọt ngào. Sau đó, đôi tình nhân bước ra khỏi cái giáo đường nhỏ bé quét vôi trắng toát ấy trở về nhà trên con đường làng đầy nắng vàng. Tối đó, đại đội 3 phải chuẩn bị hành quân nên Kim không còn thời gian gặp lại nàng.

Chưa tới bốn giờ sáng, Kim chia tay chủ nhà, khoác ba-lô ra sân thì chợt thấy một bàn tay bé nhỏ đang vẫy vẫy bên rào. Đó là Tóc Tiên.

- Anh đi hả? Nàng thì thào.

- Ừ - hắn gật đầu nhưng chưa kịp nói gì thêm thì đàn chó bên đó sủa nhâu nhâu. Sợ tiếng chó làm thức giấc mọi người và nàng sẽ mang tiếng "đồ mê trai" nên hắn đành vẫy chào đôi mắt lung linh ấy rồi nhập vào hàng quân ngoài ngõ, trước nụ cười hóm hỉnh của bà chủ nhà, như thể "Chẳng sao đâu! Đằng nào hôm nay chú cũng đi rồi". Nhìn những ngọn cây xào xạc trong gió sớm ngoài động Từ Thức, Kim buồn rầu nhớ lại kỷ niệm hôm nào của hắn và Tóc Tiên ở nơi ấy.

- Em muốn anh vào trong động, như Từ Thức* ngày xưa không? Kim hỏi.

- Không! Em không muốn anh chẳng còn người thân nào nơi quê nhà chỉ vì vài ngày sống với cô Giáng Hương đó – Nàng lắc đầu dứt khoát, rồi bảo hắn cùng gọi tên nhau "Anh...Kim...ơi ...ơi...ơ...i... Tóc...Tiên...ơi...ơi...ơ...i...". Tiếng họ quyện vào nhau vang dội trong động sâu, đánh thức lũ dơi đang ngủ trong bóng tối chập choạng bay ra, như những sứ thần địa ngục. Thấy thế, Kim ngừng gọi tên người yêu và cất lên những lời hát yêu thương như để thắp sáng mối tình của họ. Dứt lời, hắn áp chặt cặp vú mềm mại, như những quả thị thơm ngát, của nàng vào ngực mình để hai trái tim họ cùng thổn thức

---

* Chuyện dân gian "Từ Thức gặp tiên".

khúc nhạc tình và hôn lên đôi môi ngọt ngào xinh xắn như những bông hoa Tóc Tiên, tên nàng. Họ ôm nhau và hắn cứ vuốt ve mãi mái tóc bờ vai, đôi mông thon thả, những nét cong mềm mại trên thân thể người thiếu nữ cho tới lúc nàng níu tay hắn, thì thầm, "Đừng anh! Đừng mà anh..."

Sau chiến tranh, có lần Kim đã trở lại chốn xưa nhưng căn nhà cũ không còn và người con gái thuở ấy cũng không biết duyên tình đã đưa nàng về đâu? Nghĩ lại, hắn thấy mình chẳng khác chàng Từ Thức đã chẳng còn cơ hội gặp lại người xưa. Phải chăng," Tình chỉ đẹp khi còn dang dở", hay những xao xuyến đầu đời của chàng lính trẻ với cô gái xóm đạo trinh trắng khiến hắn không thể quên chuyện tình dĩ vãng và không thể không viết ca khúc "Bức Thư Tình Không Gửi số 7" cho nàng:

... Ơi, người tình xưa! Em nguyện gì cho anh khi ấy? Một cây thánh giá cho người đi xa - em đâu biết người chẳng quay về.

... Ơi, Người tình xưa! Chốn giáo đường ngập trong nắng gió. Dẫu cho đời mãi mãi lạc nhau thì ta cũng không phải người dưng?...

+ +

Sớm hôm đó, Tiểu đoàn 611 hành quân bộ theo đường 10 ra thị xã Thanh Hoá, rồi đi tiếp đến địa điểm tập kết ở Quảng Xương. Ở đó, đơn vị bắt đầu phiên chế quân nhân về các đơn vị chiến đấu. Bốn đứa lớp 10H: Việt Quang, Trọng Hùng, Hải Châu và Kim được điều về sư đoàn pháo phòng không 365, còn Việt Hùng, Đặng Quang thì về sư đoàn bộ binh 325. Ai cũng buồn vì lại phải xa nhau nên cả bọn kéo ra quán Cả Cần gần đó chia tay nhau bằng một bữa thịt "cầy" –tên chống chế của thịt chó – và vài cút rượu mạnh. Khi ấy, nhiều người không chấp nhận việc ăn thịt chó. Tuy nhiên, việc con người ở xứ sở nghèo đói do chiến tranh phải ăn bất cứ gì để sinh tồn là điều dễ hiểu và việc nuôi chó làm thực phẩm hay hành hạ chó đến chết thì

97

cũng tệ như nhau. Quân đội Mỹ từng – đem 5.000 quân khuyển vào chiến trường Việt Nam nhưng khi rút quân năm 1973 họ chỉ đem 200 con về nước, trừ số 350 con chết trận thì mấy ngàn con đã bị bỏ lại chiến trường mặc cho chết đói khát và coi như bị mất tích.

Dưới bàn tay điệu nghệ của Cả Cần thì những cái đùi chó hấp, xiên chả cầy, những bát rựa mận, canh măng hầm xương hay những khúc dồi đều tuyệt vời. Những món ăn ấy thường dùng với mắm tôm đánh sủi bọt cùng chanh ớt vô cùng hấp dẫn khiến thực khách nuốt nước bọt ừng ực và quên đi cái mùi gây gây lúc nào cũng ám trong quán. Đặng Quang - người già nhất trong bọn - cầm cút rượu rót vào sáu cái tách trên bàn, rồi ngâm nga: "*Sống trên đời ăn miếng dồi chó. Xuống âm phủ biết có hay không?*". Bốn anh lính pháo binh chúc hai chàng bộ binh "chân cứng đá mềm", rồi lại cùng "chén chú chén anh" đến khi say mèm. Sau bữa chia tay ấy, Việt Hùng, Đặng Quang và những người khác được tăng cường cho Sư đoàn 325 đã lên đường vào mặt trận Bình Trị Thiên bổ sung quân số cho Trung đoàn 95 đang đánh nhau quyết liệt trong giai đoạn 2 ở thành cổ Quảng Trị.

Muốn giành lợi thế ở cuộc hoà đàm *Paris* nên cả Hoa Kỳ và Bắc Việt Nam đều gia tăng hoạt động quân sự ở điểm nóng thành cổ Quảng Trị này, nơi quân đội Việt Nam chiếm được từ tháng 5, 1972. Dưới hoả lực yểm trợ áp đảo của quân Mỹ, quân Sài Gòn mở chiến dịch "Lam Sơn 72" tái chiếm thành cổ Quảng Trị. Khi ấy, quân Mỹ dùng 5.000 lượt máy bay B52 và 9.000 lượt máy bay cường kích rải hơn 120 ngàn tấn bom các loại. Đồng thời, pháo kích cấp tập 140 ngàn lần từ hạm đội 7 vào đội hình của 5 trung đoàn của quân đội Việt Nam đang cố thủ trước 7 lữ đoàn dù và thuỷ quân lục chiến cùng 2 thiết đoàn tăng của quân Sài Gòn. Kết quả sau 81 ngày, gần 8.000 binh sĩ Việt Nam bị thương vong, chủ yếu do không kích và pháo kích của quân Mỹ. Đến ngày 16 tháng 9, họ buộc phải rút qua phía bắc sông Thạch Hãn, sau khi đã tiêu hao gần 8.000 lính Sài Gòn, để giữ một nửa tỉnh Quảng Trị còn lại. Trong trận này, Việt Hùng đã hy sinh, thân xác anh thành tro bụi nơi thành cổ. Đặng Quang thì mất tích trong lúc vượt sông Thạch Hãn khi dòng lũ trên nguồn bất ngờ đổ ập xuống khiến nước sông dâng lên cuồn cuộn. Tổn thất sinh mạng trong trận Thành cổ Quảng Trị đã tạo áp lực rất lớn lên các cấp chỉ huy mặt trận. Thiếu tướng Lê Trọng Tấn, xuất thân từ một viên đội lính khố đỏ của Pháp, là một chiến tướng của quân đội Việt Nam trong các trận Him Lam, Đường 9. v.v… trước đây, đã phải đi dưỡng bệnh, giao quyền chỉ huy mặt trận cho thiếu tướng Lê Quý Hai.

Thành Quảng Trị là trận đánh khốc liệt nhất trong hai cuộc chiến tranh Việt Nam và mức độ huỷ diệt của nó cũng khủng khiếp nhất trong lịch sử chiến tranh thế giới. Với 300 ngàn tấn bom đạn - bằng 7 quả bom nguyên tử thả xuống Hirosima – trên diện tích 3 cây số vuông. Tính ra, mỗi người lính Việt Nam phải chịu 100 quả bom, 200 đạn pháo tương đương gần 5 tấn bom đạn. Sau này, có người hỏi "Tại sao quân đội Việt Nam lại tiếp tục tấn công đợt 2, đợt 3 trong trận Mậu Thân 1968 và cố thủ dài ngày trong trận Thành Quảng Trị này để phải hứng chịu nhiều thương vong?". Con trai Bí Thư Thứ Nhất Lê Duẩn là Lê Kiên Thành nói:" Đó là những sức ép tâm lý mạnh mẽ lên Quốc hội Hoa Kỳ để phản bác tuyên truyền quân đội Mỹ đang chiến thắng trên chiến trường, hầu nhanh chóng ký kết hiệp định *Paris*, kết thúc chiến tranh. Những tổn thất xương máu đó rất đau lòng nhưng nếu kéo dài chiến tranh thêm nhiều năm nữa thì tổn thất có thể nhiều hơn".

+ +

Sau Hội nghị Thượng Hải tháng 5, 1972, Tổng thống Nixon đã phát động chiến dịch *"Linebacker"* tiếp tục không kích toàn bộ miền Bắc Việt Nam và phong toả bằng các loại thuỷ lôi thông minh MK 36, MK 50… các cảng biển từ Hồng Gai đến Cửa Việt. Khi ấy, bốn đứa còn lại của lớp 10H được điều về trung đoàn pháo cao xạ 230, đóng quân tại nông trường cao su Thạch Thành. Trong khi chờ nhận vũ khí, những người lính ở tạm trong những chiếc lều bạt lớn và làm những dãy sạp tre để nghỉ ngơi. Kiểu giường tập thể ấy khá vui vì cả

99

tiểu đội có thể tán gẫu trước lúc ngủ nhưng lỡ có ai đó động đậy trong màn của mình thì sáng hôm sau sẽ bị đồng đội truy hỏi, liệu có phải đã thủ dâm đêm qua không? Những người công nhân nông trường - vốn là những người lính miền Nam tập kết ra bắc trên những chuyến tầu định mệnh 18 năm trước - rất vui khi thấy bộ đội đóng quân ở đây. Họ hay mời những người lính trẻ lai rai chút rượu tự cất, hay cùng uống trà xanh hút thuốc và tán dóc. Có lần, một người tên Năm Lửa đã nói với bọn Kim:

- Bây là lính phòng không hả?

- Dạ.

- Bắt được phi công nhớ lột giày nó ra.

- Làm gì?

- Tụi nó mang giày từ nhỏ nên gan bàn chân mỏng, đạp đá đạp gai chịu không thấu nên không thể chạy trốn được.

- Sao chú biết?

- Hồi "chín năm" tụi "qua" làm vậy hoài với mấy thằng Tây, ông ta vừa nói, vừa khoan thai vuốt chòm râu cằm. Rượu vào lời ra, người lính già ấy lại với cây guitar cũ kỹ treo trên vách xuống, rồi ngâm nga những lời ca nỉ non: "*Bớ giặc Pháp - giống loài dã man. Cho chúng bây về bên xứ da trắng hoá vàng*" nghe thật não lòng.

Trung đoàn 230 có hai tiểu đoàn pháo 37 li hai nòng và một tiểu đoàn pháo 57 li; tất cả đều do những cán bộ đã qua chiến đấu chỉ huy. Sau khi nhận vũ khí, trung đoàn hành quân tới huyện Đông Sơn để huấn luyện. Tiểu đoàn pháo 37 li của Kim đóng quân tại xã Đông Thanh. Những khẩu pháo 37 li có từ Thế chiến 2 nhưng uy lực của nó vẫn đáng nể với khả năng bắn 170 phát trên phút, vận tốc đầu đạn gần 900 mét trên giây, so với vận tốc các phản lực cơ Mach 2 thời ấy chỉ hơn 200 mét trên giây. Đạn pháo có thể tiêu diệt các máy bay tầm trung, tầm thấp ở độ cao 6 cây số. Sau một tháng huấn luyện, Trung đoàn 230 bắt đầu hành quân theo đường 45 qua rừng Thông, cầu Hàm Rồng - mới bị một đợt không kích của B52 tháng trước - tiến về Hà Trung bảo vệ tuyến đường sắt và đoạn Quốc lộ 1 song hành từ

Bỉm Sơn đến Đò Lèn - nơi được mệnh danh "Toạ độ lửa" và từng có 17 người lính hy sinh khi xe chở họ bị trúng bom hồi tháng 6 năm 1967. Phối hợp với Trung đoàn 228 và các đơn vị phòng không Quân khu 3, Trung đoàn 230 lập trận địa theo kiểu đơn vị phân tán, hoả lực tập trung. Tiểu đoàn 145 của Kim lập trận địa ở ngã ba Quốc lộ 1 và đường 217 bảo vệ khu vực 3 cây số vuông gồm: cầu Đò Lèn, ga Đò Lèn, cùng tuyến đường sắt chạy qua. Ở đó, hàng ngày đều có hàng chục tốp cường kích A6E– "Khách không mời", "A4 - "Chim ưng nhà trời", A7 - "Cướp biển"; các tiêm kích ném bom F105D – "Thần sấm", F4 – "Con ma" không kích dữ dội các mục tiêu.

Đợt đầu ra quân, Đại đội 52 của Kim chủ động đón tiếp các phi đội F105F, F4H vừa trút bom xuống cầu Hàm Rồng và tiếp tục bay tới tấn công cầu Đò Lèn. Là pháo thủ số 4 đứng trên mâm pháo, Kim hồi hộp khi thấy từ xa những chiếc máy bay nhỏ như những con ruồi đang bay nhanh đến trận địa. Thiếu uý, đại đội trưởng, Toán chỉ lá cờ đỏ về hướng chúng và hô: "Mục tiêu hướng đông nam… Độ cao… Cự ly…" Lập tức, những lá cờ đỏ trong tay các khẩu đội trưởng cũng hướng theo cùng các khẩu lệnh nối tiếp: "Hướng… Độ cao… Cự ly…". Bốn khẩu pháo 37 li hai nòng của đơn vị cùng nhắm vào những chiếc máy bay đang lao nhanh tới với những tiếng xé gió "o, o…" như hơi thở của thần chết. Lá cờ trên tay đại đội trưởng phất mạnh xuống: "Tốp đầu. Bắn!". Những lá cờ của các khẩu đội trưởng cũng phất xuống liên tục: "Bắn! Bắn!". Tám nòng súng thép đồng loạt nổ "đoành đoành…". Những viên đạn pháo vạch những đường lửa đỏ chói, nổ lốp bốp quanh chiếc F105D đi đầu; ngay lập tức những chiếc đi sau vọt lên cao tránh đạn. Theo hướng những lá cờ, những khẩu lệnh: "F4 đi đầu! Bắn!" những nòng súng thép lại bắn dữ dội vào chiếc F4H dẫn đầu một tốp đang lao nhanh qua những đám khói đạn bay về phía trận địa. Tiếng pháo ầm ầm, tiếng phi cơ như xé rách bầu trời khiến tai Kim điếc đặc, chỉ còn nghe những tiếng "u…u…". Nhưng những lá cờ sạm khói súng vẫn liên tục phất xuống cùng những khẩu lệnh lao xao trong khói đen mịt mù. Cảnh tượng thật dữ dội! Dù là trận mở màn nhưng Kim đã thấy sự quyết liệt và diễn tiến mau lẹ của một trận không kích. Nó cũng cho hắn biết sức mạnh ghê gớm của máy bay phản lực Mỹ, cùng uy lực của những khẩu pháo phòng không.

Ngày hôm sau, đơn vị Kim tiếp tục đánh chặn máy bay Mỹ bay tới cầu Đò Lèn, buộc chúng phải bay cao khi dội bom, làm giảm thiểu hậu quả không kích. Những ngày sau đó, trận địa pháo của tiểu đoàn đã bị lộ nên máy bay Mỹ chủ động tấn công họ từ xa cùng lúc các mục tiêu khác. Mặc những khẩu pháo bắn lên xối xả, những chiếc F105D, như đàn rắn hổ, vẫn gào thét dữ đội. Những quả bom phá MK81, MK82 (113 -227 kg) của chúng quăng xuống nổ "kinh thiên động địa" làm đất đá tung toé khắp nơi, khói lửa mịt mù. Bầu trời mờ ảo như cảnh nhật thực toàn phần, mặt mũi pháo thủ đen nhẻm thuốc súng như thợ trong mỏ than. Khi đó, tầm nhìn của pháo thủ đã bị hạn chế, báo cáo miệng của trinh sát bị gián đoạn nên việc chỉ huy phải dựa vào thiết bị quan sát ngoài trận địa qua điện thoại và máy bộ đàm. Ngược lại, từ trên cao những chiếc F105D dễ dàng quan sát tiến công họ. Nhưng các trận địa pháo không đơn độc, họ vẫn nhận được sự yểm trợ từ các đơn vị bạn mỗi khi những chiếc máy bay đeo đầy bom tên lửa dưới cánh lao xuống. Sau những loạt bom phá không kết quả đến lượt những chiếc F4 lại quăng xuống những quả bom bi chùm BLU46 nổ rào rào trên trận địa như kiểu đánh hội đồng. Rồi những chiếc F105D lại "biếu" hết số bom còn lại theo truyền thống "đi trước về sau" của chúng cho đơn vị Kim "tráng miệng" nhưng vẫn không diệt được mục tiêu vì hoả lực bắn trả dữ dội. Đêm đó, để đánh lạc hướng địch, Tiểu đoàn 145 đã dời trận địa pháo đến địa điểm mới và biến các trận địa cũ thành trận địa nghi binh. Đúng như dự đoán, ngày hôm sau các trận địa giả, được tạo khói lửa bằng vài cân thuốc nổ TNT và những nòng pháo làm từ ống tre, ấy đã bị máy bay địch dội bom tan tành.

Tháng 8 năm ấy, Trung đoàn 230 lại hành quân theo quốc lộ 1 qua Phủ Lý đến bảo vệ bến phà Tân Đệ, đê sông Hồng và thành phố Nam Định. Bước chân vào ngôi nhà vắng chủ ven đường, Kim thấy tấm hình một bé gái và vài cuốn sách vương vãi trên sàn, có lẽ chủ nhân chúng đã ra đi vội vã? Hắn suy đoán rồi nhặt tất cả để lên bàn và bước ra ngoài ngắm nhìn cái thành phố không bóng người nhưng có lối kiến trúc đô thị khá chỉnh chu ấy.

So sánh cách chiến đấu ở Thanh Hoá với những gì đơn vị đang làm ở đây, Kim hình dung ra cái chiến thuật của các đơn vị pháo phòng không: hoặc lập chốt ở các mục tiêu trọng điểm xua đuổi máy bay địch hoặc phục kích ở những hành lang chúng thường bay qua. Các đơn vị pháo cơ động thường phục kích ở đâu đó, bắn hạ xong máy bay địch lại di chuyển đến nơi khác và cái chiến thuật phi đối xứng ấy đã gây không ít tổn thất cho đối phương. Đến mức, người Mỹ phải thừa nhận "Đa số máy bay bị bắn hạ - 2635 trên tổng số 4181 chiếc - ở miền bắc Việt Nam là do lực lượng pháo phòng không (*Anti Aircrapft Artillery*) thực hiện".

Làm trận địa xong, trung đoàn liền chuẩn bị chiến đấu. Đại đội 52 của Kim là đơn vị đầu tiên "đón tiếp" máy bay từ Hạm đội 7 bay vào và cũng là đơn vị cuối nói lời "tạm biệt" khi chúng trở ra biển. Thế rồi một chiều nắng vàng, khi những chiếc máy bay Mỹ đang ung dung trở ra biển sau khi đi tập kích ở đâu đó về thì bỗng hàng trăm viên đạn lửa từ dưới đất vun vút bay lên nổ như hoa cà hoa cải quanh chúng. Bị tấn công bất ngờ, đội hình địch rối loạn. Một chiếc A4 trúng đạn, bốc khói đen kịt sau đuôi nhưng vẫn cố lao ra biển và đột nhiên một chiếc dù trắng tung ra khiến cả trận địa reo hò. Tối đó, nhìn viên trung uý phi công *Robert* bị dẫn giải về trung đoàn bộ với khuôn mặt hoang mang mệt mỏi, Kim lại nhớ đến những toán phi công bị dẫn giải trên đường phố Hà Nội năm nào và bất giác cảm thông cái sự ê chề của những người lính khi bị bắt làm tù binh.

Trưa hôm sau, hai tốp A6E, F4 từ biển bay ào ào tới trả thù Tiểu đoàn 145. Những chiếc F4 cắt bom từ xa nên khi những loạt đạn của đơn vị Kim bắn lên thì cũng là lúc bom thù rơi xuống, giống cảnh các võ hiệp tung "chưởng" xẹt lửa trong phim Tầu. Những tiếng bom nổ "long trời lở đất", khói bụi mù mịt làm cho các chiến sĩ tối tăm mặt mũi. Rồi những chiếc A6E đi sau xà tới, bồi tiếp những quả bom khác nhưng những khẩu pháo đã kịp thời đáp trả. Hết hiệp đầu, hai bên đều không hề hấn gì. Trong giây phút im ắng giữa hai hiệp đấu, bỗng một chiếc A6E bay đảo quanh trận địa trên độ cao một vài trăm thước nên Kim thấy rõ cái cần ăng ten (?) khoằm khoằm trên đầu máy bay và viên phi công đội mũ trắng đang nhìn xuống. Lập tức nó trở thành mục tiêu cho các khẩu đội ngắm bắn. Nhưng khi các nòng súng hướng về phía nó thì bất ngờ một chiếc F4 từ phía sau lưng họ bay ào qua trận địa và thả xuống những quả bom bi chùm nổ rào rào khắp nơi. Khi ấy, Kim chợt thấy đau nhói bả vai nên buột miệng:

- Ái dà! Bị thương rồi.

- Có sao không? Trung sĩ Bo khẩu đội trưởng quay lại nhìn hắn, thét lớn.

- Không sao! Hắn gào lên.

Thì ra, chiếc A6E đã nghi binh để chiếc F4 đánh tập hậu Đại đội 52. May mắn, đơn vị không tổn thất gì trừ Kim và một người nữa bị thương nhẹ. Dù thương tích không nặng nhưng máu từ hai vết thương cũng thấm ướt vai áo của Kim rồi khô cứng như cái mo cau. Phía địch cũng không thiệt hại gì. Vâng! Chẳng dễ để những khẩu pháo – giá không đắt hơn chiếc xe hơi – có thể đối chọi với những phản lực cơ gần 20 triệu đô. Khi ấy, mỗi lần thả bom bắn tên lửa là các máy bay phải bổ nhào xuống mục tiêu là lúc những khẩu pháo bắn lên. Khi chiếc máy bay lấp đầy kính ngắm của khẩu pháo thì chắc chắn nó sẽ bị bắn hạ, cùng lúc có thể những quả bom của nó sẽ phát nổ dưới đất. Thời khắc đó, quả bom hay viên đạn tới mục tiêu nhanh hơn sẽ quyết định tất cả bởi cả hai đối thủ đã gởi số phận cho cái trò chơi sấp ngửa "được ăn cả ngã về không" ấy.

Muốn nhổ cho xong "cái gai nhỏ" trên đường đi, các phi đội cường kích, tiêm kích bom từ Hạm đội 7 liên tục công kích các trận địa Trung đoàn 230 bằng bom phá. Một buổi trưa, sau tiếng kẻng – làm bằng vỏ bom MK81 – báo động, Đại đội Kim lại lao ra các mâm pháo nóng bỏng dưới trời nắng gắt. Qua hệ thống quan sát, các trinh sát phát hiện 12 chiếc máy bay địch đang bay tới theo đội hình chữ V. Dẫn đầu là tốp F4, yểm trợ cho các tốp A6E, A4 tốc độ chậm hơn ở phía sau. Những lá cờ lệnh lại phất xuống cùng các khẩu lệnh: "Bắn! Bắn!" lại vang lên. Những loạt đạn lửa lại bắn lên quyết liệt và dù không trúng những chiếc F4H đi đầu nhưng đã kịp dựng một màn lửa trước những chiếc A6E, A4 đang lặc lè bay tới, khiến chúng phải tản ra. Tuy vậy, những quả bom toạ độ của tốp đầu đã phát nổ dưới sông dựng lên các cột nước trắng xoá và nổ trên ruộng lúa làm bùn đất văng tung toé khắp trận địa. Chiếc mũ sắt trên đầu Kim bỗng vang lên một tiếng "cạch" cùng mùi khét lẹt nên hắn vội đưa tay lên kiểm tra thì đụng phải mảnh bom còn nóng bỏng cắm trên đó. Ái chà! Bị thương nữa à? – KIm lẩm bẩm nhưng rồi không thấy có gì khác lạ nên tiếp tục nhiệm vụ. Những tốp đi sau bỏ qua trận địa của Kim, tấn công ầm ầm trận địa pháo 57 li. Nhưng chẳng phải chờ lâu, hai chiếc F4 đã vòng lại tấn công trận địa của hắn. Dẫu các khẩu pháo của đơn vị Kim lại nhất tề bắn chặn nhưng những quả bom dài mầu vàng nhạt dưới bụng hai chiếc F4 vẫn cứ rơi lủng lẳng trên đầu họ và phát nổ ầm ầm ngoài sông. Bom đạn trên cao bắn xuống, đạn pháo dưới đất bắn lên chẳng khác gì cuộc quần thảo giữa thợ săn với những con mãnh thú đang say máu. Thấy bom không trúng mục tiêu, những chiếc F4 lại tiếp tục đợt tấn công mới nhưng ngay khi vừa ngóc lên cao thì một chiếc bị trúng đạn. Nó khựng lại, một bên cánh bùng lên một đốm lửa, khói đen cuồn cuộn ra phía sau. Chiếc phi cơ xấu số ấy không thể tiếp tục bay, cắm đầu lao ra biển. Những chiếc khác liền quăng hết bom xuống đất thoát nhanh để ứng cứu đồng bọn.

Cuối ngày, Trung đoàn 230 được công nhận đã bắn rơi chiếc F4 đó. Mọi người đều hồ hởi vì với thành tích ấy họ sẽ được một bữa "ngập chân răng" - suất ăn nhiều thịt hơn thường ngày – do cấp trên khao. Tuy nhiên, trận ấy Trung đoàn 230 cũng thiệt hại một khẩu đội pháo 57 li và một xe ra-đa bởi bom và tên lửa không đối đất AGM-65 *Maverick*. Các trận địa pháo thường ở nơi trống trải mà vị trí của chỉ huy và các pháo thủ số 3, 4, 5 lại đứng cao hơn mặt đất nên Kim biết việc thương vong của hắn chỉ là chuyện sớm muộn. Gỡ mảnh bom cắm trên mũ sắt và sờ cái vệt tóc cháy như chó liếm trên đầu, Kim hôn cây thánh giá của Tóc Tiên đã giúp hắn mấy phen thoát lưỡi hái tử thần. Sau đó, hắn cùng đồng đội đi vòng vèo qua những hố bom nham nhở bùn đất vàng khè, khét lẹt mùi lưu huỳnh ra sông vớt cá nổi lên do sức ép bom về cho nhà bếp. Được bữa cá thoả thê lại được đơn vị khen "Dũng cảm trong chiến đấu" nên Kim phấn chấn đánh phừng phừng cây *guitar* của đơn vị và nghêu ngao bài hát chế lời của các phi công Mỹ lúc bấy giờ: "*Ngồi trên chiếc F4H bay đến sông Hồng. Nào ngờ đâu bị đạn pháo bắn rơi ngay. Chiếc xe trâu đưa tôi về Hinton In. Bỏ nụ cười của người yêu nơi quê nhà*". Nghe tiếng đàn rộn rã, Ánh - một người lính khó tính - cũng ôm cây *mandolin* ra nhập bọn nhưng tiếng đàn của họ chưa kịp hoà ca thì tiếng kẻng báo động lại vang lên.

+ +

Việc gây áp lực trên chiến trường không kết quả, ngày 23 tháng 10, 1972, Mỹ lại tạm ngừng chiến dịch không kích miền Bắc Việt Nam từ vĩ tuyến 20 trở ra để dọn đường cho tái hoà đàm *Paris*. Thế là Trung đoàn 230 được lệnh trở lại quân khu 4. Đến Hàm Rồng, theo hướng dẫn của đơn vị chống người nhái thâm nhập, đoàn xe pháo phải từng chiếc một vượt cầu phao, bằng những cây luồng lót tôn ở trên, vì cầu chính đã bị một phi đội 6 chiếc A7 thả 2 trái bom lượn MK84 (950 kg), cùng 8 quả MK83 (460 kg) đánh sập một đầu cầu vào mấy tuần trước. Sau đó, trung đoàn triển khai trận địa gần ngã ba đường 217 và đường 15 yểm trợ một đơn vi tên lửa SAM 2. Nhiệm vụ đơn vị Kim là vừa trực chiến, vừa xây dựng xưởng lắp ráp tên lửa và nhà ở cho chuyên gia Nga. Để có vật liệu, họ phải đến những khu rừng rậm ở huyện Quan Sơn đốn những cây gỗ, cây luồng to dài. Việc đốn hạ cây to trong rừng rậm có nhiều dây leo chằng chịt và những con kiến rừng thì không dễ với lính thành phố. Khi ấy, mặt Kim đỏ bừng, quần áo rách te tua và ướt sũng mồ hôi nhưng chẳng thể thoái

106

thác được nhiệm vụ nên hắn vừa làm, vừa cằn nhằn:" Vất vả thế này thì thà đi đánh nhau còn sướng hơn". Nhớ tới những tấm ảnh mấy thằng bạn học nhởn nhơ bên trời Tây mà Kim điên tiết: "Mẹ kiếp! Mình giờ chẳng khác gì gã *Pavel Korchagin* gầy gò rách rưới khi gặp lại người yêu *Tonya* giàu sang trên đoạn đường sắt đang dở dang trong rừng tai-ga lạnh giá." (*"Thép Đã Tôi Thế Đấy"* – N.A. Ostrovsky). Nhưng bất luận thế nào thì hôm nay ba người nhóm Kim cũng phải đem về một xe "Zin 3 cầu" đầy luồng theo lệnh cấp trên - cái lệnh khiến họ ngao ngán như cái lệnh của dì ghẻ buộc cô Tấm phải lựa thóc, lựa đậu khi xưa. Sau khi chặt đủ số lượng, hai người lính phải vác hết những cây luồng dài lõng ngõng từ trên rừng xuống cho gã lái xe chất lên xe.

Trong khi người đồng đội, tên Tuấn, đang lầu bầu "nước sông công lính" thì Kim chợt thấy có hai cô gái trẻ đang tắm dưới dòng suối róc rách. Các cô gái Mường bới tóc cao, một tay chỉnh cái váy lên xuống che những cặp vú núng nính, một tay khoát nước tắm. Hiếm khi thấy cảnh tươi mát đó, Kim đánh bạo:

- Chào các em!

- Chào các anh! Các anh vất vả quá.

- Nóng quá! Cho bọn anh tắm với. Tuấn õm ờ.

- Xuống đây! Các cô gái cười khúc khích.

Chỉ chờ vậy, hai chàng trai liền phóng xuống suối.

- Sao tắm mà các anh lại không cởi quần áo ra?

- Ừ nhỉ.

- Con trai gì mà trắng thế?

- Tại... Kim ầm ừ cho qua chuyện.

- Các em cọ lưng bọn anh được không? Tuấn lại õm ờ.

- Đưa lưng đây, chúng em cọ cho.

Tuấn nháy mắt Kim, rồi hai cặp trai gái đó dập dờn bên nhau như những con bướm rừng. Bất chợt, Tuấn cầm tay cô gái đặt lên nơi nhạy cảm trên người hắn và nói:

- Còn chỗ này chưa cọ.

- Cái anh này - cô gái rụt tay lại như đụng phải bếp lửa, rồi đánh yêu anh ta.

- Thôi các em để bọn anh kỳ cọ thay cho - Tuấn nói.

Biết ý hắn nhưng các cô gái không phản đối mà vừa cười khúc khích, vừa té nước vào anh ta. Không để mất thời giờ, các chàng trai một tay quàng cổ các cô gái, đang ôm khư khư cái váy trước ngực che những cặp vú mẩy, một tay mơn trớn những tấm lưng trần của họ. Rồi những cánh tay của những gã trai ấy, như những con cá chình lượn lờ trên những hòn sỏi đang lăn tăn dưới dòng nước, lại tìm đường chui rúc vào trong váy của các cô gái, khiến họ lâu lâu lại hốt hoảng kêu oai oái:

- Ấy! Ấy... không phải chỗ ấy...

- À thế à? Hai gã trai đáp lại với vẻ ngây ngô, rồi cười hềnh hệch, chẳng khác gì cảnh Chư Bát Giới* vờ vĩnh với các tiên nữ.

Bất ngờ, một cô gái lỡ tuột tay làm chiếc váy đang che ngực rơi xuống loà xoà như cái lá sen trên mặt nước để lộ tấm thân trắng ngời. Cặp vú căng và cong tớn lên giống những cái sừng tê giác của cô ta như đã chọc mù mắt những chàng lính trẻ khiến họ chẳng còn thấy trời đất gì nữa. Hai chàng trai khoẻ mạnh bỗng thấy chân tay bủn rủn, còn cô gái kia cũng luống cuống kéo váy lên che bộ ngực trắng hếu ấy lại. Khi những con mắt và cái đầu của các chàng trai bắt đầu nóng lên vì cảnh tắm tiên ấy thì họ nghe thấy tiếng gọi của gã lái xe ngoài bìa rừng. Hai chàng lính trẻ đành xuýt xoa tiếc của mà leo lên bờ, sau khi cố vớt thêm vài nụ hôn trên những đôi môi như những quả dâu rừng chín mọng của các cô sơn nữ. Thấy bọn họ chậm trễ, gã lái xe gắt gỏng:

- Chúng mày làm gì ở lì trong đó thế?

- "Vì nước quên thân vì dân phục vụ" - Tuấn đùa.

- Thôi đi! "Bố mày" biết tỏng rồi. Không khai, tao sẽ báo cấp trên.

----
*Nhân vật trong "Tây Du Ký".

- Ừ thì... Bị bắt nọn nên Tuấn đã khai hết.

- Tưởng gì. Thế mà cũng "nhắng" lên. Này! "Đây" cũng thấy gái bản tắm truồng ngoài suối nhiều rồi nhé.

- Ở đâu? Chỉ em với. - Tuấn sáng mắt lên.

- "Bí mật quân sự!" Đến lượt gã lái xe bỡn cợt.

- Nói đi! Em biếu bác chục trứng luộc.

- Mày tưởng chục trứng là to ư? Cứ theo tao, rồi khắc biết.

Sau những ngày lao động, lại đến lượt Đại đội 52 của Kim trực chiến. Ban ngày toàn khu vực yên ắng ngoại trừ có vài chiếc AD6 – "Tướng nhà trời" bay lượn phía xa trên đất Lào. Nhưng đêm đêm chúng lại từ Thái Lan mò đến lượn nhiều vòng trên đầu họ như đang tìm kiếm gì đó? Những chiếc phi cơ cánh quạt tầm xa ấy có bom, tên lửa, súng máy 20 li nhưng có vẻ chúng không có ý định khai hoả. Thậm chí, còn mở đèn xanh đỏ hai bên cánh, bay vòng quanh những chum pháo sáng chúng vừa bắn ra. Các khẩu pháo của Đại đội 52 đều khoá mục tiêu trong kính ngắm và nếu có lệnh nổ súng thì những chiếc "bà già" ấy sẽ bị bắn hạ ngay từ loạt đạn đầu. Nhưng để giữ bí mật cho đơn vị tên lửa nên các khẩu pháo vẫn im lìm dưới tán lá nguy trang.

Hoà đàm *Paris* đã không như mong đợi nên cuối tháng 11 năm ấy, không kích trở lại của Mỹ. Trước giờ lên đường, Kim tình cờ gặp Thảo là anh em bà con - con một trung tá biệt động, giỏi võ *MMA* (*Mixed Martial Arts*) đang hoạt động ở nội ô Sài Gòn. Hai anh em họ kéo nhau vào một quán nước chè hàn huyên. Nhờ vậy, Kim biết Thảo được điều về đơn vị tên lửa này sau khi tốt nghiệp Đại học Kỹ thuật Quân sự. Lúc chia tay, Thảo lấy con dao găm năm tác dụng của Nga đưa Kim:

- Giữ đi! Nhớ bảo trọng.

- Ừ. Hẹn gặp lại.

Bùi ngùi chia tay người anh bà con giữa núi rừng hoang vắng nhưng Kim cảm thấy ấm lòng vì không chỉ mình hắn là người miền Nam tập kết ra bắc ở chốn này. Nhưng đó cũng là lần cuối họ gặp nhau. Nghe nói, sau đó Thảo đã hy sinh khi xe ra-đa của anh bị trúng tên lửa dò bức xạ AGM-78 *Standard* của phi cơ Mỹ.

Màn đêm buông xuống. Đơn vị Kim bắt đầu hành quân. Đi đầu là đoàn xe pháo của các tiểu đoàn pháo 37 li, pháo 57 li, sau cùng là đoàn xe của trung đoàn bộ. Sau đêm dầm mưa lạnh, đến rạng sáng thì toàn trung đoàn đã tập kết tại địa phận Huyện Thường Tín (Hà Tây) mà ngày hắn học nội trú ở đấy, đám học sinh vẫn nghêu ngao: "*Hà Tây, gọi tép là tôm. Ăn nói lôm côm là dân cầu Giẽ*". Trung đoàn 230 lập các trận địa bảo vệ các mục tiêu dọc quốc lộ 1 và tuyến đường sắt bắc-nam từ ngã ba Thường Tín đến vùng ven đô Hà Nội. Theo huấn thị, họ biết những trận đánh sắp tới sẽ rất ác liệt vì ngoài máy bay cường kích còn có các "Pháo Đài Bay" B52 tấn công từ độ cao 10 cây số. Mỗi phi đội ba chiếc B52 có thể thả 100 tấn bom MK82 tạo những hố bom cách nhau 80 mét trong diện tích 3 cây số vuông. Do cuộc tấn công "đưa Việt Nam về thời kỳ đồ đá" ấy có thể bắt đầu vào trung tuần tháng 12 nên các đơn vị phải hoàn tất mọi chuẩn bị trong tuần đầu tiên. Hiểu được tính nghiêm trọng, các chiến sỹ đều sẵn sàng cho điều tồi tệ sắp xảy ra với tâm trạng hồi hộp.

Vâng! *Que sera sera** - Chuyện gì đến cũng sẽ đến! Ngày 17 tháng 12, 1972, sau gần chục ngày Trung đoàn 230 chờ đợi, tổng thống *Nixon* tuyên bố bắt đầu Chiến dịch "*Linebacker II*" tấn công toàn lãnh thổ bắc Việt Nam. Từ bảy giờ tối ngày 18, nhiều *B52* và máy bay chiến thuật đã dội 6.000 tấn bom xuống ga Yên Viên, Đông Anh, sân bay Gia Lâm, Nội Bài làm chết 300 dân thường.

Các đêm 19-22, Đài VOV, bệnh viện Bạch Mai, ga Hàng Cỏ, nhà máy cao su Sao Vàng, cầu Phủ Lý... đều trở thành mục tiêu. Đối đầu với máy bay khi ấy là các đơn vị tên lửa SAM 2, pháo 100 li, 57 li - bắn theo ra-đa. Những quả đạn xuyên qua những tầng mây âm u, nổ đì đùng trên cao tạo nên những quầng sáng mầu cam, rồi những chiếc B52 bốc cháy rơi lả tả như tàn đuốc trong trời đêm. Bầu trời những đêm gió mùa đông bắc ấy, mây bay rất thấp - tưởng chỉ cao

----

*Lời ca khúc cùng tên của *Jay Livingston* và *Ray Evans*.

hơn ngọn cây - đã hạn chế máy bay tầm thấp của địch cùng sự quan sát của các đơn vị pháo 37 li nên đơn vị Kim đành quan sát các trận đánh như xem bắn pháo bông.

Hai ngày 23-24. Ngoài các cuộc tập kích đêm của B52 còn có các cuộc tấn công ban ngày của các phi đội A7, F4 vào các trận địa pháo dọc tuyến đường sắt. Vì thế, mục tiêu của Trung đoàn 230 là những chiếc A7 được cải tiến từ F8U "Thập Tự Quân" thường đeo bom lớn MK83 (460 kg), MK84 (925 kg) huỷ diệt hoàn toàn mục tiêu. Kết quả, lực lượng phòng không đã bắn hạ 5 chiếc F4H và 1 chiếc A7.

Ngày 25. Tranh thủ địch nghỉ Giáng Sinh, Trung đoàn 230 thực hành hợp đồng tác chiến đêm giữa các đơn vị. Theo đó, pháo 37 li sẽ bắn theo thông số ra đa của pháo 57 li.

Ngày 26. Hơn 50 chiếc cường kích và B52 tiếp tục tấn công các mục tiêu quanh Hà Nội và rải bom xuống khu dân cư Khâm Thiên giết chết 287 dân thường. Cũng từ đêm đó, các tiểu đoàn pháo 37 li của Trung đoàn 230 bắt đầu dựng những màn lửa ngăn chặn các máy bay tầm thấp đánh lén.

Ngày 27. Hơn 100 máy bay chiến thuật tấn công đài phát thanh Mễ Trì, ga Văn Điển... nhưng không chiếc nào bị bắn hạ.

Hai ngày tiếp theo. Gần 170 máy bay chiến thuật lại tấn công trực tiếp các trận địa pháo. Kết quả có thêm một chiếc F4 bị hạ nhưng Tiểu đoàn 145 cũng bị thương vong nhiều người, trong đó có trung sĩ Bo, khẩu đội trưởng của Kim.

Trong khi những người lính bị cuốn hút vào không khí chiến đấu thì ngày 30 tháng 12, *Nixon* lại bất ngờ tuyên bố kết thúc Chiến dịch "*Linebacker II*" ngừng không kích miền bắc Việt Nam từ vĩ tuyến 20 trở ra. Mọi người lại ngẩn ngơ trước tình hình chiến sự cứ xoay như cái đèn cù. Kết quả, sau 12 ngày đêm, Không quân Mỹ đã dội xuống Hà Nội, Hải Phòng 36 ngàn tấn bom làm chết 2.300 dân thường, đồng thời chịu tổn thất 34 chiếc B52 và 47 phi cơ các loại.

Khi ấy, cuộc hội đàm *Paris* đang ở giai đoạn cuối. Tranh thủ trước khi hiệp định được ký kết chính thức và có hiệu lực lúc tám giờ sáng ngày 28 tháng 1, 1973. Quân Sài Gòn chủ động tấn công chiếm đất thuộc quyền kiểm soát của quân đội Việt Nam trên toàn lãnh thổ miền nam. Ngày 25 tháng 1, họ cho 1 sư đoàn bộ binh, 2 lữ đoàn thuỷ quân lục chiến, 2 tiểu đoàn Bảo An, 3 thiết đoàn tăng mở chiến dịch *"Tango City"* tấn công cảng Cửa Việt do 4 trung đoàn của quân đội Việt Nam đang cố thủ. Dưới yểm trợ của 9 lượt chiếc B52 và 15 ngàn đạn pháo từ Hạm đội 7 của Mỹ, quân Sài Gòn hiệp đồng binh chủng tốt nên dầu thương vong nặng nề vẫn chọc thủng phòng tuyến của quân đội Việt Nam sau 3 ngày tấn công. Họ đã cắm cờ chiếm đất trước 2 phút khi một hiệp định đình chiến có hiệu lực. Nhưng trong hai ngày 30 - 31 tiếp theo, quân đội Việt Nam đã phản kích chiếm lại cảng Cửa Việt và gây tổn thất nặng nề cho quân Sài Gòn và quân Mỹ.

Hoà, người anh bà con của Kim, cũng tham gia trận ấy trong biên chế Trung đoàn 18, Sư đoàn 325. Khi bị quân Sài Gòn tấn công bất ngờ từ ngoài biển vào, đơn vị anh ta phải vừa đánh, vừa rút. Trong lúc bị địch vây hãm, Hoà và vài đồng đội phải nấp trong những bồn xăng dầu ở cảng Cửa Việt gần 2 ngày để chờ quân tiếp viện. Sau trận đó, toàn thân Hoà chuyển sang màu tím tái (nhiễm độc chì?) trông cứ như người bị sốt rét nặng.

+ +

Cuối tháng 1, 1973, đơn vị Kim hành quân vào Thạch Bàn rồi theo đường 16 sang Bản Đông bảo vệ tuyến đường 29A và các kho tàng ở phía bắc sông *Banghiang* (Lào). Sau hiệp định Paris, tình hình trên toàn tuyến đường Trường Sơn tương đối yên tĩnh. Hàng ngày, trên các tuyến đường 128, 129 các đoàn quân sa của quân đội Việt Nam liên tục chuyển quân, chiến cụ vào nam và chở thương binh, thậm chí cả tù binh Sài Gòn ra bắc. Các đơn vị Thanh niên Xung phong cũng chuyển hoạt động từ bắc vào nam Trường Sơn. Tuy máy bay Mỹ không còn hiện diện nhưng hệ thống 20 ngàn máy thám báo điện tử của chiến dịch "Lều Tuyết Trắng" được họ bàn giao cho quân Sài Gòn

112

vẫn hoạt động trên 40 ngàn cây số vuông Trường Sơn. Mặc dầu, Không quân Sài Gòn không đủ sức tấn công các mục tiêu của Quân đội Việt Nam vì sợ hoả lực của Sư đoàn phòng không 377 cùng 12 trung đoàn pháo của Quân chủng Phòng không và 28 tiểu đoàn pháo của các binh trạm. Nhưng những chiếc A1H (AD6) và UH1 *Huey* của họ vẫn bay trinh sát theo thông tin từ các máy cảm ứng âm thanh, cảm ứng địa chấn chỉ điểm cho biệt kích thâm nhập phá hoại mục tiêu. Tiểu đoàn Kim đóng quân ở phía nam đường 9 và sông Xê Pôn theo trục đường 29A trên những đồi hoa sim tím. Trong lúc đào công sự cho pháo những người lính đụng phải một nấm mộ vô danh bị mưa gió bào mòn gần hết, liền báo chỉ huy:

- Báo cáo thủ trưởng, ở đây có một cái mả.

- Mả của quân ta đấy, chắc là hy sinh trong trận Đường 9 (Lam Sơn 719). Thôi, đắp lại đi! Đại đội trưởng Toán nói, sau khi tìm thấy một chiếc "xanh-tuya" có hình ngôi sao của quân đội Việt Nam bị vùi lấp dưới lá rừng. Đắp mả lại xong, những người lính buộc cái xanh-tuya vào xà- beng, rồi cắm trên mộ. Sau đó, họ đặt một bát cơm, mấy điếu thuốc khói nghi ngút lên mộ người lính vô danh ấy trong những cơn gió rừng xào xạc. Sau này, Kim đã nhắc lại cái ký ức ấy trong ca khúc "Ngôi Sao Không Tên" của mình:

Tôi dừng bước, trước nấm mồ chiến sĩ, không có tên chỉ có hình ngôi sao. Một nấm mồ cô đơn nhỏ bé, giữa đại ngàn mây núi âm u. Anh là ai, sao gục ngã nơi đây? Bởi đạn bom hay sốt rừng không dứt? Anh ở đâu? Một mái lá đơn sơ, có mẹ già lau nước mắt đêm đêm?

Các trận địa pháo cao xạ trực chiến theo hướng biên giới Lào- Việt nhưng những chiếc A1H, vốn là cường kích cánh quạt giờ làm nhiệm vụ trinh sát, của quân Sài Gòn chỉ lảng vảng ngoài xa nên các đơn vị chưa có dịp tiếp họ. Thế rồi, vào một chiều nắng đang dần khuất trên những đỉnh núi xa thì trinh sát đại đội phát hiện một chiếc UH1 đang chuẩn bị đáp xuống một nơi cách trận địa họ hơn một cây số đường chim bay. Đại đội trưởng Toán vừa quan sát chiếc trực thăng bằng ống nhòm, vừa lẩm bẩm: "Thằng này làm cái quái gì ở đó thế, hay là đang đổ quân?" và khi nhận được lệnh của tiểu đoàn, ông ta liền ra lệnh:

- Khẩu đội 1 chuẩn bị!

- Khẩu đội 1 sẵn sàng! Khẩu đội trưởng xác nhận lệnh, rồi chỉ cờ hiệu về hướng chiếc máy bay địch và hô:

- Hướng... Cự li... Tầm... Đạn 10 viên. Bắn!

"Đoành đoành..." hai loạt đạn đỏ lừ bay vun vút lên chiếc trực thăng đang nhấp nha nhấp nhổm, như con chuồn chuồn trên mặt nước, làm nó nổ bùng lên và ngay lập tức rơi xuống đất để lại một cuộn khói đen bốc lên trời. Tổ trinh sát đại đội tức tốc chạy đến nơi máy bay rơi truy kích tàn quân địch nhưng chẳng thấy ai ngoài xác viên phi công xấu số và một cặp tài liệu cùng vô số những tấm ảnh các cô gái trẻ. Chiếc cặp được nộp ngay cho cấp trên, còn những tấm ảnh được phát tán cho anh em như chiến lợi phẩm. Phần Kim là tấm ảnh cô gái tóc có ánh mắt và nụ cười khá gợi cảm nên lâu lâu hắn lại lấy tấm hình ra ngắm nhìn mà không biết đó là ca sĩ Hà Thanh trong Sài Gòn.

Sau trận đó, hàng ngày đơn vị Kim vẫn luyện tập trên những mâm pháo nóng như những chảo lửa dưới cái nắng như thiêu đốt và không khí ngột ngạt của núi rừng Trường Sơn. Khẩu đội trưởng mới của hắn là hạ sĩ Khắc, vốn là một ngư dân, có thân hình đậm chắc, đã tỏ vẻ không ưa hắn – tên lính thành phố - ngay từ cái nhìn đầu tiên. Kim cũng bị ám ảnh bởi câu thì thầm của đồng đội" *quân tử lông chân, tiểu nhân lông bụng*" - khi thấy một vệt lông kéo từ rốn anh ta chạy xuống dưới - nên cũng không mấy yên tâm với người khẩu đội trưởng ấy. Nhưng lính tráng nào có quyền chọn lựa chỉ huy và thế là hắn bắt đầu phải chịu cảnh cắt trực đêm liên miên của gã ấy. Một buổi trưa, khi Kim cằn nhằn với Khắc việc cắt trực bất hợp lý thì hai bên bắt đầu to tiếng:

- Ngữ mày, tao chấp ba thằng! Khắc doạ.

- Mày đụng đến tao thì cái bản mặt mày cũng nát với cái mũ

sắt này, con nhé! Kim cứng cỏi đáp lại.

- A! Thằng này láo nhỉ? Nói xong, Khắc sấn tới thoi vào mặt Kim nhưng may mắn hắn tránh được. Lập tức, hắn chặt hai tay vào cổ, cùng lúc lên gối vào bộ hạ đối phương theo đòn "chớp điện" học lỏm "Thạnh Mù" khi xưa. Thế là cái thân hình chắc đậm của Khắc đổ sụp xuống như một cây chuối bị đốn, cùng khuôn mặt tái xanh và những tiếng rên rỉ. Nhưng niềm vui hạ được đối thủ nặng ký ấy không giúp hắn hết lo lắng vì tội đánh nhau với cấp trên và là người của chi bộ đảng. Phiên trực ban đêm đó, hắn vẫn chưa hết bần thần vì chuyện đánh nhau ban trưa nên giương khẩu AK47 ngắm qua lại cho đỡ khó chịu. Khi mũi súng hướng đến dàn mũ sắt treo bên công sự, bỗng hắn bóp cò mà quên khẩu súng đã mở khoá an toàn, đạn đã lên nòng – để xử lý nhanh khi biệt kích địch thâm nhập. "Đoành, đoành" hai tiếng nổ chát chúa trong màn đêm tĩnh mịch khiến nhiều người lính trong các lán vội vã xách súng chạy ra nhưng khi biết là súng cướp cò thì lại lục tục trở về với vẻ mặt cau có vì cuộc đánh thức bất đắc dĩ ấy. Nhìn hai lỗ thủng trên chiếc mũ sắt vừa trúng đạn, Kim rất ân hận vì đây là lần thứ hai hắn lại gặp rắc rối với vũ khí, sau vụ ném lựu đạn dạo trước. Chỉ huy đại đội chưa thấy nói gì nhưng hôm sau, người lính liên lạc tiểu đoàn đã nói với hắn "Tiểu đoàn trưởng cần gặp cậu" thế là hắn vội vã trình diện:

- Dạ! Thủ trưởng cần gặp tôi ạ?

- Cậu là gì mà tôi cần phải gặp hả? Tiểu đoàn trưởng, Thượng uý Hưởng vừa nói, vừa dằn mạnh tách trà đang uống xuống bàn. Hoàn cảnh Kim khi ấy thật tệ. Nỗi ê chề của kẻ yếu thế khiến thân xác hắn như tan chảy xuống sàn. Hắn lủi thủi ra ngoài trong ánh mắt gườm gườm của viên sĩ quan chỉ huy tiểu đoàn.

Sau hôm đó, người lính liên lạc tiểu đoàn đưa hắn một chiếc quần kaki khá mới của tiểu đoàn trưởng cho. Nhìn chiếc quần, Kim phân vân "Liệu có phải bữa trước ông ta muốn gặp hắn để hỏi tội đánh nhau, tội bắn súng, hay là chỉ để cho chiếc quần này?". Bất luận thế nào, hắn cũng chẳng có cảm xúc gì với món quà ấy. Một tuần sau, người sỹ quan quân lực tiểu đoàn xuống đại đội Kim đưa hắn lệnh điều động về tiểu đoàn bộ, chịu sự giám sát của các thủ trưởng tiểu đoàn. Buồn vì xa đồng đội nhưng hắn phải chấp hành mệnh lệnh vì biết đây là cái giá phải trả cho cái lỗi lầm "2 trong 1" vừa qua. Trước tiên, hắn tham gia khoá huấn luyện đánh *morse*, sử dụng các loại máy truyền tin trên trung đoàn bộ. Tiếp đó, hắn được điều về tổ thông tin hữu tuyến, thuộc tiểu đội truyền tin của tiểu đoàn bộ, với nhiệm vụ giữ liên lạc từ tiểu đoàn lên trung đoàn và xuống các đại đội được thông suốt. Người lính khi ấy thường phải vác trên mình cái guồng "sừng bò" bằng gỗ quấn 800 mét dây điện thoại, một máy điện thoại quay tay TA57 để thử dây và một khẩu AK47 đầy đạn. Họ phải lần theo đường dây rải dưới đất, hay mắc trên cành cây để sửa chữa những chỗ bị sự cố, bất kể ngày đêm. Dù phải mang vác thiết bị vũ khí nặng nhưng điều đó không làm những người lính bận tâm bằng việc họ có thể lọt vào ổ phục kích của lính biệt kích Sài Gòn*. Để đối phó chúng, họ thường đi hai người, một dò theo đường dây, một quan sát yểm trợ.

Có một lần, Kim và đồng đội, tên Mạnh, đang lần theo đường dây tìm chỗ đứt thì chợt thấy một xác chết bên bìa rừng. Đó là một cái xác phụ nữ loã thể có nước da nâu sạm, mái tóc quăn cháy nắng, đang nằm dạng hai chân và trong âm hộ lấp ló một viên đạn M79. Thấy cảnh thương tâm, những người lính muốn lấy gì đó đắp cho chị ta. Nhưng lại sợ vướng mìn, lựu đạn gài dưới cái xác nên họ chỉ kiểm tra hai đầu đoạn dây bên dưới cái xác và quan sát xung quanh. Nhìn vết giày đế cứng, đám ruồi nhặng vo ve nơi cửa mình và khuôn mặt đau đớn của cái xác đang trương lên ấy cùng viên đạn M79 còn mới, họ đoán biết đó là "tác phẩm" của biệt kích địch.

----

*Lực lượng này thường hoạt động ở Lào và vùng núi Trường Sơn Bắc Việt Nam với chiến thuật thâm nhập, đánh phá hậu cứ đối phương nhưng không thành công vì sự cảnh giác của họ. Từ 1962 -1970 gần 800 người của lực lượng này đã bị bắt sống, hoặc thiệt mạng bởi quân đội Việt Nam.

- Chắc bọn nó hiếp, rồi giết người này để dằn mặt mình đấy - Mạnh thì thầm, rồi dặn:

- Cẩn thận! Sa vào tay bọn này không khéo là hai cái đầu bọn mình sẽ bị chúng đem về căn cứ lĩnh thưởng đấy.

Nhưng xác chết đó là ai? Là dân thường hay nữ giao liên, Thanh niên Xung phong? Là người Việt hay Lào? Bức bối trong đầu, Mạnh chửi thề, "Đ.M chúng mày! Bố mà gặp, là bố thiến hết chúng mày". Đang miên man suy nghĩ, chợt Kim thấy Mạnh giơ tay báo hiệu dừng lại và chỉ xuống suối. Lập tức, hắn lao xuống cái rãnh bên đường, hướng mũi súng xuống con suối cạn. Mạnh bò tới sau một thân cây cách Kim khoảng 30 mét, tạo tổ chiến đấu với hai khẩu AK47 bắn chéo cánh sẻ. Thấy một chiếc mũ sắt của địch trên mép tảng đá lớn dưới bụi cây um tùm bên kia suối, Kim móc ra quả lựu đạn F1, sẵn sàng ném qua đó. Hai người lính nằm yên chờ mục tiêu bên suối chuyển động. Một phút, rồi ba phút trôi qua nhưng không gian vẫn yên ắng, chiếc mũ sắt vẫn không nhúc nhích. Bỗng hắn nghe thấy hai tiếng "đoành đoành" từ khẩu súng của Mạnh, rồi lại một tiếng "ầm" vang lên. Chiếc mũ sắt biến mất, vài con cu đất trong bụi cây hốt hoảng bay vù vù lên cao. Hai người lính nằm im thêm vài phút nữa xem có động tĩnh gì không, rồi lom khom tiến qua suối tới mục tiêu. Chẳng có gì ở đó ngoài chiếc mũ sắt đã bị vỡ một phần và một vỏ thuốc lá *Rubi Queen* xanh, "Quân tiếp vụ", bị vò nát. Cầm chiếc mũ sắt và cái cần còn sót lại của quả lựu đạn mỏ vịt M67 vừa nổ lên săm soi, Mạnh lẩm bẩm: "Mẹ kiếp! Không cẩn thận với bọn này là toi rồi." Thì ra, quả lựu đạn được gài dưới cái mũ sắt đã phát nổ ngay khi chiếc mũ sắt bị bắn trúng. Hoạt động của toán biệt kích ấy được họ báo lên cấp trên.

Ngày hôm sau, tiểu đoàn cho một tiểu đội chia thành ba tổ truy lùng và dồn chúng về biên giới Lào-Việt, nơi có các đơn vị chiến đấu của các binh trạm. Đến trưa, tổ của Kim do hạ sĩ Lộc chỉ huy nghe thấy tiếng súng AK47, M16, M79 trong rừng sâu liền chạy về phía đó yểm trợ đồng đội. Đến nơi, họ dàn hàng ngang tiến vào nhưng không thấy gì ngoài mấy nhánh cây gẫy và các vỏ đạn vương vãi. Có lẽ, đồng đội họ đang truy kích địch ở đâu đó phía trước? Lộc suy đoán. Chợt mọi người nghe thấy có tiếng động dưới khe cạn... Lộc liền khoát tay ra hiệu cho đồng đội bao vây. Khi những người lính rón rén, như những con báo săn mồi, tiến đến nơi thì họ nhìn thấy một gã biệt kích đang loay hoay làm gì đó trên cái chân đẫm máu của hắn.

- Giơ tay lên! Lộc quát.

- Dạ! Dạ... gã biệt kích giật mình, líu ríu đáp.

- Đâu hết rồi?

- Hướng đó.

- Sao mày ở đây?

- Dạ! Bị thương... chờ trực thăng rước.

- Máy truyền tin đâu?

- Tụi nó giữ.

- Không có máy, sao trực thăng biết chỗ rước mày?

- Dạ, dạ...

- Chúng mày có mấy đứa?

- Ba.

- Từ đâu đến?

- Dạ! Pleiku. Liên đoàn 11.

Thằng Mạnh nãy giờ im lặng, chợt lên đạn "rốp rốp", rồi dí khẩu AK47 vào đầu gã biệt kích và quát:

- M79 đâu?

- Tụi nó giữ.

- Mũ sắt mày đâu?

- Dạ... hư rồi... gã biệt kích lúng túng.

- Hư cái đéo gì! Mày gài lựu đạn dưới mũ sắt để hại "bố mày" hả? Mạnh chửi thề, rồi tiếp tục:

- Chúng mày hiếp người đó phải không?

- Dạ, không phải tui.

- Sao lại giết người ta?

- Dạ, lúc đó tui không ở đó.

- Mày biết người đó là ai không?

- Không.

- Láo! Mạnh quát lớn.

- Dạ, tui chỉ thấy người đó mặc đồ như người Thượng.

Lẽ nào, chị ta là người thiểu số, hay là người Lào? Mạnh nghĩ vậy và chợt nhớ những lời mời hát múa của những cô gái Lào hôm nào:" *Sơn ái lăm vông sa ma khi* "(mời các anh hát Lăm Vông đoàn kết).

- Sao chúng mày ác thế? Lộc chen vào, rồi rút con dao găm tiến đến gã biệt kích, với đôi mắt "hình viên đạn":

- Cởi áo ra! Anh ta ra lệnh.

- Xin mấy ông tha mạng! Tui còn vợ con ở nhà – gã biệt kích hốt hoảng vừa cởi áo, vừa van xin. Chẳng nói chẳng rằng, Lộc lấy con dao găm xé toang chiếc áo thành mấy mảnh, rồi buộc các vết thương trên đùi trên vai đang rỉ máu cho gã tù binh và ra lệnh tiếp:

- Đứng lên! Theo tao.

- Đau quá! Đi không nổi - gã biệt kích nhăn nhó.

- Không nổi cũng phải đi! Hay muốn tao cho bay lên trời gặp ông bà? Rồi mặc gã tù binh rên la, Lộc vẫn xốc nách hắn đứng lên và dìu đi từng bước. Thằng Mạnh khoác lỉnh kỉnh hai khẩu AK47 và M16 cùng chiếc ba lô thịt hộp cơm sấy của tên tù binh đi trước, Kim đeo hai khẩu AK47 đi sau. Cứ thế, cả bọn chậm chạp đi về nơi tập kết.

Những lúc rảnh rỗi, Kim hay sang tổ vô tuyến điện, được mệnh danh là lính "thối tai chai đít" vì suốt ngày đeo cáp trên tai và ngồi trực, để tán gẫu. Ở đó, có những máy P105M của Nga có thể phát sóng VHF tới 40 cây số (PRC25 của Mỹ chỉ phát sóng 25 cây số nhưng tín hiệu mạnh hơn và gọn nhẹ hơn) có thể thu được tần số các đài FM. Kim hay tranh thủ lúc máy không làm việc dò đài Sài Gòn, nghe những ca khúc trữ tình mà Hà Nội gọi là "nhạc vàng" và cấm phổ biến vì sợ sự bi luỵ ru ngủ tinh thần thanh niên. Thực tế, không hẳn vậy. Âm nhạc vốn không biên giới nên chính quyền Sài Gòn vẫn sử dụng nhiều ca khúc cách mạng và những người lính Việt Nam cũng thích các ca khúc có tiết tấu chậm rãi, ca từ gần gũi được phát hành trong nam. Đa số những bài hát đó phù hợp tâm trạng xa nhà của người lính, giúp họ giải toả trầm cảm nơi chiến trường nên không bị cấm đoán như ở hậu phương. Âu, điều đó cũng hợp lý! Bởi trong khi lính Mỹ được giải trí với búp bê *silicon*, hay được trực thăng đưa về căn cứ ôm ấp các vũ nữ, thả hồn cùng rượu bia, chất kích thích... thì lính Việt Nam chỉ có thể túm năm tụm ba bên mấy ống điếu thuốc lào vừa nhả khói thuốc, vừa tán chuyện tục về đàn bà. Càng tục tĩu càng khoái vì nhờ thế mà những cái đầu bốc hoả, những cơ thể luôn rạo rực lửa tình được làm nguội nhanh chóng, như kiểu bên Mỹ vậy. Đó là những câu chuyện tiếu lâm truyền khẩu kiểu như *Phone Sex*:

"Một cô gái đi thi thể hình bị anh bảo vệ ngoài cổng chặn lại:

- Đi đâu đây?

- Dạ! Em đi thi thể hình ạ

- 'Đây' hỏi thật nhé, vú vê cô cỡ nào mà đến đây thi? Anh ta hỏi dung tục, sau khi nhìn chằm chằm vào ngực cô gái.

- Dạ! 'Của em' bằng quả cau ạ - cô gái bẽn lẽn.

- Này! 'Đây' bảo cho mà biết, vú vê của người ta toàn là 'cam Bố Hạ, với bưởi Đoan Hùng' còn chẳng ăn ai nữa là cái 'quả cau' của cô thì thi cử cái nỗi gì? Về mau! Vừa nói, anh ta vừa xua đuổi cô gái.

- Vâng! Em biết thế nhưng bác cứ để em vào vì quả cau mới chỉ là phần cái núm thôi ạ - cô gái năn nỉ vì không muốn bị loại ngay từ 'vòng gửi xe'.

- Sao? Cô bảo sao? Quả cau mới chỉ bằng cái núm vú của cô ư? anh ta sửng sốt kêu lên:

- Ối giời ơi! Rõ khổ cái thân tôi chưa. Thế sao không bảo ngay từ đầu, hử?"

Ở chiến trường, hoạ hoằn những người lính mới có dịp xem các cô Văn Công biểu diễn. Khi ấy, họ thường ngồi im nhìn lên sân khấu dã chiến không phải vì thích nghe những ca khúc chính trị, với những quãng cao và đã nghe mãi rồi. Họ chỉ muốn ngắm nhìn những cặp vú "tấn công", những bộ mông "phòng thủ" của các cô gái ấy thôi. Khi đói khát, ai chả muốn cắn một miếng vào quả táo? Lính tráng hay nói chuyện tục tĩu ư? Không! Chẳng có gì bất thường cả. Bởi đàn bà luôn là một phần của đàn ông – có lẽ Chúa cũng muốn thế (?) - nên chẳng lạ gì khi phụ nữ luôn là đề tài nóng bỏng, lôi cuốn những người lính trên chiến trường.

+ +

Mùa khô 1973, nhiều đơn vị công binh và các đơn vị Thanh niên Xung phong đã cải tạo toàn tuyến đường Trường Sơn của Việt Nam sang các tuyến 9, 128, 129 bên Lào để chuẩn bị các chiến dịch lớn. Đôi khi, các đơn vị lại đóng quân cùng một địa bàn nên thủ trưởng các đơn vị lại cho chiến sĩ của họ giao lưu với nhau. Đó là những buổi văn nghệ, thưởng thức trà Phú Thọ, kẹo Hải Châu, thuốc lá Tam Đảo dưới những căn hầm thùng*. Một lần, khi đơn vị tiểu đoàn bộ của Kim đang tiếp xúc với các cô gái Thanh niên Xung Phong thì bỗng một cô mặt đỏ bừng, tóc đẫm mồ hôi, sau đó khuôn mặt lại tái nhợt, mắt lờ đờ. Những người lính thấy vậy hốt hoảng gọi y tá nhưng các cô gái khác ngăn lại: "Không sao đâu! Các anh cứ để chúng em lo". Quả nhiên, sau khi được xoa dầu nóng thì cô gái ấy trở lại bình thường. Sau đó, y tá đơn vị cho biết đó không phải bệnh "thiếu trai" như người ta nói mà là chứng *Hysteria* - trầm cảm do tinh thần bị ức chế lâu ngày – và do thể trạng nữ giới yếu đuối nên thường bị nhiều hơn nam giới. Biết thế, những người lính rất đồng cảm với những đồng đội yếu đuối của mình và mỗi khi săn bắt được thú rừng họ thường nhường phần thịt ngon nhất cho các cô gái.

Thỉnh thoảng, Kim cũng cùng đồng đội đi săn hoẵng lấy thịt cho nhà bếp. Loại thú ấy rất nhanh nhẹn và nhút nhát nên họ phải chờ đến lúc chúng động dục, đứng một chỗ kêu tác tác gọi bạn tình đến, rồi bắn cả hai như câu bông đùa của ai đó, "Chết vì tình là cái chết thình lình!". Họ cũng đặt bẫy thòng lọng trước các hang nhím, có dấu chân như dấu chân em bé, để bắt chúng. Thịt thú này rất hôi

----

*Hầm lớn dưới đất, được phủ vải dù ngụy trang bên trên.

phải lột da mới ăn được. Săn thỏ thì dễ hơn. Ban đêm, những người lính tìm chúng ở bìa rừng. Khi bị soi đèn pin vào mặt, thỏ vẫn ngồi yên nhìn đèn đến khi bị túm hai tai bỏ vào bao thì mới tỉnh ngộ. Dễ nhất là bắt con nhen (một loài sóc) luôn không coi con người là kẻ thù nên sẵn sàng chui vào ống tre có đặt mồi và việc - đáng xấu hổ của con người - chỉ là đậy cái ống tre lại. Khi muốn có nhiều thịt, những người lính sẽ đi săn lợn rừng nhưng loài thú ấy khá hung dữ và có thể đánh hơi thấy người từ xa nên khó bắn hạ nên họ thường rào kín các nương sẫn chỉ chừa một hai lối vào mà bên dưới là những hầm sâu đã ngụy trang. Cứ vài ngày, họ mới thăm bẫy một lần để lợn không ngửi thấy hơi người và khi thấy con thú sa xuống hố, họ dùng dây kéo nó lên. Ngoài săn thú, những người lính cũng hay bắt cá dưới suối và soi đèn bắt ếch vào đầu mùa mưa. Bình thường, thấy ánh đèn ếch sẽ phóng đi, hoặc trầm mình dưới nước nhưng trong mùa giao phối chúng lại không làm vậy. Những đôi mắt thao láo của chúng giờ đã mù quáng vì tình dục, chẳng thấy nguy hiểm cận kề. Con đực ôm lưng con cái bất chấp tiếng lội nước bì bõm của thợ săn đang đến và kết quả là cả hai phải nhìn nhau bị chặt đầu lột da trước khi vào nồi. Vâng! Chẳng cứ gì con người mà loài vật cũng thường bị chê trách như kiểu, "chết vì gái là cái chết tê tái". Thịt thú thường được lính tráng nướng trui kiểu người Nam, hay nướng với rau mắc khén mắc mật kiểu người Bắc nhưng thường thì họ chỉ "chém to kho mặn", hay là xào nấu qua loa với tiêu rừng ớt dại cho nhanh.

Săn bắn thú rừng với những người lính Việt Nam là chuyện chẳng đặng đừng, bởi nhiều khi máy bay Mỹ dội bom liên tục đã cắt đứt nguồn tiếp tế lương thực của họ. Hơn nữa, số lượng thú săn bắt được chẳng thấm gì với số lượng thú rừng bị tàn sát khi quân đội Mỹ triệt hạ các khu rừng bằng bom phát quang BLU82, CBU55, bom cháy và chất độc da cam (*Agent Orange*).

Những khi giao lưu với các đơn vị Thanh niên Xung phong, Kim thường kiệm lời và ngồi phía sau để tránh cái tiếng "người Hà

Nội", hay bị trêu chọc nơi đông lính nông thôn, nên hay được các cô gái để ý. Trong số họ, Kim có cảm tình với một cô người Hà Nam, tên Loan, dáng thanh mảnh, mái tóc dài, gương mặt thanh tú, có phần ít nói nhưng luôn dành những nụ cười cho hắn. Dù chưa nói những lời yêu đương nhưng có vẻ cả hai người đều tin rằng họ thuộc về nhau. Một tối, họ rủ nhau ra dòng suối vắng ngồi dưới ánh trăng mờ, lắng nghe tiếng nước chảy róc rách qua những hòn đá rêu phong và nhìn sang khu rừng tối, nơi như có hàng trăm cặp mắt vô hình đang nhìn họ. Kim quàng tay ngang lưng cô gái, còn Loan thì ngả đầu vào ngực hắn và thủ thỉ:

- Em nhớ nhà lắm.

- Quê em ở đâu?

- Ở Nam Xương.

- "Người con gái Nam Xương" ư? Hắn ngạc nhiên vì biết nơi ấy là địa danh trong một chuyện dân gian nổi tiếng.

- Vâng! Em ở Lý Nhân (Hà Nam) ạ.

- Sao con gái lại đi Thanh niên Xung phong cho khổ?

- Thấy các chị trong xóm đi vui quá nên em theo – cô gái thở dài, rồi lại nói:

- Ngày em đi, mẹ khóc nhiều lắm.

- Công việc hàng ngày của em là gì? Chàng trai vuốt ve cô gái và hỏi.

- Dạo trước Mỹ ném bom nhiều, chúng em phải lấp hố bom trên đường, rồi lăn bom nổ chậm, bom bị hư ra xa, chờ công binh tới phá. Giờ thì chỉ theo các anh ấy làm đường mới và sửa đường hư hỏng thôi.

- Làm sao mà em biết đâu là bom nổ chậm, đâu là bom hư?

- Em nghe mấy chị bảo, quả bom nổ chậm thường kêu "o, o..." bên trong đến khi nó hết kêu là sẽ nổ.

- Chẳng may bom nổ khi mình tới thì sao?

- Phải chịu thôi! Đời người có "số" mà anh - cô gái đáp, rồi nói tiếp:

- Nhưng thà chết vậy mà em thấy thanh thản hơn chết trong tuyệt vọng như 8 anh chị bị bom lấp cửa hang trên đường 20 dạo trước.

- Ừ, nhưng anh lại thích chết có đôi hơn là chết một mình – chàng trai thật lòng.

- Anh nói vậy phải tội đấy! Trách xong, cô lại tâm sự:

- Vất vả lắm anh ơi! Tóc em giờ đụng đến đâu rụng đến đó. Có khi "tới tháng" cũng không được nghỉ, lắm nơi còn chẳng có nước đâu mà tắm rửa anh ạ. Anh nhìn này, tay em giờ chai sạn như tay đàn ông. Nói đến đây, cô gái rươm rướm nước mắt.

- Thế sao không về nhà? Chàng xót xa.

- Không được! Làm thế, bố mẹ em chả mặt mũi đâu nhìn hàng xóm – cô gái lắc đầu. Nghe vậy, chàng ngậm ngùi không biết nói gì nữa nên ghì chặt nàng vào lòng. Rồi hắn hôn lên mái tóc thề giờ đã khô vì nắng gió, lên đôi mắt rướm lệ buồn, lên khuôn mặt đầy sẹo thâm vì không được chăm sóc, lên đôi môi nứt nẻ vì thiếu rau xanh và lên cả đôi bàn tay chai phồng của nàng. Loan gối đầu trên tay Kim, đôi mắt nàng mơ màng như đang lạc trôi về nơi nào xa xăm lắm. Ở đó, chỉ có những quả bom tròn trùng trục như những con cá heo đang nằm im bên những con đường đất đỏ bazan dưới tán rừng nhiệt đới. "Đừng nổ nhé! Để chị giúp các em có ích cho đời" – nàng vuốt nhẹ và thì thầm với chúng. Bỗng trước mắt nàng nhoáng lên một vầng sáng chói loà, như bức tường lửa hồng ở trên tím ở dưới, rồi một cơn lốc rất mạnh hất tung nàng lên cao. Khi ấy, nàng thấy thân xác mình cùng đất đá đang bay tứ tung trong màn khói đen mờ ảo trước mắt. "Mẹ ơi! Con chết rồi"- nàng thảng thốt gọi mẹ. Cơn lốc tiếp tục đưa nàng lên cao, cao mãi...cao đến khi nhìn thấy trái đất chỉ là một hành tinh xanh nhỏ bé. Lạnh quá! Nàng thầm nhủ và thu mình lại như mỗi lần gặp các cơn gió lạnh khi giúp mẹ ngoài đồng nhưng sao cơ thể nàng giờ trong suốt và nhẹ như thinh không. Hoảng sợ trong cái lạnh lẽo trống vắng đó, nàng gào khóc, "Anh Kim ơi! Cứu em với..." và cuống cuồng tìm chàng. May quá! Nàng đã nắm được tay anh ấy rồi. Những giọt nước mắt mừng rỡ trào ra hàng mi cong.

- Em khóc?

- Không! Em đang hạnh phúc vì có anh...

Chàng nhẹ nhàng vuốt ve mơn trớn khắp thân hình mơn mởn tràn trề nhựa sống, khắp các đường cong mềm mại của cô gái mới 19 tuổi. Rồi chàng lại hôn lên mắt, lên môi, lên khắp tấm thân ngọc ngà ấy bằng những nụ hôn mãnh liệt nhất của người con trai mới lớn. Chàng và nàng cứ quấn lấy nhau như hai cục than nóng bỏng mặc sương đêm thấm ướt áo quần và nước suối nguồn tuổi xuân lai láng khắp người mà chẳng đắn đo suy tư gì. Vâng, có gì mà phải suy tư? Khi họ chỉ là những đứa trẻ chập chững vào đời, như đôi chim cu đất âu yếm nhau giữa trời đất bao la và quy luật âm dương của Tạo hoá. Nàng cứ nằm im trong vòng tay chàng như thế. Tấm thân trinh trắng của nàng ngọt ngào, như trái bắp đầu mùa mới vừa nấu chín, cứ mời mọc chàng. Cái cảm giác được sở hữu thân thể một cô gái thật tuyệt vời với những chàng trai mới lớn. Bây giờ, chàng muốn bóc "trái bắp" ấy ra thế nào cũng được, muốn ăn bao nhiêu thì ăn. Trong men say tình ái, nàng đã trao hết tấm thân ngọc ngà, mà cha mẹ nàng đã tạo thành, cho chàng. Nhưng Kim không phải là kẻ săn mồi, hay con chim bói cá rình rập lấy đi sự trinh trắng của nàng, thứ tài sản duy nhất của cô gái Thanh niên Xung phong đáng thương khi ấy. Nhắm mắt lại và hít thở thật sâu, hắn cố thoát khỏi những tiếng thở dồn dập và vòng tay nàng đang siết ngực hắn vào cặp vú mơn mởn của nàng. Khi đã ổn, hắn thổi nhẹ vào tai nàng để đánh thức:

- Dậy đi em! Khuya lắm rồi.

- Ước gì mình được ngủ với nhau mãi anh nhỉ – nàng nói trong tiếc nuối. Họ ngồi dậy bên nhau. Rồi nàng đan ngón tay mình vào tay chàng, còn chàng cứ hít hà mãi mùi hương con gái dưới mái tóc thề của nàng và thì thầm hát: "*Con kênh xanh xanh những chiều êm ả lướt trôi. Đêm đêm trăng thanh theo dòng buồm căng gió xuôi. Con kênh xanh xanh những mùa sen nở khắp nơi, bao câu tơ duyên dạt dào tình ai thắm tươi...*" (ca khúc "Con Kênh Xanh Xanh" – Ngô

Huỳnh).

Mãi quấn quýt bên nhau, cặp đôi ấy quên hết thời gian, quên cả cái kỷ luật chiến trường dành cho những kẻ vô kỷ luật như họ đang chờ ở đơn vị. Nắm tay Loan, bất chợt chàng hỏi:

- Đi thế này, em có sợ bị kỷ luật như cái chị thượng sĩ nào đó bên Binh Trạm bị kỷ luật lao động và giáng cấp xuống binh nhì vì tội chửa hoang không?

- Em chả sợ gì nhưng tội nghiệp chị ấy đã chết cùng cái thai trong bụng vì bom giặc.

Vâng! Chẳng bom đạn, kỷ luật nào có thể ngăn được tình yêu người lính! Kim nắm chặt tay Loan. Chợt hắn nghe thấy có tiếng động, rồi thình lình trông thấy hai gã đàn ông đeo ba lô xăn quần tới gối, chắc mới vượt suối(?) xăm xăm đi về phía hắn. Bất ngờ, thấy đôi trai gái ngồi bên suối, họ quát lên:

- Ai?

- Quân ta! Kim đáp.

- Đồ chết vì gái! Một trong hai gã xổ ra câu khinh miệt, chẳng khác gì nhổ nước bọt vào mặt Kim, sau khi rọi đèn vào mặt cặp tình nhân.

- Mẹ kiếp! Kim chửi đổng, rồi định đứng lên ăn thua đủ với gã đó nhưng Loan kéo tay hắn lại:

- Thôi anh ạ. Người ta cũng như mình thôi.

Vâng, trong nhiều hoàn cảnh, phụ nữ thường nói đúng! Nếu lúc ấy hắn gây sự với bọn đó thì "hai đánh một không chột cũng què" nên đành nhịn. Sau khi hai gã đó đi khuất, đôi trai gái cũng đứng dậy ra về. Lúc ấy, kim đồng hồ của Kim chỉ bốn giờ sáng. Đứng trước lối mòn vào đơn vị Thanh niên Xung Phong, nàng thì thầm:

- Anh về đi! Đừng vào trong kẻo có đứa lại bị "thiếu trai" đấy.

- Đừng lo! Anh chỉ yêu mình em thôi. Hắn đáp lại cái cách bảo vệ tình yêu ngây thơ của cô gái trẻ, xong lại ôm hôn nàng không rời ra. Những nụ hôn yêu thương ấy tưởng như đã khiến cho lũ côn trùng đang nỉ non bỗng im bặt và núi rừng cũng lắng đọng theo.

Sau đêm đó, Kim bị đơn vị cảnh cáo về tội bỏ đơn vị ra ngoài không xin phép và quan hệ bất chính với phụ nữ nhưng hắn chẳng hề ân hận vì đã có một đêm ở bên cô gái ấy.

Mấy hôm sau, trong lúc đang sửa chiếc máy điện thoại quay tay TA57, Kim nghe tiếng đồng đội: "Kim ơi! Vợ đến kìa", hơi ngạc nhiên nhưng hắn cũng phóng ra ngoài xem là ai? Thì ra là Loan, thanh thoát trong bộ quân phục ôm sát thân hình eo thon, đang tươi cười vẫy hắn. Rồi hai người họ nắm tay nhau ra đồi sim phía trước, trong tiếng trêu chọc của mấy tay lính đang trực chiến gần đó: "Em ơi, đừng tin, thằng Kim nó lừa đấy!". Ngắt một cành hoa sim tím, Loan bùi ngùi nói, "Mai đơn vị em vào Chà Vằn hay là gì gì ấy ở trong nam mà em cũng chẳng biết nữa". Kim hơi bất ngờ khi nghe Loan nói nên chỉ siết tay người yêu, lát sau mới hỏi lại:

- Em đi rồi có nhớ về anh không?

- Nhớ muốn chết luôn! Nàng đáp không cần suy nghĩ. Xúc động với tấm chân tình của người con gái, hắn ôm chặt nàng vào lòng, rồi trở vào hầm lấy con dao găm Thảo tặng hôm nào, đem ra tặng lại người yêu:

- Em giữ lấy!

- Con gái giữ dao găm làm gì? Nàng ngạc nhiên.

- Con dao năm công dụng này làm gì cũng tiện và để phòng thân.

- Em chẳng có gì tặng cho anh - nàng vừa mân mê con dao, vừa nói giọng buồn buồn.

- Em cho anh nhiều rồi. Anh không quên đâu.

- Thật không? Nhớ đừng quên em nhá.

Nói rồi, nàng lấy chiếc bút máy "Trường Sơn" loay hoay ghi địa chỉ của mình vào một mảnh giấy nhỏ trao cho hắn. Kim cũng đưa nàng số hòm thư của mình. Sau đó, họ cứ nắm tay nhau dùng dằng mãi chẳng chịu buông ra, mặc những lời chọc ghẹo của đám lính "không mảnh tình vắt vai" ở phía xa," Em ơi! Thằng Kim có vợ rồi! Anh mới là giai tân đây".

Người con gái ấy đi rồi, chỉ còn nỗi trống vắng trong lòng Kim nên chiều nào hắn cũng trông ngóng người lính quân bưu nhưng chẳng có lá thư nào cả. Bằng đi cả tháng không có tin tức gì thì bỗng một hôm Kim nhận được lá thư của nàng viết trên tờ giấy xé ra từ cuốn sổ tay với nét chữ mềm mại, lời lẽ mộc mạc thân thương như hôm nào:

"Anh ơi! Em đang ở ngã ba biên giới. Em thấy bộ đội ở đây đông lắm, họ bảo sắp đánh nhau to rồi. Dạo này mưa nhiều đường lầy lắm nên chúng em cũng vất vả... Không biết, nay mai đơn vị em có sang Tây Nguyên hay là đi tiếp vào nam. Nếu vào nam thì anh nhớ cho địa chỉ để em đến thăm quê hương "con kênh xanh xanh" của anh nhé. Thương nhớ về anh. Người yêu của anh. Em Loan".

Thế là đêm đó, hắn ngồi hí hoáy viết thư hồi âm cho nàng, rồi sáng ra lại hí hửng đưa nó cho anh lính quân bưu. Nhưng khi bỏ lá thư vào chiếc "sắc-cốt" nhà binh, người lính quân bưu đã làm hắn mất hứng, "Thư này phải ra Hà Nội, rồi mới đi các nơi nên cậu phải chờ thư hồi âm hơi lâu đấy". Nhưng rồi, cái ngày hắn mong đợi cũng đến. Khi nhận lá thư từ tay anh lính quân bưu, Kim vui lắm vì đoan chắc nàng đã đọc được những lời lẽ yêu thương của hắn nhưng khi cầm lá thư trên tay, hắn bất giác cảm thấy có gì đó khác lạ bèn vội xé bao thư ra xem. Cũng vẫn là tờ giấy xé ra từ sổ tay nhưng nét chữ hôm nay khá nguệch ngoạc và lời lẽ trong thư thì khiến hắn sững sờ:

"Anh Kim ơi! Cái Loan hy sinh rồi. Tổ ba người của nó bị trúng bom nổ chậm chết hết rồi..."

Chết điếng trong lòng, hắn vò nát lá thư rồi ra ngoài đồi sim, nơi hai đứa chia tay hôm nào, khóc một mình. Sao mới 19 tuổi mà nàng lại phải chết? Sao trời phật nhiều phen độ cho hắn mà không độ nàng một lần? "Người Con Gái Nam Xương" khi xưa chết vì bị tình phụ nhưng "Người Con Gái Nam Xương" hôm nay của hắn đang được yêu và có tội tình gì đâu mà phải chết thảm vậy? Phải chăng vì hắn quá đa đoan với tiết hạnh của cô gái nên nàng mới phải chịu kiếp oan hồn trinh nữ như thế? Những câu hỏi ấy cứ cào cấu trái tim hắn không thôi. Quẹt diêm đốt bỏ lá thư, nhìn làn khói mỏng manh uốn éo lên trời xanh, Kim hứa dù âm dương cách biệt nhưng tình yêu của hắn dành cho Loan – tên loài chim đẹp nhất núi rừng Trường Sơn – sẽ mãi long lanh như những giọt sương mai. Trong tiếng mưa rả rích trên khu rừng lá đêm đó, hắn không sao ngủ được vì cứ miên man nhớ đến ánh mắt nụ cười của nàng, cùng những lời ca da diết: *"Mưa rừng ơi mưa rừng. Hạt mưa nhớ ai mưa triền miên. Phải chăng mưa buồn vì tình đời. Mưa sầu vì lòng người duyên kiếp không lâu...* (ca khúc "Mưa Rừng"- Huỳnh Anh).

+ +

Mùa khô 1974, viên sĩ quan quân lực tiểu đoàn trao Kim tờ giấy điều động đi học Trường Sĩ quan Thông Tin. Do năm học đã khai giảng nên hắn phải tranh thủ đi nhờ chiếc xe tải "Hồng Hà" của Trung đoàn bộ ra Vinh nhận hàng, chẳng có thời gian chia tay đồng đội. Trên những con đường bụi mù mịt vào mùa khô của Trường Sơn, chiếc xe tải và hai người lính bị bụi đất *bazan* phủ đỏ lòm từ đầu đến chân. Chưa kể, mấy lần xe bị "pan", Kim còn phải quay chiếc "ma-ni-ven" khá nặng giúp anh tài xế khởi động lại máy xe. Rồi hắn còn phải xách cái can rỗng đi mót nước làm mát máy xe ở mấy cái khe cạn nơi có nhiều bướm cũng bay đến tìm nước. Để tránh ngủ gật, tay lái xe luôn mồm luyên thuyên. Bất chợt, anh ta hỏi Kim biết" Đồng Đăng có phố Kỳ Lừa, có nàng Tô Thị *, có chùa Tam Thanh" không? Rồi khoe:

- Nhà tớ ở gần nàng Tô Thị và chùa Tam Thanh đấy.

- Thế ư?

- Hồi bé chúng tớ hay vào chùa chơi trò vỗ ngực.

- Sao lại là vỗ ngực?

- Vì chùa ở trong động sâu nên hễ vỗ ngực ở đó thì sẽ nghe thấy âm thanh vang vọng khắp động.

----

*Truyện "Sự tích hòn Vọng phu".

129

- Hay nhỉ.

- Cậu biết không? Trong động có đến ba cái chùa chứ không phải chỉ một đâu nhé. Anh lái xe tỏ ra hãnh diện, "Nàng Tô Thị ở quê tớ đấy". Chẳng cần anh ta nói, Kim cũng biết chuyện nàng Tô Thị ôm con chờ chồng đến hoá đá từ cái thủa hắn còn nhịn ăn sáng, lấy tiền mua truyện đọc. Suốt đường đi, anh lái xe vui tính ấy còn kể vô khối chuyện tiếu lâm của cánh lái xe. Đại loại như: "Trong một lần đi công vụ, người lái xe nọ đã cho hai bố con cô gái đang vẫy xe đi nhờ. Thấy cô gái trẻ, anh ta thích lắm nên dàn cảnh cho ông bố lên ca-bin ngồi với mình, còn cô gái thì cho ngồi sau thùng xe. Sau khi khởi động máy, kéo phanh tay, anh ta giao lại cái vô-lăng cho ông già và nói:

- Bố giữ chặt cái này! Đừng buông ra, kẻo xe chạy xuống dốc là chết cả đám đấy.

- Vâng! Anh yên tâm, tôi không buông ra đâu – ông già vội vã đáp lại. Thế là anh chàng đó phóng lên thùng xe tha hồ mơn trớn cô gái trẻ, mặc ông bố già toát mồ hôi, nghiến răng nghiến lợi giữ chiếc vô-lăng".

Tới Vinh, Kim mua vé tầu hoả đi Hà Nội. Trên chuyến tầu đêm đó, hắn tình cờ ngồi chung băng ghế với một cô quân y tên là Diệu Tâm. Tuy không đẹp nhưng cô rất dịu dàng và ân cần với hắn. Cô gái mời hắn những thanh lương khô 702 mầu nâu có mùi "sô-cô-la" cho sĩ quan chứ không phải cái thứ 701 mầu vàng, giống cám ép, của đám lính như hắn. Cô lại còn rót cho hắn trà gừng ấm trong bi-đông và đưa hắn khăn "mù-xoa" lau miệng. Hắn ngoan ngoãn làm theo lời của cô y tá nhưng cũng không quên hít hà cái mùi con gái trong chiếc khăn thêu hình hai con chim trắng mỏ đỏ hôn nhau ấy. Rồi họ tựa vai, kề đầu nhau ngủ gà ngủ gật dưới ngọn đèn mờ duy nhất trên toa tầu trong những tiếng xình xình đều đều dưới đường ray. Trong lúc mơ màng, Kim cảm nhận được một nụ hôn ấm áp trên môi và dường như cơ thể hắn được bao bọc trong vòng tay mềm mại của ai đó. Lúc ấy, hắn ngỡ đó là vòng tay cô Thanh niên Xung phong bên dòng suối vắng có nhiều hoa thơm bướm đẹp ở đại ngàn Trường Sơn. Nhưng khi mở mắt ra, hắn biết Trường Sơn giờ chỉ còn là những ký ức - những ký ức sau này đã thôi thúc hắn viết nên ca khúc "Năm Tháng Trường Sơn":

Bao mơ ước một lần trở lại, đường Trường Sơn in dấu chân xưa, những cánh rừng lánh lót chim ca, những ngọn đồi quân đi nắng cháy. Trường Sơn ơi! Vách đá cheo leo, thác cuốn mây trôi, sương trắng đại ngàn, róc rách suối nguồn nước chảy về đâu? Trường Sơn ơi! Mưa trắng nhạt nhoà, cơm vắt, ngủ rừng, não lòng hoãng gọi đàn tác tác...

Rồi, Kim cũng nhận biết, chính Diệu Tâm đã ôm hắn khỏi thức giấc mỗi khi tầu dừng đột ngột và cũng chính cô ấy đã trao hắn nụ hôn thầm lặng. Cô cho hay, mình là y tá bệnh xá sư đoàn đang trên đường đi học trung cấp quân y. Khi biết chàng trai đồng hành cũng đang trên đường tới trường Sĩ Quan Thông Tin thì cô vui lắm, liền mời hắn khi có dịp ghé thăm nhà mình ở khu tập thể Bờ Sông. Qua chuyện trò, hắn còn biết bố Diệu Tâm là một đại tá quân y - cấp hàm cao nhất của binh chủng Quân Y khi đó. Đoàn tầu từ từ tiến vào sân ga, đôi trai gái cho nhau địa chỉ và nắm tay tạm biệt nhau trong tâm trạng thoải mái vì đã về đến nhà mà lại còn có thêm những người bạn khác giới.

+ +

Hà Nội bấy giờ khác hẳn những năm trước. Chẳng biết người ta ở đâu đổ ra đường đông quá? Cảnh chật chội, xô bồ đã thay cho sự thoáng đãng ngày xưa. Tình cờ, một lần Kim thấy một người đàn ông đầu bê bết máu từ trong một tiệm thuốc tây ở phố Cửa Nam đi ra cùng những lời hăm doạ của một gã hung hãn ở phía sau. Thật chua chát! Máu lại đổ ở chính nơi bình yên mà hắn từng mong ngóng trở về. Một tối cúp điện, ai đó đã báo Kim có khách đang chờ ngoài cổng. Từ xa, Kim bất ngờ thấy Diệu Tâm cùng một cô bạn nữa nên hắn cứ đứng tần ngần không dám ra. Khi ấy, Kim không muốn cha mẹ hắn biết và giám sát chuyện hắn có bạn gái. Vả lại, hắn cũng xấu hổ khi

131

phải tiếp cô bạn ở khu nhà chật chội tối tăm. Sau lúc trấn tĩnh, hắn lò dò đi ra nhưng khách không còn ở đó. Linh cảm cô gái sẽ quay lại nên tối hôm sau, Kim đã chủ động chờ đón. Thế nhưng hắn lại một phen bất ngờ khi thấy nàng đã đứng một mình bên gốc cây xà cừ, đổ bóng dài dưới ánh đèn đường vàng vọt, từ bao giờ rồi? Gặp lại nhau, nàng mừng lắm, rối rít xin lỗi vì hôm qua đã dẫn bạn đến mà không báo trước. Sau đó, cô cứ mân mê một cái bút trên tay mà không nói gì. Kim chợt nhận ra người con gái ấy đã yêu hắn. Đó là thứ tình yêu nghiêm túc, kiểu dâng hiến và nghĩa vụ của người lớn, không có chỗ cho những tình cảm bất định của tuổi trẻ. Lập tức, cái vỏ đàn ông, cái vẻ lính chiến của hắn tụt cả xuống đất để lộ ra chân tướng một anh chàng chưa đầy 20 tuổi, chưa thoát khỏi cái bóng của cha mẹ, chưa đủ tự tin gánh vác gia đình riêng. Thực vậy, hắn chưa đủ lớn để tiếp nhận một tình yêu nặng trách nhiệm với gia đình hai bên nên đã đánh mất một tình yêu đích thực - như con sóc nhỏ không dám với trái chín đầu cành. Dẫu sao, đó vẫn là sự hèn nhát! Kể từ đó, hắn biết mình đang lừa dối cô gái ấy và cả hắn nữa để biến thành con bướm vô tâm bay khỏi mối tình, như hoa vừa chớm nở của nàng. Muốn giấu những giọt mắt tủi hổ, cô gái cứ nhìn mãi chiếc bút máy mà không dám nhìn thẳng vào mắt hắn để thiêu đốt con quái vật giả dối đang núp trong đó. Hoặc cứ ôm và gieo những nụ hôn ướt át lên môi hắn, như từng làm trên chuyến tầu đêm nào, để những hạt mầm yêu thương vươn lên trong tim hắn. Ôm bờ vai đang rung rung trong tiếng nức nở của nàng, Kim an ủi: "Tình yêu chỉ là thứ thoáng qua thôi, rồi thời gian sẽ chữa lành tất cả. Dù sao, anh cũng yêu em." Hắn thốt ra những lời sáo rỗng theo bản năng đàn ông, dẫu biết nó chẳng thể xoa dịu được nỗi đau của nàng. Nó cũng chẳng thể làm dịu con tim đang bấn loạn của Kim bởi những giọt nước mắt mặn mặn của nàng trên môi hắn. Bất chợt, nàng thu mình lại và khẽ nói:

- Anh...

- Gì em?

- Không! Không có gì. Nàng lắc đầu.

- Nói đi. Hắn vớt vát.

Nhưng nàng vẫn lắc đầu – cái lắc đầu tự trong của con một viên đại tá? Để kết thúc sự dày vò của hai người, Kim nói lời chia tay nàng mà sau này hắn vô cùng hối hận vì sự phũ phàng ấy: "Thôi em về đi, tối rồi!". Vì cả hai đều chưa có số hòm thư mới nên lời chia tay hôm đó cũng là lời biệt ly cho mối tình không thành của họ.

Sau khi trình diện tại trường Sĩ quan Thông Tin, Kim được phiên chế về Tiểu đoàn 30. Ngoài thời gian trên lớp, các học viên còn phải trồng rau xanh, nuôi heo cải thiện bữa ăn và luân phiên dọn vệ sinh, lấy phân tươi dưới các hố xí tập thể đem chôn lấp. Không có đồ bảo hộ nên họ thường nín thở khi làm việc ở nơi ngập ngụa dòi bọ hôi thối đó. Khi xong việc, dù đã ngâm mình dưới sông, rồi lại chà xát đến đỏ da bằng những cục xà phòng đen cứng như đá mà mùi xú uế vẫn cứ vương vấn trong mũi, tệ như câu "Sao lại cứ thích chọc cứt lên mà ngửi thế nhỉ?" của mấy tay lính già chống đối việc này.

Trong đơn vị có một người tên Lợi thường chia sẻ bài vở, công việc với Kim và đôi khi còn cùng hắn về Hà Nội những dịp cuối tuần. Một lần, Lợi rủ hắn đến nhà anh ta ở trong khu phố cổ sầm uất. Men theo lối nhỏ tối tăm, được tạo ra bởi cái vách ngăn tạm của một gia đình sống ở bên ngoài, họ lọt vào cái sân lát gạch tầu dưới một cái giếng trời thoáng đãng. Trong sân có một cái cầu thang xi-măng dẫn lên hai phòng trên gác. Lợi dẫn Kim lên căn phòng đầu tiên, nơi có một cô gái có đôi môi đỏ trên làn da trắng mịn đang hí hoáy là quần áo, rồi bỏ đi đâu đó. Khi ấy, hắn thoáng giật mình vì ngỡ gặp "Nàng Bạch Tuyết", còn cô gái cũng tỏ vẻ ngạc nhiên và bối rối khi chợt thấy chàng trai lạ trong nhà. Sau đó, cô gái nhanh chóng dọn dẹp đống quần áo và bắt chuyện:

- Anh ở chung đơn vị anh Lợi nhà em?

- Ừ.

- Anh của em trên đơn vị thế nào?

- Như mọi người thôi.

- Anh Lợi em ở nhà yếu lắm – cô gái kể lể, rồi hỏi:

- Nhà anh ở đâu ạ?

- Khu Cửa Nam.

- Anh có hay về nhà không ạ?

- Thỉnh thoảng.

Cả hai yên lặng cho đến khi Lợi quay lại giới thiệu họ với nhau. Thì ra, đó là Trinh, cô em út của anh ta đang học năm hai Trường Đại học Sư phạm và dù ít hơn Kim hai tuổi nhưng cô ta lại khá hợp hắn trong cách nói chuyện và vài sở thích cá nhân. Lần khác tới nhà, Kim đã gặp song thân của Lợi là những giáo chức thời Tây đã hưu trí. Ông bố cao gầy, thường đội chiếc mũ bê-rê và đọc báo ở cái bàn kê sát cửa sổ, còn bà mẹ thì luôn tay đan áo thỉnh thoảng lại gạt con mèo đang vờn cuộn len sang một bên. Nhìn hai vợ chồng họ yêu chiều nhau, Kim không khỏi mơ tưởng viễn cảnh giữa hắn với con gái họ về sau.

Mỗi cuối tuần, Trinh và người chị dâu tương lai của cô lại đạp xe lên đơn vị thăm hai người lính cho dù mưa nắng, hay phải qua sông qua đò khiến Kim hãnh diện lắm. Tình yêu thời ấy thật giản dị. Ngoài những lá thư tha thiết, những ánh mắt trìu mến, những nụ hôn cháy bỏng thì họ chẳng có điều kiện đi chơi xa, mua những món quà đáng giá cho nhau. Ký ức tình yêu của Kim với Trinh chỉ là những lúc họ đạp xe bên Hồ Tây gợn sóng trong gió heo may, hay trên phố Tràng Thi xào xạc lá bàng rơi đầu đông. Là lúc nắm tay nhau đi chợ hoa ngày tết trên phố Hàng Lược, Hàng Đào mặc cho mái tóc, làn mi lấm tấm những hạt mưa phùn. Là lúc co ro trên hè phố nhuộm hồng xác pháo, nhìn những chuyến xe điện cuối cùng leng keng trong đêm tất niên.

Chuẩn bị cho cuộc duyệt binh mừng Lễ Độc Lập ngày 2 tháng 9, 1975, trường Sĩ Quan Thông Tin đã tham gia tập luyện cùng các đơn vị khác ở Sân bay Bạch Mai. Đơn vị nữ quân y của Diệu Tâm cũng tham gia cuộc duyệt binh ấy. Nôn nao gặp lại cô y tá của mình nên Kim đã cố tìm nàng trong cái đội hình 200 cô gái thon thả với những bộ quân phục xanh ô liu đang diễu qua lễ đài. Có lẽ Trời Phật đã khiến họ tìm thấy nhau. Bốn mắt nhìn nhau không chớp. Đoạn cô gái nghiêng khuôn mặt ửng hồng dưới cái nắng trưa gay gắt sang phía Kim, điều không được phép trong đội hình - làm quái gì có phép tắc cho tình yêu - với ánh mắt buồn, như muốn hỏi:

- "Anh có còn nhớ em không?"

- "Anh vẫn nhớ và yêu em! Giờ anh sẽ bên em chẳng e sợ gì hết" – trái tim hắn nhanh nhảu trả lời vì nó biết vẫn còn cơ hội. Cả ngày hôm đó, Kim bồn chồn như có lửa đốt trong lòng. "Nhanh lên! Không thì mất nàng bây giờ."- Con tim hối thúc hắn liên hồi. Lúc ấy, hắn muốn sang đơn vị quân y nói với Diệu Tâm rằng, "Hắn sẽ không bao giờ phụ tình nàng nữa" nhưng mối tình của Trinh đã níu chân hắn lại. Tất nhiên, Kim sẽ chẳng thể cầm lòng khi nhìn những giọt nước mắt Trinh tuôn trào vì bị phụ bạc, chưa kể cô sinh viên trẻ đẹp ấy luôn là niềm tự hào của hắn. Ngược lại, Kim cũng rất xem trọng tình yêu dịu dàng đằm thắm, có tư chất người vợ hiền, của Diệu Tâm. Chắc chắn hắn cũng không muốn nàng phải rơi lệ vì tủi hổ một lần nữa. Biết sao cho vẹn toàn? Chuyện này có lẽ không khó nếu hắn là một anh chàng *"Saleem Hammad"* nào đó ở xứ xở đạo Hồi? Nhưng thật sự thì hắn vẫn chỉ là kẻ không dám buông mối tình thơ mộng với người đẹp để đến với người một mực yêu thương mình, dù biết lần này sẽ mất nhau trọn đời. Kim biết nỗi khổ tâm của Diệu Tâm nhưng trái tim hắn cũng đâu có được ngủ yên.

Thời gian ấy, Lê Ngọc đã chuyển qua làm lễ tân trong cơ quan ngoại giao của Cộng Hoà Miền Nam Việt Nam tại *Moscow* và Bắc Kinh. Thi Sương cũng đã tốt nghiệp đại học Y Hà Nội và trở về nam cùng các em Kim, sau khi trả nhà cho cơ quan. Gia đình không còn ai ngoài bắc nên mỗi lần về Hà Nội, Kim lại nghỉ trong căn phòng từng là nơi ở của y sĩ Hoà đã về nam. Căn phòng rất nhỏ, chỉ kê vừa một chiếc giường tầng mà tầng dưới chất đầy đồ đạc linh tinh và một bộ bàn ghế nhỏ. Một lần ở đó, Kim và Trinh cùng ngồi chênh vênh trên một chiếc ghế dựa tình tứ với nhau, như những diễn viên uốn dẻo trong rạp xiếc. Thế rồi, chiếc ghế ấy đã sớm chật chội trước dục vọng mỗi lúc một tăng cao, như ấm nước sôi đang réo rắt, của họ. Nàng vặn tấm thân đang oằn từng cơn trên tay chàng, còn chàng thì áp khuôn mặt sạm nắng gió của mình vào bộ ngực trần của nàng khi những cái nút áo đã bung ra từ hồi nào (?). Hắn định bế thốc nàng đặt lên tầng trên của chiếc giường cho tiện âu yếm nhưng lại thôi vì nó cao quá. Vả lại, hắn cũng sợ những động tác mạnh bạo ấy sẽ đánh thức cơn mê tình ái của nàng thì khi ấy sẽ "mất cả chì lẫn chài". Thế là, hắn đành bất lực với tình cảnh dở khóc dở cười ấy — cái tình cảnh của con cáo trong truyện ngụ ngôn "Con Cáo Và Con Cò" của *La Phontaine* đã chẳng thể ăn được món cháo thơm ngon trong chiếc lọ cao cổ mà con cò mời nó - trước cặp mắt thất vọng của nàng, như muốn hỏi "Sao ngừng lại thế anh?"

Thấy hai cô gái thường lên đơn vị thăm người yêu nên vài người trong đơn vị Kim đã để mắt đến họ. Một trong số đó nói, "Thấy Trinh nhiều lần đến nhà số 5 phố Lý Nam Đế với một anh chàng Học viện Kỹ thuật Quân sự nào đó". Dù không mấy tin lời anh ta nhưng hắn vẫn hỏi lại chuyện đó khi nàng tới thăm:

- Có người nói, em đang quen ai đó bên học viện Kỹ thuật Quân sự?

- Em chẳng quen ai cả.

- Thế mà họ nói thấy em đến nhà số 5 phố Lý Nam Đế với người ấy cơ đấy.

- Thôi! em chả nói nữa. Anh không tin thì em về đây — nàng tỏ ra lo lắng và không dám nhìn vào mắt hắn như mọi khi.

- Về thì về đi! Hắn xẵng giọng vì biết lời anh bạn kia là thật và mình đã bị "cắm sừng". Không lời giã từ, nàng lẳng lặng bước ra ngoài. Chàng cứ mặc nàng bước đi dưới trời mưa bay lất phất, buồn như trong "Bức Thư Tình Không Gửi số 6" sau này của chàng:

Người đã theo chồng về nơi rất xa. Chuyện tình năm xưa nay đã trôi vào dĩ vãng.

Trách sao ngày ấy, tiếc sao ngày ấy, để mình em đi mưa gió đầy trời...

++

Khi đơn vị học tới môn "Tổng đài *Viba*" dưới sự hướng dẫn của các chuyên gia *Hungary* thì cái chấn thương lưng hồi đi bơi ở làng Xuân Đỉnh của Kim lại tái phát. Những cơn đau âm ỉ từ trên hông xuống chân khiến hắn không thể hoạt động bình thường, chưa kể nỗi buồn chia tay Trinh càng khiến hắn sa sút tinh thần. Vâng, khi là "con tốt" nay sống mai chết trên chiến trường, chắc Kim chẳng bận tâm chuyện ghen tuông nhưng trong thời bình thì dù muốn hay không hắn cũng sẽ phải thấy kẻ khiến người yêu hắn lạc lòng. Có lẽ, hắn nên đi đâu đó thật xa để không vướng bận những người đó trong đầu và nếu được thì hắn sẽ đi thi đại học để chẳng thua kém họ. Thế là hắn báo cấp trên ý định xuất ngũ của mình, dù chỉ vài tháng nữa sẽ là thiếu uý với mức lương kỹ sư. "Không sao! Tự do và tình yêu mới là điều khao khát nhất". Kim thầm nhủ và nhất quyết làm điều đó, dù xuất ngũ ngay thì hắn chỉ được hưởng lương binh nhất như ngày mới vào trường. Trong thời chiến, nguyện vọng giải ngũ là không thể nhưng sau chiến tranh thì mọi thứ đều có thể. Thế nên khi nghe viên sĩ quan quân lực của trường nói, "Cứ đi chữa bệnh, khi về đơn vị sẽ xem xét" khiến Kim mừng khấp khởi vì cái ước mơ đại học của hắn sớm muộn cũng thành hiện thực.

Ngay hôm sau, hắn đến Quân Y Viện 110, nơi khi xưa hắn từng cho chuồn chuồn cắn rốn, điều trị bệnh. Ở đó, cô y tá trẻ tên Ái mỗi lần cho hắn uống thuốc lại vỗ vỗ lưng hắn mà nói," Uống ngoan! Kẻo sặc nhé". Những lúc Kim ngần ngại cởi quần ra để tiêm thuốc, cô ta lại kéo mạnh lưng quần của hắn xuống tuốt dưới chân, rồi lại nhéo mông hắn mà nói," Ngoan nào! Ngoan nào!". Những cử chỉ thân mật ấy khiến chàng luôn khao khát đôi bàn tay mềm mại của nàng. Người xưa có câu, "Lửa gần rơm lâu ngày cũng bén" quả không sai! Một lần, sau lúc tiêm thuốc, Kim nắm hai cổ tay tròn trịa của Ái khi nàng đang cù nách hắn như mọi khi, rồi không biết ai là "lửa" ai là "rơm" mà cả hai người ngã đè lên nhau trên chiếc giường bệnh. Nằm trên mình cô y tá, Kim có cảm giác tuyệt vời như đang nằm trên cái phao bồng bềnh giữa biển xanh. "Chẳng có lần thứ hai thế này đâu!" Hắn thầm nhủ, rồi hôn tới tấp lên đôi môi hồng đang mấp máy như cánh bướm nhỏ chập chờn trước mắt. Bỗng, hắn giật bắn mình khi thấy khuôn mặt đen sì của viên sĩ quan quân lực xuất hiện trên ngưỡng cửa. Vâng, ông ta đến đây thăm hắn nhưng thấy hai người đang tình tứ thì quay gót trở ra. Ngay lập tức, đôi trai gái đứng dậy ai về chỗ nấy. Trái với sự bối rối của Kim, cô y tá lại không hề tỏ ra lo lắng - điều hắn luôn ngưỡng mộ ở các cô gái - và vẫn dành cho hắn nụ cười trìu mến khi bưng khay thuốc ra ngoài. Tất nhiên! Một cái kết "đắng", chẳng thể khác được, đã dành cho họ: Ái đã bị thay bởi một y tá khác, còn Kim không bao giờ được gặp lại cô gái đáng yêu đó nữa. Những ngày còn lại ở quân y viện, hắn luôn tự trách mình là cái đồ "bị thịt" vô tích sự gì vì đã làm tổn hại uy tín của cô y tá đó nhưng cái cảm giác tươi mát và hồi hộp hôm ấy thì vẫn cứ theo hắn suốt đời.

Đúng lời hứa, viên sĩ quan quân lực đã trao Kim cái quyết định xuất ngũ sau mấy ngày trở về từ quân y viện mà không đả động gì chuyện giữa hắn và cô y tá. Cầm tờ quyết định trên tay, hắn ngỡ ngàng với những dòng chữ ngắn ngủi cùng số tiền trợ cấp ít ỏi trong đó. "Sao ít vậy? Tần ngần như khi mua hàng bị hớ, hắn định hỏi ông ta, liệu có sai sót gì không khi chỉ có hơn 30 đồng (khoảng 25 đô) sau gần 5 năm quân ngũ nhưng rồi lại thôi vì sợ chẳng thay đổi được gì mà hồ sơ bị "ngâm" lại thì "toi". Viên sĩ quan đưa thêm một bộ hồ sơ quân nhân, một giấy giới thiệu và bảo hắn đến Huyện Đội địa phương nhận huân chương, trợ cấp thương tật và đăng ký quân dự bị. Kim không nói gì, bỏ hồ sơ vào ba-lô và chia tay đồng đội, những người đang khao khát được như hắn, rồi thoát khỏi đơn vị như chim sổ lồng. Hắn cuốc bộ một mạch ra bến xe Phố Thắng bắt xe về Hà Nội, rồi lại đến nơi những chiếc xe đò trong nam ra đón khách mua vé đi Sài Gòn. Xong xuôi, hắn quay lại nhà 5 Phan Bội Châu chuyện trò thâu đêm, những chuyện muôn thủa của con trai và con gái, với chị Phương, người cuối cùng trong đám trẻ nhà tập thể chưa về nam vì đang ôn

138

thi tốt nghiệp Đại học Ngoại ngữ.

Sáng hôm sau, có một cô bé chừng 13 tuổi tìm gặp Kim tại khu nhà tập thể, rồi tự giới thiệu tên là Lê Cẩm và là em gái của hắn. Kim rất ngạc nhiên vì lần đầu biết và gặp cô bé cùng cha khác mẹ nhưng vẫn vui vẻ dắt em ra tiệm cùng nhau ăn mấy que kem. Sau này, Kim biết mẹ hắn đã thay mặt chồng gặp bà ngoại của Lê Cẩm để xin dẫn cô bé về nam nhưng bà ngoại không chịu. Thế nên, mẹ hắn đã đưa cho bà một ít vàng gọi là để chăm sóc cô bé, rồi trở về nam. Sau khi bà ngoại mất, Lê Cẩm đi xuất khẩu lao động ở Nga. Đến khi về nước, cô kết hôn với một người đàn ông, khá cảm thông với hoàn cảnh của cô, rồi có ba mặt con với nhau.

Một sai lầm của Lê Ngọc là đã không bao giờ nhắc đến Lê Cẩm trước mặt anh chị nó, khiến chúng hoặc đã quên, hoặc không dám nói đến người em này và phải chịu mang tiếng là "vô tình". Còn cô bé Lê Cẩm cũng phải tủi thân suốt đời, khi cha không dám công khai thừa nhận con và mẹ lại bận bịu với bốn đứa con của chồng sau. Thế đấy! Chuyến tàu định mệnh năm xưa cũng chẳng lãng quên gia đình Lê Ngọc.

Chia tay chị Phương xong, Kim đeo ba-lô ra bến xe bắt đầu cuộc hành trình mới của đời mình. Tranh thủ xe còn vắng khách, hắn sà vào quán nước chè ven đường, rồi vừa nhấm nháp bát nước chè xanh đặc quánh với thanh kẹo lạc, vừa ngắm nhìn lần cuối khung cảnh phố phường thân quen. Người phụ nữ bán hàng khá hoạt ngôn, hỏi:

- Bác đi Sài Gòn ư?

- Vâng - Hắn đáp chiếu lệ, rồi nhìn lại chiếc áo sỹ quan bốn túi trên người và tự hỏi, "Mới có mấy năm đi lính mà ta đã già thế sao?"

- Khi nào bác ra, có gì cứ đem bán cho cháu – chị ta săn đón.

- Rõ khỉ! Toàn chuyện vớ vẩn – hắn bực bội vì ám thị nỗi già nua của mình sau lời nói vô tình của người phụ nữ bán hàng. Thế nhưng cái dòng người ngược xuôi trên phố kia cũng chẳng ai thèm đoái hoài đến nỗi u hoài của hắn - kẻ sắp giã từ mảnh đất đầy vơi kỷ niệm, giã từ những người con gái, như những đoá hoa vô thường, của đời hắn.

Chương 5.
TRỞ VỀ MÁI NHÀ XƯA

+ +

Ba giờ sáng. Đám lính trẻ lục tục đứng lên khi nghe loa phóng thanh nhà ga thông báo gì đó về chuyến bay của họ. Anh lính râu quai nón cùng vài người khác gật đầu chào Kim:

- Một ngày tốt lành!

- Một ngày tốt lành! Hắn đáp lại.

Bọn họ đi khỏi, trả lại sự trống trải cho Kim. Vâng sự trống trải chán ngấy hắn phải chịu đựng gần hai năm nay từ khi dịch *Corona* Vũ Hán lan tràn khiến các chuyến bay quốc tế bị huỷ bỏ, sân bay hoang vắng. Bầu trời *Florida* thường ngày vẫn có nhiều vệt khói máy bay, giờ thì trong veo như hồ nước trong rừng sâu. Cái thành phố hắn ở cũng vắng vẻ lạ thường và mọi người đều cảnh giác với kẻ đối diện, như thể đó là thần chết trá hình. Khi ấy, hắn chẳng biết làm gì ngoài việc chăm sóc cây cối ngoài vườn thế nhưng thời gian vô vị vẫn dài đằng đẵng. Cái cảm giác cô đơn đã ngấm vào từng ngóc ngách trong tâm trí hắn. Bình thường, người ta chỉ cảm thấy một trong hai nỗi cô đơn, hoặc thiếu sự gắn kết cộng đồng, hoặc thiếu một mối quan hệ sâu sắc nhưng hắn lại cảm thấy cả hai. Kim biết sẽ chẳng thể rũ bỏ được nỗi cô đơn ấy nếu hắn không trở về nhà để tâm trí hoà vào cuộc sống lo toan bộn bề của cộng đồng ở đó để những âm thanh náo nhiệt đến bất tận nơi đó chiếm ngự những khoảng trống trong lòng. Hắn cứ lang thang mãi trên những bãi biển *Florida,* hay là tìm sự khuây khoả trong rượu bia nhưng chẳng thể quên được hình ảnh quê nhà. Nơi ấy, trong những quán cà phê góc phố có những ông già vừa nhâm nhi ly cà-phê vừa dò vé số, có những chàng trai vừa gặm bánh mì, vừa bàn tán giải bóng đá *Premier League* hồi khuya. Nơi ấy, có những quán bia bình dân lúc nào cũng ồn ào những tiếng cụng ly "dzô, dzô..." và có cả những tô cháo huyết tô bún bò cay xé lưỡi của mấy người bán dạo mà chẳng thể tìm được ở đâu trên thế giới. Có lẽ, nước Mỹ chỉ là giấc mơ mà không phải cuộc đời của hắn. Cuộc đời hắn là ở Sài Gòn, nơi đã tiếp nghị lực và khát vọng sống cho hắn từ hồi trai trẻ.

+ +

Đó là lúc Kim giáp mặt với chiếc xe đò trong nam ra và tỏ ra khá ngỡ ngàng với thùng nước làm mát máy để trên nóc xe, cái thân xe khá dài so với bề ngang và những hàng ghế đan bằng nhựa dẻo của nó. Dù cảm giác chất lượng chiếc xe này không bằng những chiếc *Skoda* hắn từng đi nhưng vẫn khá thoải mái khi ngồi duỗi chân bên cái cửa sổ thoáng đãng. Những cảm xúc buồn vui lẫn lộn khiến hắn chẳng nhập tâm cảnh vật bên ngoài. Nhưng cũng chẳng có gì quan trọng hơn việc trở về mái nhà xưa, nơi hắn xa cách 22 năm rồi. Ngoại trừ lúc bị đánh thức bởi những lời mời mua bánh mì thuốc lá nước ngọt của những người bán dạo mỗi khi xe dừng bánh thì Kim cứ ngủ vật vờ trên suốt chặng đường, như thể mấy năm chiến tranh chẳng được ngủ. Đến lúc chiếc xe đò chạy từ từ vào bến trên đường Lý Thái Tổ gần Ngã Bảy Sài Gòn thì hắn mới bừng tỉnh. Tuy là nhánh của bến xe *Petrus* Ký nhưng ở đây cũng có khá nhiều xe đò các loại mới cũ, cùng vô số taxi cũ chế lại từ những dòng xe năm 1960 của Pháp, Mỹ như: *Renault, Citroen Traction, Ford, Chevrolet...* và đám xe xích lô đạp, xích lô máy đông đảo.

Kim khoác ba lô bước xuống xe trong cái không khí ồn ào chèo kéo của đám người khuân vác: "Có đồ đạc gì không chú Hai?", "Chú Hai về đâu?" và tiếng la hét dẹp đường ầm ĩ "dzô, dzô..." của

141

những tay lơ xe đứng trên bậc lên xuống của những chiếc xe đò chất đầy hàng trên mui. Muốn đi thử xe xích lô máy, hắn leo lên một chiếc xe hiệu *Triporteur Peugeot* của một người có vẻ dân anh chị. Sau một hai nhát đạp khởi động, chiếc xe chạy xăng pha nhớt ấy phát ra những tiếng "pành pành" giòn giã trong làn khói trắng từ ống pô phía sau rồi từ từ lăn bánh. Ngồi chễm chệ trên xích lô máy đang chạy trên những con đường bụi bặm, hắn ái ngại tiếng máy nổ to của nó sẽ thu hút mọi người nhưng khi thấy vô số chiếc khác cũng đang ngược xuôi trên đường thì hắn lại yên tâm. Sài Gòn rộng lớn, sầm uất hơn Hà Nội nhưng không làm Kim choáng ngợp, bởi thực lòng nó vẫn không giống những gì hắn từng trông đợi. Chiếc xích-lô máy dừng trước một căn nhà hai tầng, có khoảng sân rộng phía trước và những cây mận xum xuê ở phía sau, trên đường Lê Đại Hành. Người phụ nữ ra mở cửa nhìn Kim ngờ ngợ và hỏi "Phải Kim hôn?" rồi lại tự giới thiệu "Chị là chị Hai đây". Thì ra, đây là cô bé Lê San bị mẹ bỏ lại bên dòng Ông Đốc năm xưa, rồi họ mừng mừng tủi tủi sau mấy chục năm xa cách. Chị Hai cho hay, gia đình chị đã dọn lên Sài Gòn sống với mẹ và giờ làm tạp vụ trong nhà thương Chợ Rẫy.

Sau ngày gia đình đoàn viên, Kim bắt đầu về thăm quê nội ở Cái Bè. Nhờ sự đầu tư lớn của nhiều đại điền chủ thời kỳ 1732 -1757 nên xứ tôm cá trái cây này ngày càng trù phú. Ông bà nội Kim đều thuộc những tộc họ chính ở vùng này do Lê Văn Toại - ông nội của Lê Văn Duyệt - từ Mộ Đức vào khai hoang lập ấp và Đoàn Cảnh Cư - một tướng của Gia Long - về đây lập nghiệp. Không kể nhân vật Trần Bá Lộc người Quảng Bình, từng là tri huyện người bản xứ đầu tiên ở đây thời thuộc Pháp ở Nam Bộ. Là người công giáo bất mãn triều đình Huế nên Lộc sớm thành tay sai cho Pháp, sát hại nhiều đồng bào trong các cuộc khởi nghĩa Nguyễn Trung Trực, Thủ Khoa Huân và Mai Xuân Thưởng ngoài miền Trung mà chẳng hề hối hận. Thậm chí, đến ngày chết, hắn vẫn cao ngạo cho lập ngôi mộ đứng để tiếp tục "chống mắt nhìn đời". Bốn mặt ngôi mộ đứng ấy, giờ tuy hoang phế nhưng vẫn còn những dòng chữ khoe khoang: *"Emmanuel* Trần Bá Lộc, Thành viên Hội đồng Tối cao Đông Dương, Bắc Đẩu Bội Tinh" *(Emmanuel Tran Ba Loc Membre du Conseil Superieur de l'ndochine, Commandeur de la Legion d'Hoonneur).*

Nhà nội Kim, một trong số vài chục ngôi nhà cổ trên dưới 300 năm của thị trấn này, toạ lạc trên đường Trưng Nữ Vương. Đó là một ngôi nhà xây có nhiều cột gỗ, hoành phi, liễn đối khảm xà cừ cùng vô số tủ sập bằng gỗ quý của hơn năm thế hệ từng sống ở đó. Người xưa có câu, "Không ai giàu ba họ, chẳng ai khó ba đời" nên đến đời ông nội Kim, một "quý tử" có người đút cho ăn cõng đi học, cả đời chỉ quanh quẩn bên bàn đèn thuốc phiện và nhà thương, thì sự sung túc đã chấm dứt. Đất đai ruộng vườn lần lượt bị cầm bán để duy trì ngày ba bữa ăn cầu kỳ cùng những ngày giỗ tết quanh năm cho mấy chục miệng ăn trong nhà và gia nhân. Sau khi đất đai bị trưng mua (truất hữu) do vượt mức hạn điền và không trực canh theo chính sách "Cải cách điền địa" của chính quyền Sài Gòn thì gia đình họ nhanh chóng túng quẫn. Không những mất nguồn thu địa tô mà họ còn bị những người thuê mướn ruộng vườn nhà cửa trở mặt chiếm đoạt tài sản. Khi số tiền trưng mua đất giá rẻ của chính quyền đã tiêu xài hết, gia đình họ chỉ sống dựa vào ba phần trăm lợi tức hàng năm từ trái phiếu bồi thường. Sau khi ông nội Kim mất vì bệnh phổi, dù đã tốn nhiều tiền chữa trị ở bệnh viện *Grall* Sài Gòn, thì tất cả đám người làm công đều được cho nghỉ và các cô chú của Kim phải tự mưu sinh.

Ngẩn ngơ trong căn nhà mái đã dột tường đã lở lói, cột nhà vách gỗ đã bị mối xông ruỗng, Kim ngước lên bàn thờ gỗ lim khảm xà cừ, dấu tích giàu sang một thời, nơi các bậc tiền nhân đang ngự trên đó và quắc mắt nhìn hắn hỏi:

- "Mày là thằng nào?"

- "Vâng! Tôi là cháu đích tôn của các vị đây." Hắn vừa thắp nhang cho họ, vừa thầm trả lời. Rồi hắn lại tới góc nhà tưởng tượng ra cái ngày mình mới sinh và khóc "oe oe" như con mèo con ở đó. Buồn thay cho mẹ Kim! Trái những gì bà từng trông đợi vào tương lai đứa bé - khi được sinh ra trong tiếng kèn chào cờ, tiếng hô "ắc, ê...ắc, ê", hay *"un, deux…un, deux"* gì gì đó của đám lính Tây trên bót - thì giờ hắn vẫn chỉ là gã lính quèn thứ "ba vạn chín nghìn" nào đó sau cuộc chiến. Nhưng điều buồn nhất là hắn không tìm thấy tên gia đình mình trong cuốn gia phả dòng tộc. Ai đó đã không ghi tên những người đi tập kết ra bắc vì sợ liên luỵ chính trị. Chưa kể, sự háo hức khi trở về mái nhà xưa của Kim còn bị tổn thương khi hắn thường phải nghe những lời mỉa mai: "Bác sĩ mà không đọc được tên thuốc ngoại", hay "Trong rừng có thuốc đâu mà đọc", hay "Bác sĩ bây giờ không biết tiếng Anh, Pháp như hồi đó." Có người lại băn khoăn khi thấy những cái đai trên vai áo Kim và sau khi biết công dụng để gắn cầu vai thì đã ngỡ ngàng, "Ô, Việt Cộng cũng có lon ư?" - Có vẻ ông ta vẫn tin những lời tuyên truyền của chính quyền cũ: "Ba thằng Việt cộng đu tàu đu đủ không gãy", hay "Việt cộng rút móng tay phụ nữ" … Kim hiểu, nhờ dùng lối nói bình dân và biến đổi phương thành ác thú để hù dọa dân chúng ít học nên chiến tranh tâm lý của Sài Gòn tỏ ra hiệu quả hơn lối tuyên truyền chính trị của Hà Nội. Hắn cũng biết, nhiều người chế độ cũ được hưởng lợi từ tiền viện trợ của Mỹ, nhưng chẳng nên vì thế mà mạ lị người khác. Là người tôn trọng sự thật, hắn không thích lối nói "gieo tiếng ác tạo *khẩu nghiệp* " * đó. Phải chăng, cái chế độ ấy đã nhanh chóng lụi tàn bởi cái *"nghiệp báo"* do quá tàn ác với tù binh và dối trá với dân chúng của nó gây ra? Kim chẳng buồn hơn thua với những kẻ chưa học hết trung học đệ nhất, trong đầu không có gì ngoài mấy món hàng "Quân tiếp vụ", mấy chai bia *Larue*, mấy lon *Coca*, mấy thứ đồ cũ của Nhật. Đợi đấy! Các người sẽ biết kẻ nối dõi gia tộc này là ai? Hắn thầm nhủ.

Sau khi thắp nhang ngoài nghĩa trang gia tộc, Kim đến thăm ngôi trường và cây cầu sắt gắn nhiều kỷ niệm thời niên thiếu của cha, rồi ra chợ Cái Bè xem người ta khiêng những cần xé trái cây tôm cá dưới ghe lên nóc những chiếc xe đò đi khắp nơi. Hắn cũng sà vào mấy đám nhậu rượu đế với phá lấu heo, khô cá sặc cùng chòm xóm từng là lính "Địa Phương Quân". Rượu vào lời ra, họ bàn luận cái hay cái dở của mỗi bên trong cuộc chiến vừa đi qua và đủ thứ chuyện trên đời. Từ chuyện những điếu thuốc Bastos rẻ tiền đang hút trên môi: *"Hỡi ai đi sớm về trưa. Kêu Bastos Luxe đón đưa chào mời. Hương thơm khói đậm tuyệt vời. Hút thêm một điếu cho đời thêm vui"*. Đến chuyện những trái mận, vú sữa ở miệt này bự như vú con gái miền Nam.

Tạm biệt Cái Bè, Kim bắt xe về quê mẹ ở Kim Sơn gần ngã ba sông Rạch Gầm nơi lưu danh chiến công Rạch Gầm – Xoài Mút** của quân Tây Sơn và cũng là một vựa trái cây của Nam Bộ. Tuy nhiên, là vùng giáp ranh trong chiến tranh nên cuộc sống dân cư nơi đây không ổn định, nhà cửa đường xá không được mở mang gì thêm so với thời Tây.

Sau Khởi nghĩa Nam Kỳ năm 1940, ông ngoại Kim cùng nhiều nông dân trong vùng bị người Pháp bắt đi đày ngoài Côn Đảo. Nhà cửa ruộng vườn của họ bị tịch thu phát mãi mà không cho chủ cũ mua lại. Nhờ có người bà con hào hiệp mua rồi nhượng lại số ruộng vườn phát mãi của ông ngoại nên gia đình ngoại Kim vẫn còn chỗ nương thân. Về sau, để tránh chính quyền Sài Gòn truy bức gia đình có người tập kết ra bắc, Ngoại và dì Kim phải đi nơi khác sống, giao mảnh đất và căn nhà lá lại cho người con út. Nhưng rốt cuộc, người này cũng phải đi cảnh sát Sài Gòn mới tạm được yên thân. Bước xuống chiếc xuồng ba lá gắn máy, Kim trở về căn nhà lá của ngoại đang ẩn mình trong những vườn cây trái xum xuê bên dòng sông Rạch Gầm, với lòng thanh thản như về nhà chính mình. Ở đó, hắn được bà ngoại hái cho những trái vú sữa, sa-bô-chê ngon nhất trong vườn và được chòm xóm mời thứ rượu nhẹ Vĩnh Kim với món bánh tráng gói "Cá lóc nướng trui", "Cá tai tượng chiên xù", hay chỉ là "Gỏi Ba Khía" - một loại cua lai ghẹ vùng nước lợ. Nhưng điều đặc biệt nhất là kể từ đây, Kim đã học được từ bà ngoại - một người tàn tật do bom đạn

---

*Nói dối, đặt điều cho kẻ khác - một trong năm điều cấm kị của Phật pháp.
**Trong hai ngày 19 – 20 tháng giêng năm 1785, quân Tây Sơn đã diệt 20 ngàn liên quân Xiêm và Nguyễn Ánh, cùng 300 chiến thuyền.

chiến tranh - một nghị lực sống mạnh mẽ và điều này đã tiếp sức cho hắn vượt qua bao gian khó sau này.

Chia tay Kim Sơn, Kim đến Mỹ Tho thăm thân nhân. Qua chiếc cầu Quay trên dòng Bảo Định Giang, hình tượng của bài hát "Con Kênh Xanh Xanh", hắn đến nhà và cũng là một lò đường thủ công của một người cậu, nơi có những chảo mật mía sôi ùng ục và tràn ngập xác mía bốc mùi chua nồng. Ông cậu ấy, dù tự nhận là người có căn tu* nhưng cũng không giấu được sự hãnh diện "Mẹ cháu đi kháng chiến bao năm cũng không giàu bằng cậu ở nhà". Có lẽ, ông ta nghĩ đi kháng chiến chống ngoại xâm cũng là một nghề kiếm tiền? Tối đến, hắn lại leo lên mấy chiếc ghe bầu chở mía đậu dưới bến, nhậu lai rai rượu đế với mấy trái cóc, ổi... cùng những người phu khuân vác và nghe họ ca vọng cổ. Nhìn những đám lục bình nổi trôi dưới dòng sông bàng bạc ánh trăng, bất giác hắn liên tưởng đến cuộc sống như kiếp phù du của mình. Mới ngày nào còn nện gót giày trên quảng trường Ba Đình, còn dập dìu với những bóng hồng, thế mà giờ trước khi đi ngủ, hắn còn chẳng buồn rửa chân, chỉ "ba xoa hai đập", rồi nằm co quắp cùng những người khuân vác chân đất, áo quần nhàu nát. Vẫn là dòng sông Tiền chảy qua hai miền quê nội ngoại mà sao hôm nay lòng hắn bâng khuâng: "Đâu rồi những ký ức đẹp đẽ một thời của cha mẹ hắn ở nơi đây? Đâu rồi những lời ca hào sảng:" *Mùa thu rồi ngày hăm ba. Ta đi theo tiếng ca sơn hà nguy biến*"? Đâu rồi những con người có tính cách giống những chiến binh Cô-dắc, từng mê hoặc hắn hồi nhỏ? Không lẽ những điều tốt đẹp đó chỉ có trong ký ức những người đi kháng chiến chống Tây thôi sao?" Rồi, Kim cũng không vui khi người miền Nam coi hắn là người Bắc, còn người miền Bắc lại nghĩ hắn là người Nam và khi giao tiếp, bọn họ thường giữ lại chút gì đó trong lòng (?) Sự chối bỏ đó đã khiến hắn tự ái, quyết sẽ chẳng thuộc nơi đâu, giống như "Ngài Chẳng Ai Cả" (*Mr. Nobody*) của *Jaco Van Dormael* vậy.

----

*Người từng tu hành trong tiền kiếp.

Sau vài tuần thăm quê, Kim trở về nhà. Sài Gòn đã trở lại nếp sống bình thường. Những chiếc xe bus vẫn ra vào trạm đúng giờ, những chiếc *Lambro* 550, những ta-xi có hai mầu xanh dương - ngà, có công-tơ tính tiền chế từ những chiếc điện kế, vẫn chở các bà các cô trong những tà áo dài tới chợ, thương xá. Thế nhưng nạn cướp bóc từng lộng hành và bất trị trong thành phố này trước 1975 lại bùng lên. Ngày nào cũng có những tên tóc dài, áo phanh ngực, xăm trổ đầy mình nẹt pô gầm rú những chiếc xe máy *Honda* trên đường và tiếng la thất thanh của những nạn nhân bị giật đồng hồ, dây chuyền vàng. Đồng thời, những vụ nổ phá hoại ở hồ Con Rùa, bắn nhau ở nhà thờ Vinh Sơn, đốt xác người trên xa lộ... đã làm dân chúng hoang mang. Để trấn áp những tên cướp cạn ấy, các tổ tuần tra của Ban Quân Quản đã không ngần ngại bắn hạ tại chỗ nhiều tên, tái lập trật tự.

+ +

Ngoài luyện thi đại học, anh em Kim còn đến công ty may Thái Bình Dương nhận quần áo cắt sẵn về may gia công. Vừa làm, hắn vừa nghe những bản hoà tấu *Paul Mauriat*, những ca khúc của *Chritopher* cùng vô số bản nổi tiếng khác với sự tiếc nuối vì biết chúng muộn màng. Hắn cũng có dịp tham dự những buổi khiêu vũ chui, dù khi ấy bị cấm chẳng biết vì lý do gì, hoặc giả như ai đó chế diễu" Nhảy đầm là thiếu văn minh, là phản tổ quốc, là khinh ông bà". Khi ấy, Kim vẫn giữ thói quen đọc sách. Hắn rất thích cuốn "Cuốn Theo Chiều Gió" với bối cảnh lịch sử biến động thời nội chiến ở Mỹ nhưng chẳng khác là mấy cảnh hậu chiến ở xứ này. Kim thích nhân vật *Scarlett O' Hara* đầy cá tính dám bất chấp hết cho tình yêu nhưng *Rhett Butler* mới là gã đàn ông đích thực trong mắt hắn. Đặc biệt câu nói: "Người ta kiếm được nhiều tiền trong công cuộc thành lập một thể chế nhưng người ta còn kiếm được nhiều tiền hơn khi một thể chế sụp đổ" của ông ta đã khiến Kim suy nghĩ nhiều, bởi hắn cũng đang sống trong lúc giao thời như thế.

147

Dịp tết đầu tiên *ở Sài Gòn*, trong khi mẹ và chị đang sướt mướt với những vở cải lương bên cái tivi Sanyo cửa lùa thì Kim lại mua vé tham quan thành phố từ trên cao. Vé khá rẻ, thủ tục cũng đơn giản nên hắn nhanh chóng có mặt trên chiếc *AN2* của Nga. Tiếng ồn và mùi dầu máy nồng nặc trên chiếc máy bay cổ lỗ sĩ ấy không cản được sự háo hức lần đầu đi máy bay của hắn. Từ Tân Sơn Nhất, chiếc máy bay lượn vòng trên các quận của thành phố đã làm hắn bất ngờ khi thấy Sài Gòn không quá lớn và lung linh như cái tên "Hòn Ngọc Viễn Đông" mà người Pháp đặt cho nó những năm 1930. Dưới cánh máy bay, hắn chỉ thấy vài chục khu phố nhà lợp ngói đỏ bên những con đường cây xanh ở quận trung tâm với lối kiến trúc Pháp khá chuẩn mực. Một vài cao ốc cặp theo trục lộ Trần Hưng Đạo lên khu Nguyễn Huệ khá sầm uất nhưng phần còn lại là những khu nhà mái tôn rỉ sét, chen chúc nhau. Phạm vi nội đô khá khiêm tốn. Nhà cửa tập trung theo hai trục từ cảng Sài Gòn xuống Phú Lâm và từ Hàng Sanh qua cầu chữ Y. Ngoài các khu vực đó là những khu nhà xưa cũ trong các khu dân cư cặp theo những hương lộ đất đỏ bụi bặm và những khu nhà ổ chuột trên các dòng kênh đen từ Tân Hoá qua Tầu Hủ đến Kênh Đôi, Thị Nghè. Tuy vậy, nhờ chuyến bay đó mà Sài Gòn đã trở nên gần gũi với Kim hơn, bởi chính những nơi nghèo nàn, những người lam lũ ấy mới thực sự là quê hương, là đồng bào của hắn.

Những chiều nóng nực, Kim hay ra bến Bạch Đằng hóng gió, nhìn những chiếc bắc (phà) mầu trắng chạy qua lại trên sông Sài Gòn. Trên đường về, hắn lại ghé một xe nước mía trên đường Trần Hưng Đạo giải khát. Cô bán hàng, tên Hiền, dáng thanh mảnh làn da nâu gợi cảm, thường chu đáo lau bàn ghế trước khi hỏi khách dùng ly lớn hay nhỏ, hương vị nào? Khi khách uống xong, cô lại châm trà đá vào ly cho họ và không phiền hà gì khi họ muốn ngồi đó bao lâu. Lần đầu được một cô gái phục vụ tận tình với giọng Sài Gòn ngọt ngào, Kim thích lắm nên thường xuyên lui tới đó. Mỗi ngày, hắn lại để ý Hiền nhiều hơn và đôi khi ngồi hàng giờ ngắm nhìn cái thân hình eo thon gợi cảm của cô ta. Những khi cô gái ấy cúi xuống đặt những ly nước lên bàn thì cặp mắt hắn lại như con thằn lằn chui tọt vào cái khe vú lấp ló trong cái cổ áo đang chùng xuống. Có vẻ những cử chỉ mờ ám ấy không qua được cặp mắt Hiền nhưng cô ta chỉ mỉm cười, một nụ cười khó hiểu như nụ cười của nàng *Mona Lisa*. Một chiều, sau khi Kim dựng chiếc xe đạp và ngồi xuống ghế thì Hiền tới hỏi:

- Uống gì, anh?

- Như cũ.

- Lấy thuốc không?

- "Sao-Anh-Làm-Em-Mệt" hả? Hắn ỡm ờ gọi thuốc *Salem*, theo cách người ta hay nói lái những chữ cái S-A-L-E-M thời ấy.

- Hết Salem rồi, lấy *Capstan* nhé?

- Ok! "Cho-Anh-Phát-Súng-Tim-Anh-Nát" đi! Hắn lại ỡm ờ nói lái tên thuốc CAPSTAN (C-A-P-S-T-A-N) với cô gái.

- "Nhờ-Anh-Tốt-Số-Phận-Anh-Còn" — nàng hóm hỉnh nói ngược lại, rồi hỏi:

- Hôm nay thứ bảy không đi chơi đâu à?

- Không chốn nương thân - hắn lắc đầu.

- Đẹp trai mà sao nói vậy?

- Có sao nói vậy người ơi.

Khi Kim mới uống được nửa ly nước mía thì Hiền gởi người bán hàng kế bên trông hàng dùm và bảo hắn đi theo mình. Dù chưa biết ý cô ta nhưng hắn vẫn lẳng lặng đi theo vì biết những lời đề nghị của các cô gái luôn hấp dẫn. Hai người dắt tay nhau lên một căn hộ trên tầng hai toà nhà sau xe nước mía. Đoạn, Hiền vào phòng tắm để mình hắn đứng lớ xớ bên ngoài và nhìn xuống xe nước mía qua cánh cửa sổ mở he hé. Lát sau, cô trở ra với một cái khăn tắm quấn trên người rồi bảo hắn theo mình đến một trong hai cái giường. Khi cô gái đã nằm xuống giường với chiếc khăn đắp ngang ngực thì Kim vẫn ngồi rụt rè ở mép giường, không dám nhìn xuống - hắn bị choáng ngợp bởi cái hạnh phúc ngoài sức tưởng tượng ấy. Ai đó từng bảo, "*Tình dục chỉ nên là nội thất trong ngôi nhà tình yêu*", rồi có kẻ khác lại bảo, "*Nếu đời ném cho bạn một quả chanh thì bạn cứ việc vắt nó"*. Vâng! Chẳng cần biết nhiều ngôn tình làm gì. Hãy cứ làm bổn phận đàn ông đi đã, việc hôm nay chớ để đến ngày mai - Kim tự nhủ và trong lúc hắn phân vân chưa biết nên bắt đầu thế nào thì nàng cầm tay hắn, nhẹ nhàng hỏi:

- Chưa bao giờ làm "chuyện này" ư?

- Rồi! Hắn xẳng giọng vì tự ái dù đó là sự thật và ngay lập tức, hắn cởi phăng bộ đồ quẳng xuống đất rồi đè lên người nàng một cách mạnh bạo, như chứng tỏ "Tôi là thằng đàn ông bạo lực như thế đó!". Vâng. Dù đã trải qua mấy mối tình nhưng lần này, Kim mới trở thành người đàn ông đích thực. Cảm giác lúc ấy thế nào ư? Có lẽ là cái ý nghĩ khoan khoái "Ha, ha... giờ ta đã là người lớn". Tiếp đến là cái cảm giác ma mị của những vòng xoáy vô hình tuốt xác thịt và lôi hắn xuống vực. Thực tình, hắn không ngờ cái dục lạc mà ông Trời lôi cuốn người ta duy trì nòi giống lại mãnh liệt đến thế. Khi bạo dạn hơn, hắn bắt đầu đắm đuối ngắm nhìn khuôn mặt người tình cũng đang đắm chìm nơi bến bờ hạnh phúc.

- Đừng nhìn em – nàng thì thầm.

- Sao vậy?

- Nhìn là sẽ nhớ nhau suốt đời đó.

- Càng tốt chớ sao.

- Hổng phải vợ chồng mà nhớ nhau thì không tốt.

- Vậy ư? Nhưng anh muốn nhớ em.

- Không! Dứt lời, nàng liền nhắm hai mắt lại.

Sau khi họ trở xuống đường, Kim lại kêu thêm nước mía, thuốc lá để tận hưởng cảm giác lâng lâng sau những giây phút ân ái, trong lúc nàng vẫn lúi húi làm việc như mọi khi. Mãi đến khuya, hắn mới đến bên Hiền.

- Tính một ly thôi - nàng nói.

- Còn thuốc lá nữa mà?

- Để đó đi! Lần khác tính. Nghe vậy, hắn mừng húm vì nghĩ đến những cuộc vui sắp tới.

- Về vui vẻ nhé. Nàng nhìn hắn và nói.

- Một mình mà vui nỗi gì?

- Sao vậy cà? Vừa hỏi, nàng vừa cười mỉm chi như mọi khi – nụ cười mà hắn biết sẽ dễ dàng dắt hắn theo nàng đến cùng trời cuối đất. Chia tay xong, Kim đạp xe như bay về nhà, lòng vui phơi phới như vừa trúng vé số. Mấy ngày sau, hắn khấp khởi quay lại xe nước mía, như kẻ "quen mui thấy mùi ăn mãi" nhưng không thấy chiếc xe nước mía và cô bán hàng đâu. Cái cửa sổ trên cao, giờ cũng đóng im ỉm. Đang tần ngần thì hắn chợt nghe tiếng bà bán cà phê bên cạnh:

- Cô Hiền nghỉ bán rồi.

- Lâu mau rồi bà?

- Mới trả nhà bữa hôm kia.

- Đi đâu vậy bà?

- Tui hổng biết! Nghe nói về nhà mẹ, hay nhà chồng gì đó trên Biên Hòa. Mấy người thuê nhà cứ dọn tới dọn lui hoài.

- "Hiền có chồng ư?" Để trấn tĩnh với điều bất ngờ ấy, Kim bước nhanh vào quán của bà ta, rồi vừa nhâm nhi ly cà-phê đá, vừa nhìn ra nơi chiếc xe nước mía vẫn đậu ở đó hôm nào, mà hồi tưởng những gì đã qua.

- Cậu là chi với cô Hiền? Người đàn bà chợt hỏi.

- Người quen thôi.

- Vậy hả? Tưởng cậu xin việc thì ở đây phụ tui cũng được. Nghe bà ta nói, Kim thấy nặng trĩu trong lòng. Phải chi hắn đến đây sớm hơn thì giờ đâu có lạc mất nàng. Thì ra, cuộc "Tình cho không biếu không" hôm ấy chỉ là món quà chia tay và vì vô tâm nên hắn không nhận ra. Giờ thì *"Bóng chim tăm cá biết đâu mà nhìn "*(Truyện Kiều - Nguyễn Du). Hắn đành lủi thủi ra về trong nỗi ân hận muộn màng.

+ +

Tháng 7, 1976, khi ba thành phố Sài Gòn, Chợ Lớn, Gia Định được hợp nhất thành thành phố Hồ Chí Minh thì trường đại học Luật Khoa Sài Gòn cũng được đổi thành trường Đại Học Kinh Tế thành phố

151

Hồ Chí Minh. Sinh viên ba khoa Công Pháp, Tư Pháp, Kinh Tế của trường Luật cũ được nhập thành khoá A (KA), cùng với khoá 1 tuyển sinh tháng 9, 1975 là những khoá đầu tiên của trường. Do thí sinh chỉ được chọn một ngành học nên Kim đắn đo mãi giữa khoa Y, đại học Y-Dược với khoa Ngoại Thương, đại học Kinh Tế nhưng rồi hắn chọn ngành Ngoại Thương vì hy vọng sau này có dịp xuất ngoại. Vào ngày thi, từ sáng sớm trước cửa trường Trưng Vương đối diện Sở Thú Sài Gòn đã chật kín người xe. Khi ấy, hắn khá hồi hộp và không dám chắc điều gì dù đã ôn thi khá kỹ và chưa từng thi rớt.

Ít ngày sau, hắn theo chân một số thí sinh khác vào phòng hành chánh trường xem kết quả thì bất ngờ chạm trán gã "rắn độc" ở Hà Nội 10 năm trước.

- Đi đâu đây? Gã "rắn độc" quắc mắt hỏi.

- Dạ! Vô coi kết quả.

- Anh là ai mà vô đây?

- Sao ạ? Em là thí sinh.

- Anh là thằng xuất ngũ! Gã xổ câu miệt thị vô mặt Kim. Có lẽ, gã không biết người ta đã dùng hai chữ xuất ngũ thay cho hai chữ phục viên trước đây. Quái lạ! 10 năm không gặp mà "con rắn độc" ấy vẫn biết rõ hoàn cảnh của hắn như vậy sao? Nhưng tình thế đã thay đổi, thằng bé đi nhận cơm thay cha ngày xưa giờ đã là một cựu chiến binh và hắn sẵn sàng giáng một cú thôi sơn vào mặt "con rắn độc" đó, nếu tiếp tục xúc phạm.

- Xuất ngũ thì sao? Kim xẵng giọng hỏi lại nhưng gã "rắn độc" không đáp mà quay sang hướng khác. Thật may, cho cả hai. Nếu không thì gã "rắn độc" đó sẽ no đòn, còn hắn cũng phải bỏ việc học hành để đi tìm cô bán nước mía ngọt ngào của mình.

Ba ngày sau, Kim có tên trong danh sách thí sinh trúng tuyển vào lớp Ngoại Thương khoá 2 (K2) niêm yết trước cổng Duy Tân. Vậy là việc đầu tiên trong giấc mơ làm chủ cuộc đời của hắn đã thành hiện thực. Lúc soạn giấy tờ cho năm học sắp tới, hắn chợt thấy bộ hồ sơ xuất ngũ hôm nào. Sau chút tần ngần đắn đo, hắn đã cho tất cả những giấy tờ ấy vào bếp lửa để chia tay những ngày gian khổ mà mến thương của đời hắn, để không bao giờ là kẻ "ăn mày dĩ vãng" và để bắt đầu cuộc sống mới bằng chính nghị lực của mình. Nếu như ai đó nói," *Vĩ nhân sống bằng quá khứ, kẻ thất bại sống bằng tương lai*" thì hắn không phải vĩ nhân ôm ấp quá khứ cũng chẳng là kẻ thất bại mong ngóng tương lai. Hắn đã làm tròn bổn phận công dân trong thời chiến nhưng không muốn cuộc chiến ấy trở thành kiểu mẫu cho cuộc sống mới. Hắn chỉ muốn lấy trái tim của người bình thường giao du với bạn bè trang lứa. Hơn nữa, hắn biết chẳng ai có thể vui mãi với những gì họ đã giành được trong quá khứ, ngoại trừ những kẻ muốn vuốt ve cái tôi trong họ để thoả mãn cái hư vinh mà thôi. Với Kim, cuộc chiến ấy chỉ là một chương trong cuộc đời và nó đã kết thúc. Dù hơi buồn nhưng hắn bằng lòng làm một *"Cây thông xanh vững vàng trong giá rét"*, như lời thơ của Bùi Văn Dung* - người đồng đội mà sau này khiến hắn phải tự dặn lòng "Vinh quang trong quá khứ có thể giết chết tương lai của một con người" bằng chính cuộc đời nhà thơ ấy. Kể từ đó, cái triết lý "Hãy sống cho mỗi mai thức dậy" rất có ý nghĩa với cuộc đời hắn.

Sinh viên trong lớp xuất thân từ nhiều thành phần nhưng đều cởi mở nhiệt tình. Thỉnh thoảng, họ lại dùng 18 đồng học bổng, hoặc

----

* Thượng úy Bùi văn Dung (quê Phú Thọ) đi chiến trường miền Nam năm 1967. Do nhớ vợ con ở quê nhà rét mướt, năm 1975, Dung làm bài thơ "Gửi nắng cho em" đăng trên báo Sài Gòn Giải Phóng. Sau đó bài thơ được Phạm Tuyên phổ nhạc và trở thành ca khúc nổi tiếng. Đến 1979, khi từ mặt trận Tây Nam chuyển ra mặt trận phía bắc, Dung đã sững sờ khi nghe một thượng cấp nói về bài thơ ấy trong hội nghị," Sài Gòn là nơi hơn 30 năm thực dân mới cai trị, vừa mới giải phóng lại "gửi nắng" ra miền Bắc Xã hội Chủ nghĩa là sao? "Nắng" là gì? Là ánh sáng. Sao lại để có chuyện ánh sáng được gửi từ nơi được coi là vùng tăm tối một thời ra miền Bắc Xã hội Chủ nghĩa được?". Không chỉ thế, Phạm Tuyên còn cho Dung coi những lá thư, công văn đã yêu cầu đài viên VOV ngừng phát bài hát ấy.

tiền bán nhu yếu phẩm tiêu chuẩn tháng để cùng đi chơi xa. Có khi, đám nam sinh lại tụ tập ở nhà ai đó đánh cờ, chuyện trò thâu đêm cùng vài xị rượu đế và mấy con cá khô đem dưới quê lên. Trong một lần như thế, Kim đã phiền lòng khi bị một người bạn cao ngạo bằng câu nói của Gia Cát Lượng với các anh tài Giang Đông" Chim sẻ sao hiểu được lòng chim cắt". Dù chẳng lạ gì cái điển tích ấy nhưng hắn chỉ im lặng vì biết anh ta là kẻ kiến chấp, thích hợm hĩnh kiểu "Làm bạn với nhà binh, làm tình với nhà thổ" của mấy tay giang hồ. Về sau, hắn còn giác ngộ Phật pháp, *"Chỉ những kẻ có bản ngã (cái tôi) quá lớn mới thích hơn thua và việc luôn muốn hơn người là vô minh, không thể diệt được những sân hận trong lòng".*

Cuối năm thứ nhất, lớp Kim có một sinh viên bỏ học đi vượt biên khiến ai cũng sững sờ, như thể đội bóng của họ vừa có người bị thẻ đỏ ra sân, chẳng còn tâm trí đâu học hành. Tình hình còn tồi tệ hơn, khi vài tháng sau lại có thêm bảy người bỏ học đi vượt biên khiến nhiều người hoang mang chẳng còn biết đâu là đúng là sai nữa...

Sài Gòn khi ấy có nhiều căn nhà bị dán niêm phong do chủ nhân đã vượt biên, nhất là ở những khu người Hoa sinh sống tại các quận 5, 6, 11. Lúc đó, khoảng 70 phần trăm trong nửa triệu người Việt vượt biên là người Hoa trốn chạy cuộc chiến Trung-Việt. Số hơn 150 ngàn người còn lại là nhân viên chế độ cũ đi tị nạn chính trị, cùng nhiều di dân kinh tế muốn đổi đời theo phong trào và thậm chí cả những tội phạm hình sự. Thoạt đầu, người ta lập các bãi tập kết ở các cửa biển miền Tây, rồi lên tầu, ghe đánh cá chạy ra Vịnh Thái Lan. Đường đó tuy gần nhưng khá nguy hiểm vì có từ 50 - 70 phần trăm số chuyến vượt biên bị hải tặc Thái Lan cướp bóc, hãm hiếp có khi là thiệt mạng nên về sau, các bãi tập kết chuyển ra các vùng biển miền Đông, miền Trung. Lúc đầu, giá mỗi suất vượt biên dao động từ 1 đến 6 cây vàng Kim Thành để "nhà cái" mua bãi tập kết, mua tầu ghe và thuê tài công. Sau đó, do không đủ khách nên giá đã hạ xuống, có lúc chỉ còn sáu chỉ vàng, thậm chí có người còn được miễn phí do có quan hệ nào đó với "nhà cái". Kim cũng từng nhận được lời chào mời cho một chuyến đi như vậy nhưng hắn chẳng có nổi một chỉ vàng lận lưng và cũng không có ý định một lần nữa xa gia đình. Sau khi các nước láng giềng không cho các "thuyền nhân" ấy lên bờ thì họ lại đi đường bộ qua Thái Lan, *Hong Kong* cho dù hàng chục ngàn người bị Cao uỷ Tị nạn Liên Hiệp Quốc (UNHCR) trả về vì không đủ tiêu chuẩn tị nạn.

Khi ấy, đại tá Giám đốc Công an Đồng Nai, Nguyễn Hữu Giộc (Mười Vân) cùng người tình *Cyrnors* Trần Kim Anh, nguyên nhân tình của cựu tổng thống Nguyễn Văn Thiệu, đã tổ chức vượt biên và bán bãi - đảm bảo đi trót lọt – ở Hồ Cốc, Bình Châu, Long Hải thu rất nhiều tiền vàng. *Cyrnos* không đẹp nhưng chẳng biết có phải vì cô ta là con "yêu tinh" chuyên hớp hồn các vị tướng tá, hay là vì những thủ đoạn của một nữ CIA, hay là do bản chất "ngưu tầm ngưu mã tầm mã" mà ả dễ dàng thoát khỏi nhà tù và có cuộc sống "già nhân ngãi non vợ chồng" với Giộc mấy năm trời? Sau đó, Giộc đã thu xếp cho *Cyrnos* xuống một chiếc tầu lớn đi vượt biên "bán chính thức" - mỗi người phải đóng 12 cây vàng và nộp giấy tờ nhà – đem theo nửa tấn vàng thu lợi bất chính. Lúc chia tay, Giộc nói:

- "Số vàng này nhiều nhưng không bằng tình anh cho cưng."

- "Em biết mà cưng."

- "Sang bển lo mua sắm nhà cửa, mai mốt anh qua."

- "Ok! Người hùng của em."

- "Nhớ bảo trọng nghen!"

- "Yes, sir."

Tới Mỹ, thay vì lót ổ cho Giộc thì *Cyrnos* lại liên lạc với Thiệu đang sống trong ngôi nhà *"White House"* ở ngoại vi *London* (Anh quốc). Không biết họ nói gì với nhau mà mấy năm sau, ông ta dời sang *Boston* (Mỹ) sống lặng lẽ đến cuối đời. Tiếp theo, *Cyrnors* gởi thư tố cáo Giộc cùng nhiều chứng cứ phạm tội, hầu mượn tay nhà nước Việt Nam triệt hạ đối thủ, tránh hậu hoạ. Kết quả, Giộc đã bị Toà tuyên án tử, khép lại cuộc đời một người miền Nam tập kết ra bắc cùng tai tiếng "sát phu hiếp phụ" với một đồng nghiệp ở Phòng Cảnh sát Trị an Công an tỉnh Hoà Bình trong cuộc đi săn chung nhưng lại được chính vợ nạn nhân bãi nại cho trở về nam năm 1962.

+ +

Những năm 1977-1978, *Khmer* Đỏ được Trung Quốc chống lưng như đàn chó dữ tràn qua biên giới, đốt phá làng mạc, hãm hiếp, tàn sát hàng chục ngàn người dân Việt. Khi Việt Nam tố cáo những hành động đó lên Liên Hiệp Quốc thì cái tổ chức - bị Mỹ và Trung Quốc thao túng - ấy từ chối cứu xét vì cho rằng, chứng cứ của Việt Nam là nguỵ tạo. Thế là, các đợt tuyển quân lại bắt đầu và chỉ sau ba tháng, cái chế độ *Khmer* Đỏ cùng 200 ngàn quân của nó đã bị quân đội Việt Nam quét sạch, như 5 lần trước trong lịch sử hai nước. Thấy vậy, Trung Quốc liền xua 600 ngàn quân tràn qua biên giới đánh Việt Nam theo kế "Dĩ dật lãi đao" - người khoẻ đánh người mệt mỏi sau chiến tranh - vừa cứu *Khmer* Đỏ, vừa làm quà ra mắt chủ Mỹ. Như những đám mây châu chấu bên châu Phi, quân Tàu bò lổm ngổm đen đặc mặt đất đến nỗi lính Việt Nam phải dùng súng phun lửa thiêu đốt chúng vì bắn không xuể. Do không "biết người biết ta" nên chỉ trong vòng một tháng, giặc Tàu đã phải chịu thương vong hơn 20 ngàn tên – là sự thật mà chúng không bao giờ dám công khai trước quốc tế.

Đợt ấy, lớp Kim cũng có hai người nhập ngũ, trước sự lưu luyến của bạn bè, cùng những lời ca tha thiết, "...*Như hoa phong lan chờ đợi, mưa gió không phai tàn. Người về nhuỵ hoa ngát hương. Anh ơi, em lại đón anh về...*" Trong thời khó khăn đó, sinh viên trường Kim phải tham gia đắp trận địa tên lửa ở Bình Trị Đông, đào kênh thuỷ lợi ở nông trường Lê Minh Xuân, như lời thơ Bùi Văn Dung "*Con kênh ta đào chưa có nước chảy qua. Chỉ có nắng mùa hè nóng bỏng. Giọt mồ hôi muối lưng áo em bạc trắng. Con kênh bây giờ chưa là con kênh xanh*". Rồi, họ còn phải học quân sự ở trại Quang Trung dưới bóng những cây bã đậu xù xì. Cũng ở nơi ấy, Kim đã để ý một cô sinh viên có vẻ hiền lành, mà về sau là mẹ những đứa con của hắn.

156

Tháng 5, 1978, Chính phủ đổi tiền toàn quốc lần thứ nhất (thực ra, tháng 9, 1975, miền nam đã có đợt đổi tiền chế độ cũ sang tiền "giải phóng") để thống nhất hai loại tiền "miền bắc" và tiền "giải phóng" đang song hành. Mục đích loại bỏ tiền "giải phóng" do Trung Quốc in ấn, giữ bản kẽm thay bằng tiền do Tiệp Khắc thực hiện. Đồng thời triệt hạ tư sản mại bản gốc Hoa đang thao túng thị trường tài chính miền nam. Khi ấy, các trường đại học cũng được tham gia đổi tiền. Sinh viên Kinh Tế và Y-Dược được phân về quận 3. Bàn đổi tiền của Kim, trên đường Trần Cao Vân, nhận các "Tờ khai Gia đình" của người dân để ấn định số tiền được đổi cho mỗi tờ khai với mức tối đa 400 đồng "giải Phóng" lấy 500 đồng tiền mới. Khi ấy, người dân thường giữ vàng, không có nhiều tiền mặt nên ở bàn đổi tiền ấy không có ai ký thác tiền vượt hạn mức. Ngược lại, khá nhiều gia đình nghèo không đủ tiền đổi theo tiêu chuẩn nên nhận đổi dùm cho chợ đen ăn chênh lệch. Sau đợt ấy, ba nhân viên trong bàn đổi tiền trở nên thân thiết, dù hai người kia đều là con cái gia đình công giáo "bắc di cư", còn Kim từng đi bộ đội. Một lần, Kính - một trong hai cô gái trong bàn đổi tiền - mời hắn đến nhà chơi và khi hắn vừa tới thì cô gọi người chị trên lầu xuống, khoe toáng lên:

- Chị ơi! Xuống xem anh Kim bộ đội mặc đồ "mốt" chưa này.

- Chào chị! Kim lịch sự.

- Yes. Cô chị hững hờ đáp lại bằng tiếng Anh, rồi bỏ đi mặc cô em tíu tít với khách. Kim cũng chẳng mấy bận tâm đến thái độ lạnh nhạt đó, sau khi liếc qua cái dung nhan tầm thường của cô ta. Ngồi trước những ly nước lọc, hai người bạn vui vẻ nói chuyện thời sự của các trường đại học và nhà văn hoá trong thành phố. Thấy chiếc huy hiệu "Trường đại học Y-Dược" xanh dương trên áo cô gái, Kim thầm tiếc cái cơ hội trở thành bác sĩ của mình đã vuột mất. Thấy hắn cứ nhìn chằm chặp vào bộ ngực khiêm tốn của mình, Kính đỏ mặt lên và nhắc nhở:

- Anh Kim nhìn cái gì mà kỳ cục quá à?

- Ồ, không. Xin lỗi! Anh chỉ nhìn cái huy hiệu thôi. Lẽ ra, anh cũng thi vào trường này giống em.

Sau đó, hai người họ còn có vài lần đi chơi với nhau nhưng hắn không biểu hiện tình cảm gì khác và cô gái ấy cũng rất tự trọng nên giữa họ chỉ có tình bạn. Ngày ra trường, Kính mở một phòng nha tại nhà mà đến giờ nó vẫn hiện hữu ở đó, dù thời cuộc đã lắm đổi thay. Nhiều lần đi qua nơi ấy, Kim lại luyến tiếc điều gì đó chưa có nhưng đã mất. Vâng, tiền tài danh vọng sắc đẹp nào có thay được ân tình. Phải chi, đừng "kén cá chọn canh" thì giờ chí ít hắn cũng có một suất giữ xe cho bệnh nhân cái phòng nha ấy và những bữa tối bên người con gái thương yêu mình. Thật vậy, hắn từng chứng kiến một hạnh phúc đơn sơ như thế ở phòng chờ khám bệnh trong bệnh viện Bình Dân khi có hai vợ chồng lam lũ đến khám bệnh. Người đàn bà ngồi dưới sàn cầm tay người đàn ông, đang nằm lả trên chiếc giường xếp cũ kỹ, lâu lâu lại lén kéo quần người đàn ông xuống và hôn vào dương vật ông ta. Vâng, hình ảnh có một không hai ấy cứ ám ảnh trong đầu hắn cùng câu hỏi "Điều gì ở kẻ đang nằm lả đó khiến bà ta thần tượng vậy?" Có thể, Kim chẳng bao giờ có lời giải đáp nhưng hắn biết chắc mẫu số chung của mọi lời giải chỉ có thể là tình yêu! Rồi hắn lại tiếc nuối khi nghe ai đó nói *Hãy sống với người yêu mình đừng chạy theo kẻ mình yêu*. Nhưng biết sao được! Nếu theo lời Phật, *"Đời là bể khổ"* thì khi ai đó vượt qua được cái bể ấy thì cũng là lúc cuộc đời người ấy đã chấm hết rồi còn đâu (?)

Năm đó, gia đình Kim lại có biến động. Đồng lương tạp vụ khiêm tốn của Đoàn San không đủ chu tất cho gia đình năm người nên chồng cô phải mua bán lạc-xoong (đồ cũ) ngoài chợ trời. Lúc đầu, anh ta chỉ lủi thủi một mình nhưng về sau nhờ có các mối quen theo kiểu "buôn có bạn bán có phường" nên việc làm ăn ngày càng khá hơn. Thấy con rể thường giao du với các đối tượng lạ mặt và mua bán nhiều món hàng không rõ nguồn gốc, Thi Sương lo lắng nên nhiều lần bảo anh ta nghỉ bán xin vào bệnh viện làm việc nhưng không được. Thế là cuộc sống bằng mặt không bằng lòng đã len lỏi trong gia đình họ. Sau vài năm sống chung với mẹ và các em, Đoàn San cảm thấy dường như những người ruột thịt của cô không thấu hiểu gia cảnh của cô. Họ không biết cô đang sống ở đây là vì tình thân sau bao năm xa cách chứ không phải muốn nhờ vả gì ai. Nếu cuộc sống gia đình hôm nay không bù đắp được những thiệt thòi mất mát của những ngày hôm qua thì cô sẽ từ bỏ hết để trở về với chính mình. Thế rồi, cô cũng trả lại căn nhà cho mẹ để cùng chồng con trở về quê sống. Hai vợ chồng đã dùng số tiền mẹ cho lúc chia tay mua *một* miếng đất nhỏ, dựng căn nhà lá đơn sơ trong những vườn cây heo hút ở Cái Bè. Việc đó khiến Kim vô cùng lo lắng. Quả nhiên, chẳng bao lâu sau vì không kế sinh nhai, họ lại phải bán căn nhà đó để trở về Bạc Liêu sống cùng gia đình chồng, dù rất muối mặt. Nhìn căn hộ hai vợ chồng chị bỏ lại, lòng Kim xót xa vì một lần nữa hắn lại mất người chị ruột. Phải chăng, chuyến tàu định mệnh năm xưa vẫn chưa chịu buông tha cái gia đình miền Nam tập kết ra bắc của cha mẹ hắn?

Sau khi vợ chồng con gái đi khỏi, Thi Sương cũng chuyển tới căn nhà mới trên đường Hồng Bàng. Đây là khu chung cư hai tầng có lối đi riêng cho mỗi tầng. Nhà Thi Sương ở tầng trệt có khoảng thông gió chung với căn hộ người Hoa tầng trên. Lúc ấy, bà không còn nhận được hợp đồng may gia công nên xoay qua nuôi heo kiếm thêm thu nhập. Ban đầu, bà chỉ nuôi một con heo nhỏ như thú cưng trong nhà nhưng khi nó nặng tới gần một tạ thì tình hình trở nên tồi tệ. Con "quái thú" đó thường xô đổ bàn ghế gây huyên náo mỗi khi đòi ăn. Cuối cùng, số phận nó đã được những người lái heo định đoạt với giá một lượng vàng Kim Thành. Từ đó, Thi Sương tiếp tục mua heo về nuôi và biến cái bếp thành chuồng heo và cũng từ đó, việc nuôi heo trong nhà đã trở thành vấn nạn cho người trong gia đình và hàng xóm. Một hôm, Thi Sương hỏi Kim còn nhớ mấy dì ở Hồng Quảng không? Rồi hai mẹ con lục tục đi thăm họ. Dì Lụa sống cùng hai người con ở bên Bến Vân Đồn, sau khi hai vợ chồng họ chia tay mười mấy năm trước. Dì Hoa thì sống trong một căn nhà vườn có nuôi nhiều chó bên Bà Hom. Gặp lại nhau sau mấy chục năm xa cách, những người bạn cũ vô cùng hạnh phúc. Lát sau, dì Hoa quay sang Kim hỏi:

- Ngày mới ra bắc, mẹ con viết chữ còn chưa rành thế mà giờ tiến bộ quá chừng.

- Dạ.

- Con còn nhớ chị Dân không?

- Dạ, nhớ.

- Dân ơi! Có dì Sương và Kim lại chơi nè - dì Hoa cất tiếng gọi về phía bếp.

- Dạ. Lập tức Dân từ dưới bếp chạy lên, cúi đầu chào Thi Sương và nhoẻn miệng cười với hắn, rồi lại lui xuống bếp.

Vài ngày sau, Dân lọc cọc đạp xe tới thăm Kim. Khi ấy, hắn ngồi trên giường nhường chiếc ghế duy nhất trong phòng mình cho khách và hàn huyên về những kỷ niệm thời thơ ấu. Nhìn cô gái 28 tuổi ấy, hắn cố hình dung ra cái khuôn mặt của cô bé Dân ngày xưa, rồi kể cho cô ta nghe cái tuổi thơ đáng quên và việc học hành trễ nãi do đi lính của mình. Dân cũng kể những kỷ niệm ở trường Học Sinh Miền Nam, những năm là sinh viên bên *Hungary* và công việc hiện tại là bác sỹ tâm lý trị liệu của bệnh viện An Bình. Sau đó, cô qua giường ngồi chung và cầm tay hắn hỏi:

- Còn nhớ chuyện ở Hải Phòng không?

- Còn.

- Nhớ chuyện vợ chồng không?

- Nhớ.

- Bữa trước thấy Kim nghiêm quá, làm Dân sợ...

- Giờ thì sao?

- Hết rồi. Nằm xuống đi!

Thế rồi, nàng lại chủ động diễn câu chuyện vợ chồng ngày xưa nhưng lần này, nàng và chàng đã nhập vai thật sự. Hai người đàn ông đàn bà ấy dính chặt thân xác vào nhau trong một chiều hạnh phúc nghẹt thở. Thì ra, cái luật phối ngẫu trong thiên nhiên đơn giản hơn nhiều và cũng chẳng hề tốn giấy mực như những bộ luật hôn nhân của nhân loại? Và mặc cho bao lời rao giảng của các đấng thánh tôn hàng ngàn năm qua, người ta vẫn không thể cưỡng lại cái hương vị quyến rũ của thứ trái cấm nhục dục ấy. Trước khi chia tay, Dân thủ thỉ với Kim rằng sắp tới nàng sẽ đi Pháp tu nghiệp và dù có đi đâu cũng sẽ giữ liên lạc với hắn.

+ +

Là chàng trai may mắn khi Kim được vài cô bạn trong lớp để mắt tới. Thế nhưng chẳng dễ gì cùng lúc làm đẹp lòng họ nên hắn hay giả bộ ngu ngơ để rồi phải hứng chịu những hờn dỗi trách móc, thậm chí những lời cay độc của họ. Nhưng Kim không phiền lòng vì trong trường chẳng thiếu gì các cô gái "mi-nhon" xinh đẹp. Một hôm, vào giờ tan lớp ở giảng đường gần chùa Việt Nam Quốc Tự, Kim chợt thấy một cô gái xinh xắn của khoa Thống Kê đang dắt xe ra và như bị cô gái ấy hút hồn nên hắn cứ lẽo đẽo đạp xe phía sau. Sau nhiều đắn đo, hắn liều phóng xe lên ngang hàng và nở một nụ cười méo xệch nhưng cô ta không đáp lại mà đạp xe thật nhanh vào khu cư xá Bắc Hải, bỏ hắn chưng hửng giữa đường. Mấy hôm sau, khi lại có dịp học chung giảng đường, Kim lại chờ cô gái ấy ngoài cổng trường với cảm giác nôn nao cho đến khi sân trường chỉ còn loe ngoe vài mống - mới thấy cô ta. Cô gái tảng lờ khi thấy hắn và lại lên xe đạp thật nhanh, không quan tâm "cái đuôi" phía sau. "đẹp giai không bằng chai mặt" – nghĩ vậy, hắn chạy xe vượt lên bắt chuyện với cô ta nhưng thật bất ngờ, miệng hắn bỗng khô khốc quai hàm cứng đơ không nói được. "Thật kinh khủng khi một kẻ xa lạ cứ nhìn mình mà miệng hắn lại á khẩu"- nghĩ vậy, cô gái sợ quá và bỏ chạy.

Vâng! Cha sinh mẹ đẻ ra Kim với tấm thân lành lặn thế mà giờ hắn đang phải nếm trải sự cay đắng của người tật nguyền, sự bẽ bàng của kẻ bị làm ngơ trong một mối tình sét đánh. Chẳng trách ai được! Tại sao cô ta phải quan tâm một thằng "cha căng chú kiết" ở

161

đâu ra như hắn? Cô ta đẹp cô ta có quyền! Thế là sự tự tôn của chàng trai cũng từng có quyền lựa chọn những cô gái bắt hắn nhất quyết phải vượt qua cửa ải ấy.

Sau lần đó, Kim chờ cô gái ngay trong sân trường trước bao ánh mắt bạn bè, rồi lại bình thản dắt xe đi kế bên cô ta ra ngoài cổng, như thể chuyện này trước nay vẫn thế. Nhờ cảnh vật thân quen nên hắn đã đỡ lập cập và cô gái kia cũng bình tĩnh hơn khi có bạn bè xung quanh. Rồi bọn họ đạp xe thong thả trên đường, vượt qua nhiều ngã tư đông đúc mà vẫn không lạc nhau. Khi thấy mọi chuyện có vẻ ổn, hắn mấp máy môi cho mềm lại, rồi bình thản bắt chuyện:

- Em học Khoa Thống Kê à?

- Ủa! Sao biết vậy trời?

- Thấy em ở đó ra.

- Vậy anh học lớp nào?

- Ngoại Thương.

- Gặp anh thật hi hữu, – cô gái lẩm bẩm.

- Nhà em ở cư xá Bắc Hải hả?

- Ừa! Sao gì anh cũng biết hết vậy? Nàng lắc nhẹ đầu như thể bực mình với kẻ không mời mà tới này, rồi nói:

- Thôi, chào anh. Sau khi đuổi khéo Kim, cô gái đạp xe vượt lên bỏ hắn lại như mọi khi. Dù vậy, hắn vẫn thở phào nhẹ nhõm vì biết "đầu xuôi đuôi lọt". Hắn không chạy theo cô gái nữa mà hân hoan ra về cùng những lời ca trong đầu" *Nhớ khi xưa lạ nhau, chung một đường kẻ trước người sau. Chàng lặng đi theo nàng, hát vu vơ mấy câu nhạc tình. Nàng làm như vô tình. Gái đoan trang dễ đâu làm quen"* (ca khúc "Gặp Nhau Làm Ngơ" - Trần Thiện Thanh).

Qua một cô bạn, Kim biết tên cô gái ấy là Đoan Trang. Sau đó, hắn thường về chung đường với Trang, dù nhiều hôm họ không học cùng giảng đường. Thỉnh thoảng, hai người lại ghé mấy quán giải khát nói chuyện vu vơ. Nhờ tình cảm chân thật và sự lanh lợi vốn có nên chẳng mấy chốc hắn giành được điểm cộng trong mắt nàng. Một hôm, khi hai đứa ngồi trong căn-tin trường, Trang hỏi:

- Anh Kim là bộ đội hả?

- Ừ.

- Anh ở ngoài bắc vô à?

- Ừ nhưng quê ở đây.

- Ba Trang cũng đang đi "học tập" ngoài bắc.

- Ở đâu?

- Em không biết! Nhưng mẹ đi thăm ba một lần rồi.

- Chừng nào ba em về?

- Hổng biết nhưng ba em là đại tá – Trang lắc đầu nhìn hắn như dò hỏi.

- Đừng buồn! "Sông có khúc người có lúc" em à – hắn nắm tay nàng an ủi. Miệng nói vậy nhưng lòng hắn rất xót xa hoàn cảnh của nàng và lo lắng cho mối tình của mình rồi sẽ lận đận? Từng đánh mất người con gái viên đại tá ngoài Hà Nội, giờ hắn không muốn chuyện đó lặp lại với con gái của viên đại tá đang đi cải tạo này. Dẫu biết, sự thù địch hai bên chiến tuyến chỉ là những xung đột khó hoà giải – khi một bên coi cuộc chiến đó là thống nhất giang sơn, còn một bên coi đó là sự xâm lăng - và tình yêu của họ thì chẳng liên quan đến những chuyện đó. Thế nhưng hắn vẫn không chắc, liệu gia đình nàng có chấp nhận kết giao với những người khác chiến tuyến? Mối tình của họ mong manh như chiếc lá trước gió mưa. Kệ! Bất luận thế nào, hắn sẽ vẫn yêu nàng.

Đợt thực tập làm luận văn tốt nghiệp, Kim được phân về công ty Xuất khẩu Thủ công Mỹ nghệ Sài Gòn; còn Trang thì thực tập năm cuối ở Phòng Kinh Tế huyện một tỉnh miền Tây. Việc thực tập của Trang không mấy suông sẻ vì những kiến thức học ở trường chẳng giống gì với thực tế ở cái cơ quan nghèo nàn đó nên nàng khá thất vọng. Những ngày cuối khoá, sinh viên trong trường hay tổ chức đi chơi ăn uống cùng nhau nhưng Kim và Trang chỉ đến hồ bơi thư giãn. Trang bơi ếch bài bản còn hắn vẫn miệt mài "bơi chó" như cái ngày cho chuồn chuồn cắn rốn thủa nào. Một lần nghỉ mệt, thấy Trang chớp mắt liên tục, rồi dụi mắt như đang khóc, Kim hỏi:

- Em khóc à?

- Không! Mắt em cay nước hồ.

Trong lúc nhìn vào mắt Trang, Kim đã đặt một nụ hôn yêu thương lên đôi môi chín mọng của nàng. Khi ấy, Trang cầm tay hắn và hỏi:

- Anh yêu em không?

- Có.

- Xạo nè! Bữa trước "Ai đi với ai" trên đường Duy Tân?

- Ai vậy ta? Hắn bối rối.

- Hai người vui quá trời, đâu còn thấy... "ai" nữa.

- Chắc bữa đó tan học, anh đi chung đường với bạn.

- Lại chung đường. Anh hay quá ta, hết chung đường với cô này, lại chung đường với cô khác.

- Em không vui ư? Vừa hỏi hắn vừa bóp nhẹ bàn tay Trang.

- Không! Nàng lắc đầu. Thấy Trang hờn ghen vì mình, Kim hoan hỉ lắm nên khi vào phòng thay đồ hắn cứ hát rống lên: *"Yêu anh nghe em, bằng nguyên trái tim. Yêu anh, đừng xa cách anh. Hãy hứa với anh rằng. Nụ hôn em trao, ngàn năm không phai..."* (Ca khúc "Love me with your heart" - lời Việt) mà chẳng quan tâm những kẻ đang tò mò nhìn hắn - như một tên vô sỉ. Trên đường về, họ ghé một quán giải khát yên tĩnh. Ở đó, Trang nói:

- Em sắp ra bắc.

- Thăm ba à?

- Ừa! Muốn rủ anh đi nhưng sợ mẹ không chịu.

- Mẹ cũng đi?

- Ừa, chứ em đâu biết đường.

- Đi bao lâu, có cần anh giữ nhà không?

- Khỏi! Có hai thằng em ở nhà.

- Nhớ thưa ba, chuyện anh nhé.

- Không hứa, để coi sao đã.

- Đừng đi lâu, anh buồn lắm đó.

- Thiệt hôn?

- Thiệt!

- Có gì thì hỏi nhỏ bạn anh, nó rành chuyện em đấy.

- Chuyện gì?

- Không! Không có gì đâu – nàng lắc đầu và tiếp:

- Thôi em về. Anh ở nhà đi chơi vui nhé.

- Bậy nè! Anh chờ em đó. Dứt lời, Kim ôm Trang vào lòng hôn thật lâu đôi môi chín đỏ của nàng trước ánh mắt khó chịu của bà chủ quán tuổi đã sồn sồn. Dù vậy, lửa tình chẳng dễ gì dập. Những đôi môi, những bàn tay vẫn không thôi đi tìm những cảm xúc lạ. Cuối cùng, cái cảnh ân ái "chướng tai gai mắt" của cặp tình nhân ấy đã khiến bà chủ quán nổi đoá, rồi tiến tới mắng te tát vào mặt họ, chủ yếu nhắm vào Kim là thằng đầu trò:" Đây là chỗ làm ăn của người ta! Mấy người biết không? Mấy người làm thế có coi được không?".

Hai hôm sau, Trang âm thầm ra đi, không nhắn gởi gì lại nên Kim đành chờ ngày nàng về nhưng một tuần, rồi ba tuần trôi qua vẫn không thấy bóng dáng nàng đâu? Hay là cái câu chuyện "Tiếng Chim Hót Trong Bụi Mận Gai" của mình đã kết thúc? Nghĩ vậy, hắn vội vã đi tìm cô bạn của mình hỏi thăm. Cô gái nhìn hắn ái ngại:

- Ủa, Trang không nói gì với anh à?

- Nói là ra bắc thăm ba.

- Có thăm nhưng đi rồi.

- Đi đâu?

- *Hong Kong.*

- Sao là *Hong Kong*, vượt biên à?

- Ừa!

- Sao vậy cà?

- Trời! Sao hỏi em?

- Vậy, mẹ Trang về chưa?

- Bác ấy về rồi.

Nghe tin Trang vượt biên, hắn tưởng như mình vừa bị xối cả xô nước lạnh lên đầu nhưng khi hắn vừa quay đầu bước đi thì cô gái lại gọi giật lại.

165

- Anh Kim!

- Chuyện gì em?

- Em quên, Trang có gửi anh cái này.

Đó là một phong thư nhỏ. Không muốn lộ cảm xúc trước mặt cô bạn nên hắn tiếp tục bước đi, với hy vọng sẽ nhận được tin tốt lành. Yên vị trong một quán cà phê vắng vẻ, Kim hồi hộp bóc lá thư:

"Anh! Em xin lỗi vì đã không nói hết với anh trước ngày ra đi. Em phải đi vì em tin số phận mình như thế(?). Thôi anh ạ! Ông trời muốn sao thì mình theo vậy anh nhé. Em rất tiếc không được làm vợ của anh, nếu mai này anh có người yêu khác thì em sẽ mừng cho anh và cũng chúc phúc cho hai người. Đoan Trang".

Trời! Sao em không tin anh? Sao em nỡ dối gạt tình anh? Hắn sững sờ khi biết sự thật. Thế là bao ấp ủ lứa đôi của hắn với nàng đã tan thành mây khói. Theo năm tháng, câu chuyện buồn ấy cũng dần nguôi ngoai nhưng cái "nỗi đau tuyệt vời" ngày đó của Kim thì vẫn còn mãi trong tim, như những gì viết trong "Bức Thư Tình Không Gửi số 1" - ca khúc đầu tay của hắn,

...Ngày ấy, đôi má hây hây, mái tóc em bay trên bờ vai gầy, thương nhau, nước mắt sao cay, giấc mơ ngày sau? Này người ơi! Sao nỡ ra đi, không xót thương tình, không lời biệt ly? "

Chương 6
NGỰA NÀO GÁC ĐƯỢC HAI YÊN
+ +

Tháng 5, 1975. Sau khi khảo sát tình hình ở miền nam, Bí Thư thứ nhất Đảng Lao Động Việt Nam, Lê Duẩn, nói: "Ở miền bắc trước đây phải hợp tác hoá ngay lập tức nhưng miền nam bây giờ không thể làm như vậy" và "Cần phải để mấy lại thành phần kinh tế theo quy luật trong giai đoạn đầu này". Nhưng những ý kiến đó không được đa số uỷ viên khác tán thành, họ vẫn muốn áp dụng mô hình kinh tế miền bắc cho miền nam. Khi ấy, miền nam đã lập 1.300 hợp tác xã nhưng sản phẩm làm ra bị định giá thấp hơn giá trị thực và việc biến tư liệu sản xuất cá nhân thành tư liệu tập thể đã làm suy yếu lực lượng lao động. Kinh tế dựa trên sản xuất qui mô lớn, coi công nghiệp nặng là động lực không phù hợp thực tế. Kế hoạch hoá tập trung không hạch toán từ cơ sở không hiệu quả. Cộng thêm dân số gia tăng, lũ lụt lớn, nhu cầu cấp bách cho các cuộc chiến biên giới và chống Fulro* và việc bị Liên Hiệp Quốc cấm vận đã làm kinh tế kiệt quệ. Sản xuất chỉ đáp ứng 80 phần trăm nhu cầu, thất nghiệp 13 phần trăm, thu nhập bình quân chỉ 86 đô-la và nạn đói đã xảy ra ở nhiều nơi.

Trước bế tắc đó, nhiều cơ sở sản xuất trong nam đã "xé rào" khi họ tính đúng giá trị nguyên liệu để có giá thành không lỗ. Một số xí nghiêp được vay ngoại tệ từ ngân hàng để nhập nguyên liệu thoát cảnh bế tắc tài chính. Đặc biệt, việc bù giá vào lương của Long An – nơi đầu tiên dân chúng mua gạo thị trường không cần sổ lương thực đã áp dụng hơn 30 năm trước – đã mở lối thoát cho khâu lưu thông hàng hoá. Từ tình hình ấy, tháng 9, 1979 thủ tướng Phạm Văn Đồng cho phép: "Kết hợp kinh tế kế hoạch hoá với cơ chế thị trường; Kinh tế tư nhân được hoạt động dưới giám sát của nhà nước; Mua bán lương thực, nông sản theo giá thoả thuận; Địa phương được trực tiếp xuất khẩu" **. Tháng 1, 1981, ông lại cho phép các xí nghiệp quốc doanh: "Chủ động sản xuất; Tự chủ tài chính và áp dụng chế độ 3 Kế hoạch" ***. Theo đó:

- Kế hoạch A là hoạch chính được giao.

- Kế hoạch B là cho phép liên kết giữa các cơ sở kinh tế để có nguyên liệu sản xuất và đầu ra cho sản phẩm.

- Kế hoạch C là cho phép sản xuất thêm hàng hoá cho nhu cầu của xã hội.

Đó là tư duy đổi mới kinh tế lần thứ nhất của lãnh đạo Việt Nam để tiến tới nền sản xuất và lưu thông hàng hoá tự do. Về bản chất, "kế hoạch A" vẫn là kế hoạch hoá tập trung nhưng "Kế hoạch B" là manh nha của việc tự do lưu thông hàng hoá và "Kế hoạch C" là sự khởi đầu của nền sản xuất tự do. Tuy nhiên, do thiếu luật định, kinh nghiệm điều hành nên đã xảy ra cạnh tranh hỗn loạn, không kiểm soát được giá cả. Các xí nghiệp quốc doanh không đủ tiền mua nguyên liệu đòi tăng vốn lưu động làm bội chi ngân sách và phải in thêm tiền, gây lạm phát 125 phần trăm. Những tiêu cực ấy tạo cơ hội cho những kẻ bảo thủ đòi quay lại cơ chế cũ. Thế nên, dẫu trong lòng vẫn ưu tư về những nguyên nhân gây ra thất bại của sự đổi mới nhưng từ đó, Lê Duẩn đã nhất mực đi theo đường lối phát triển kinh tế của Đại hội Đảng 4. Sau này, con trai ông, Lê Kiên Thành, đã đề cập việc này qua lời đối thoại của hai cha con họ:

- "Ba ơi! Có ý kiến cho là ba độc đoán".

- "Có những điều trên thực tế là đúng nhưng vẫn cần thời gian để mọi người cùng hiểu và để công cuộc cách mạng thành công thì rất cần sự đoàn kết đồng lòng của mọi người" – Lê Duẩn tâm sự.

Kim đã hoàn tất chương trình 5 năm học của mình trong những tháng ngày ấy. Thời đó, làm việc ngoài biên chế nhà nước sẽ

---

*Front Uni de Lutte des Races Opprimées, tồn tại 1964 -1992, đòi ly khai Tây Nguyên khỏi lãnh thổ Việt Nam.
** Nghị quyết 20 – NQ/TW, ***Quyết định QĐ 25/CP.

không có phúc lợi xã hội nên sinh viên ra trường phải chờ Ban Tổ chức Chính quyền thành phố phân nhiệm sở. Khi ấy, 30 đồng phụ cấp xuất ngũ đi học của Kim đã bị cắt nên hắn phải phụ em trai sửa xe gắn máy và bán sữa đậu nành cho bà người Hoa trên lầu kiếm chút tiền. Nhưng số tiền ít ỏi đó không đủ xài nên Kim chuyển qua mua bán đồ lạc-xoong ở chợ Tân Thành như anh rể trước đây và cũng lại bị mẹ phản đối. Thế là, hắn quay sang mua thuốc tây của những người có thân nhân ở nước ngoài gửi về và của các bệnh viện đem bán ngoài chợ đen. Nhờ hiểu biết giá trị hàng hoá, tâm lý khách hàng và biết điều tiết lợi nhuận nên Kim khá thành công trong ngành "kinh doanh không trả giá" ấy. Tuy thế Kim cũng biết môi trường chợ đen không thiếu cạm bẫy và hắn chỉ là con chó nhà giữa bầy sói. Có những người phụ nữ buôn bán chung hay ỡm ờ với hắn, "Đây là thuốc ngừa thai của Mỹ. Giả dụ mỗi ngày chị uống một viên thì em có làm tình với chị bao nhiêu lần chị cũng không có bầu. Em hiểu ý chị nói không?" Hoặc là, "Anh có đồ chơi gì cứ bán cho em, 'cu giả cu thiệt' gì của anh thì em cũng bao hết..." Vâng, hắn luôn phải tránh những cái bẫy mật ngọt ấy vì từng chứng kiến bao cảnh giành mối, đánh ghen tàn bạo trong cái thế giới ngầm đó.

Để gia tăng buôn bán, Kim cũng mua lại thuốc của bạn hàng đem bỏ mối dưới quê kiếm được tiền lời kha khá. Nhưng việc buôn đường dài này cũng gặp khó khăn do chính sách "ngăn sông cấm chợ". Trên đoạn đường chỉ hơn 100 cây số cũng có tới ba trạm kiểm soát thuế. Mỗi khi xe dừng cho nhân viên thuế kiểm tra, Kim lại lo lắng không biết hắn có phải là đối tượng của họ không? Thật trớ trêu! Mới ngày nào, Kim còn là một chiến binh chẳng biết sợ gì ngoài trận mạc thế mà giờ lại thành kẻ hèn mọn trước mắt những kẻ đáng đàn em mình. Ngoài thuốc tây, Kim cũng có một cơ hội khác có vẻ dễ kiếm lời hơn. Đó là mua những thùng thuốc tẩy đường 20 cân của Trung Quốc được người ta nhập lậu về Chợ Lớn, rồi đem bán cho các lò đường thủ công. Nhưng rồi thương vụ ấy cũng không thành khi người bán muốn nhận tiền đặt trước cho lô hàng có giá trị cao nhưng lại không đảm bảo chất lượng và thời gian giao hàng. Thấy con đã lớn mà vẫn lông bông, một hôm Thi Sương nói:

- Con muốn làm việc ở cơ quan một bệnh nhân của mẹ không?

- Cơ quan đó chuyên về gì?

- Muốn biết thì gặp bác ấy hỏi.

Cuối tuần đó, hai mẹ con họ đã tìm tới nhà ông ta bên Thảo Điền. Đó là một căn nhà trệt mái tôn, đồ đạc sơ sài nhưng trên tường có nhiều tấm hình lộng khung kính. Một tấm thu hút sự chú ý của Kim là hình ông chủ nhà mặc chiếc áo "pa-đờ-xuy" đứng bên một chiếc phi cơ trong khung cảnh ảm đạm, như trong một điệp vụ nào đó? Qua chuyện trò, Kim biết ông tên là Ba Kiếp, từng là Công An Việt Minh ở Bình Dương thời chống Pháp, rồi tập kết ra bắc và làm việc ở Bộ Công An. Ba Kiếp hỏi chuyện học hành của hắn, rồi giảng giải công việc của một trinh sát Bảo vệ Nội bộ và còn nói nơi đây có nhiều người đến từ các trường đại học khác nhau. Thế là, cái đầu phiêu lưu của Kim lại nhanh chóng tưởng tượng ra một ngày nào đó, hắn sẽ là một đặc vụ hoạt động đơn tuyến như kiểu phim hành động của KGB, CIA, MI6... và cũng sẽ có tấm hình "chuẩn men" như của Ba Kiếp đang treo trên tường mà quên mình đã từng chối bỏ đời binh nghiệp. Chẳng phải chờ lâu, chỉ mấy ngày sau Kim đã nhận được quyết định của Ban Tổ Chức Chính Quyền điều về cơ quan của Ba Kiếp, với mức lương sinh viên thực tập. Đúng như lời ông ta, đơn vị này có hơn chục trinh sát viên từng tốt nghiệp các trường đại học ngoài ngành. Hắn được giao chuyên trách vài đơn vị kinh tế đối ngoại và được quyền tham dự làm việc với đối tác nước ngoài cùng họ, như kiểu Trung Quốc, Bắc Hàn. Nhưng rồi, hắn đã mau chóng nhận ra sự thừa thãi của mình ở đó nên về sau hắn chỉ làm các thủ tục hành chính đối ngoại mà không can dự công việc của các cơ sở kinh tế nữa.

Sau khi chế độ "Ba Kế Hoạch" không được tiếp tục thì mỗi lần kiểm tra sổ sách các doanh nghiệp là nhân viên điều tra lại dễ dàng tìm ra và quy kết tội cho họ. Với Kế hoạch B, bị coi là "Tội móc ngoặc làm trái quy định"; Kế hoạch C là "Tội làm ăn phi pháp". Những quy kết đó dẫn đến việc vô số giám đốc kế toán trưởng bị câu lưu tù tội - điều không gột rửa được trong lý lịch - làm tổn thương danh dự bản thân và gia đình họ. Vâng! Họ là những người lính miền bắc bao năm lăn lộn trên chiến trường, là những người miền Nam tập kết ra bắc hằng mong ngày về xây dựng quê hương, là những người Sài Gòn muốn góp phần tái thiết quốc gia. Nhìn bọn họ, người thì vã mồ hôi trên khuôn mặt đỏ bừng, kẻ lại thẫn thờ khi nghe đọc các bản cáo trạng mà Kim không khỏi xót xa. Đôi khi, hắn còn thấy mình là kẻ phá bĩnh cuộc sống đã quá vất vả của người khác. Là người tự trọng, hắn đã tự cho một điểm trừ vào cái nghề nghiệp "không có hậu" của mình và đem việc này kể cho mẹ nghe nhưng bà chỉ im lặng. Đến một ngày, bà lại gọi hắn đến và bảo:

- Con lớn rồi. Cần có gia đình riêng để ổn định cuộc sống. Rồi bà lại nói:

- Người quen của mẹ có một đứa con gái.

- Không cần mai mối! Hắn ngắt lời mẹ như mọi khi. Mệt mỏi và thất vọng với những cuộc tình đã qua Kim chủ động dẫn cô gái - hắn từng để ý ở quân trường Quang Trung - ra mắt mẹ. Chắc hai người đã có duyên nợ với nhau từ kiếp trước nên ngày cưới của họ đến rất nhanh dù có những lời xì xầm trong gia đình đàng gái "Hai tuổi này không hạp" và đôi lần, hắn không hài lòng tính vị kỷ của cô ta. Ngày rước dâu từ Lái Thiêu về Sài Gòn, chiếc xe hoa chạy khá nhanh nên những chiếc đi sau bị lạc khiến Kim chột dạ: "Liệu đây có là điềm gở cho cuộc hôn nhân?" nhưng rồi mọi chuyện cũng ổn. Đám cưới của hắn khá khiêm tốn với vài chữ chúc phúc mầu đỏ dán trên cái phông xanh, những bàn ăn phủ khăn màu điều như trong nhà hàng Tầu, cùng đủ tiếng nhạc xập xình từ những cái loa thời chiến tranh. Khi ấy, cô dâu mặc duy nhất một chiếc áo dài đỏ và đội chiếc lúp trắng thuê ngoài chợ Lái Thiêu, còn chú rể thì xúng xính trong bộ vest xanh đi mượn. Chẳng lấy đâu ra hoa tươi rắc lên người đôi uyên ương trong cái âm hưởng trang trọng của bản *The Wedding (Ave Maria)*, những chiếc bánh cưới nhiều tầng, những chai sâm-pan tuôn trào, những chiếc xe mui trần... như những đám cưới thời sau này.

Sau ngày cưới, hai vợ chồng Kim vẫn sống trong căn phòng nhỏ bé của hắn đến cuối tuần, họ lại về thăm quê vợ dù thường xuyên phải chịu áp lực tâm lý từ hai người anh cùng cha khác mẹ với vợ, đe doạ giết hết cả nhà bằng lựu đạn. Vì hai vợ chồng chỉ sống bằng đồng lương sinh viên thực tập của Kim, mà đã góp gần hết vào tiền ăn gia đình, nên lúc nào hắn cũng rỗng túi. Thứ xa xỉ duy nhất hắn tặng vợ sau ngày cưới là một lon *Coke* khi họ đi dạo tối trên đường Châu Văn Liêm tràn ngập hàng nhập lậu trong các sạp của người Hoa. Với lợi thế nghề nghiệp, hắn nhanh chóng xin được hộ khẩu thành phố và việc làm cho vợ ở một ngân hàng quận. Sau khi được ngân hàng thu xếp một căn phòng trên sân thượng của một chi nhánh thì cuộc sống riêng của Kim mới bắt đầu.

Đầu năm cưới, cuối năm thêm người và hắn đã có một đứa con gái nhỏ xinh xắn tên là Thanh Mai – theo tên người chị thời thơ ấu - để con bé có cuộc đời tươi sáng. Đồng lương hai vợ chồng không đủ vừa mua sữa thực phẩm ngoài chợ tự do, vừa gởi con ở nhà trẻ chất lượng nên Kim phải nhận gia công màn cửa cho một họ đạo ở Bình Thới. Ngày nào, hắn cũng tranh thủ thời gian cặm cụi xỏ những cọng kẽm vào các ống trúc nhuộm mầu để làm những chiếc màn cửa sặc sỡ. Dù vậy, tiền gia công ít ỏi vẫn không đủ mua sữa cho con. Do thiếu nguyên liệu, các nhà máy chỉ sản xuất cầm chừng mỗi ngày vài ngàn hộp sữa đặc "Thống Nhất", "Ông Thọ" nhưng ngoài chợ đen thì không thiếu sữa bột trẻ em nhập lậu. Những hộp sữa đó chẳng hề rẻ nên Kim phải lùng sục khắp nơi tìm kiếm loại sữa vừa tốt vừa hợp túi tiền. Cuối cùng, hắn cũng tìm được một đầu mối nhập sữa lậu từ Nga. Đó là những hộp sữa nguyên kem thơm ngon với giá rẻ bất ngờ, dù nhãn hàng khá sơ sài. Nhờ duy trì được nguồn sữa ấy, Thanh Mai không thua sút những đứa trẻ khác về sức vóc và trí tuệ. Mỗi ngày đi làm về, Kim lại hăm hở đến nhà trẻ rước con rồi lại ẩm bồng nó khi chờ cơm tối. Biết con bé sợ những miếng bông gòn trắng nên mỗi khi phơi quần áo ngoài sân là hắn lại đặt một miếng bông gòn trước cửa để con không dám bò theo ra sân. Giống như nàng *Scarlett O'Hara* (Cuốn Theo Chiều Gió) lúc khốn khó đã lấy tấm rèm cửa xanh lục may váy thì nay KIm cũng lấy tấm khăn nhung mầu đỏ *Bordeaux* phủ cây đàn *piano* đã bán của mẹ đặt may váy cho con. Rồi hắn lại chờ đến ngày lễ mới mặc chiếc váy ấy cho con bé, để nó được vào nhóm múa hát. Đến buổi chiều rước con, bất ngờ khi biết con bé không được hát múa gì và chiếc váy của nó còn bị cô giáo lấy cho đứa khác mặc, khiến Kim giận run - cái giận khi bị bắt nạt thủa nhỏ, nhưng hắn không dám phản ứng vì sợ con bị cô giáo trả thù. Chưa kể việc, hắn còn bị một đồng nghiệp, từng là sinh viên Đại học Bách Khoa, lừa lấy hết số vàng quà cưới của gia đình cho... mà chẳng thế lấy lại được, dù đã khiếu nại với cha mẹ kẻ đó, là những cán bộ cao cấp trong cùng ngành. Vâng! Kể từ đó, sự cảnh giác với những kẻ hay bắt nạt hắn trong tuổi thơ, bao năm đã ngủ yên, giờ lại thức dậy khiến Kim luôn tỏ ra lạnh lùng với người khác, đặc biêt là những người hay than vãn về con hắn. Đêm giao thừa năm đó, trong tiếng pháo nổ dậy trời, bất ngờ có một đầu đạn AK47 rơi từ trên không xuyên qua mái tole, làm nứt cái mặt bàn mica duy nhất của gia đình Kim. Hắn không hiểu tại sao chỉ với lực rơi tự do mà sự tàn phá của đầu đạn lại mạnh đến thế? Nhưng rồi, hắn lại xem việc này như sự giải thoát cho một năm vận hạn đen đủi của mình như câu nói "của đi thay người".

+ +

Do các cơ sở kinh tế vẫn âm thầm thực hiện các kế hoạch phụ để tự cứu mình và cải thiện đời sống nhân viên nên loại án "Sai phạm nguyên tắc Nhà nước" đã gia tăng đáng kể. Sau khi bản án có kết luận điều tra, các tài sản bị kê biên được qui đổi một phần ra tiền mặt để thưởng các đơn vị điều tra. Thế nên, trong trụ sở cơ quan luôn đầy ắp tang vật và số tiền thưởng cũng có thường xuyên. Dù vậy, Kim vẫn không vui vì hắn biết đó chỉ là sự đổi màu của đồng tiền. Khi lẽ ra nó phải thuộc về những giám đốc, nhân viên đã tạo ra chúng chứ

173

không phải của những kẻ đi bắt bớ họ. Nhìn những cảnh bắt bớ tù tội, lòng hắn lại dấy lên niềm thương cảm như khi chứng kiến chú Văn bác Cả bị bắt ngày xưa. Chán nản công việc không như ý, hắn xin chuyển việc đến một công ty thương mại nhưng Ba Kiếp đã nghỉ hưu, những lãnh đạo khác thì không chấp thuận nên vẫn phải đi làm bình thường.

Một trong những tội danh vi phạm kinh tế khi ấy là "Kinh doanh xăng dầu trái phép". Do cung không đủ cầu nên xăng dầu được ưu tiên cho cơ sở quốc doanh dẫn đến khan hiếm trên thị trường kéo theo những gian lận mua bán trái phép. Nhiều khi theo dấu những kẻ mua bán xăng dầu, chỉ là những cô gái đi mua xăng dầu cho cơ sở sản xuất của gia đình họ, khiến Kim ngao ngán cái công việc vô nghĩa như "ném đá xuống ao bèo" của mình. Trong một lần vây ráp ở Nhà Bè, hắn bước vào một căn nhà lá trống trước hở sau ở ven sông Lòng Tầu. Trong nhà không có gì ngoài mấy chiếc can rỗng lăn lóc trên sàn và hai đứa bé chừng ba, bốn tuổi mặt mũi lem luốc đang thản nhiên ăn cơm với nước tương mà chẳng cần biết hắn là ai và đến đây làm gì? Sự vô tư và lam lũ của con trẻ kiến lòng hắn xót xa. Thực ra, cha mẹ chúng, những kẻ vừa bỏ trốn, chỉ là người nghèo gom dầu nhớt phế thải - không phải thứ dầu *mazut* - đem bán cho các lò đốt thủ công, kiếm chút tiền nuôi con. Nếu họ bị bắt, hay dầu bị tịch thu vì "Xăng dầu là vật tư chiến lược của nhà nước" thì bữa cơm đạm bạc của hai đứa bé kia cũng bị tước đoạt và cuộc sống bần cùng sẽ đưa chúng đến thế giới tội phạm. Sự việc hôm đó như giọt nước tràn ly, khiến Kim dứt khoát từ bỏ cái nghề nghiệp "vô tình" của mình và đến gặp Trưởng Phòng Sa, từng là một học sinh miền Nam tập kết ra bắc trên chuyến tàu định mệnh năm xưa:

- Thưa sếp, đơn chuyển công tác của em sao rồi?

- Chuyển làm gì, ở đâu cũng vậy! Mày ở lại đây, tao đề nghị nâng lương sớm cho.

- Dạ! Nhưng công việc ở đây không phù hợp ngành nghề đào tạo của em.

174

- Tuỳ đồng chí! Nhưng tôi không giải quyết. Không muốn uống rượu thưởng thì uống rượu phạt. Dễ thôi!

Kim tiu nghỉu bước ra vì một khi Sa gọi hắn là anh, hay đồng chí thì kể như anh ta đã khai chiến và hắn sẽ chết chắc. Mẹ kiếp! Mới đây thôi, Sa còn ra vẻ thân thiện thế mà giờ trở mặt sẵn sàng triệt hạ hắn. Kim chỉ muốn được làm đúng nghề, muốn hạnh phúc với đồng tiền chân chính do mình kiếm được thì sao lại bị kiềm chế? Phải chăng đó là sự bắt nạt? Ngày nhỏ, từng mong trở thành một người lính để khỏi bị bắt nạt thế mà khi đã là người lính thì hắn vẫn không thoát cảnh bị bắt nạt? Biết mình "thấp cổ bé họng" nhưng hắn không khuất phục và tiếp tục kiến nghị lên cấp cao hơn; đồng thời xin nghỉ không hưởng lương chờ kết quả xấu nhất. Cuối cùng, lá đơn cũng được bà Trưởng phòng Tổ chức Sở, chấp thuận: "Nếu anh ta làm tốt công việc ở đây thì cũng sẽ làm tốt ở nơi khác và ở đâu cũng là lợi ích quốc gia".

Thế là, Kim lại trở về với chính mình. Ngẫm lời anh lính "thầy bói" năm xưa, rằng hắn không hợp với chính trị thế mà đúng. Bởi theo theo lẽ, chính trị là việc làm nhắm đến lợi ích của tầng lớp nào đó trong xã hội. Nhưng thực tế, đó chỉ là những lời hứa mỹ miều, hoặc là những việc không thể làm được, ngoại trừ việc đảm bảo lợi ích cho chính những tổ chức, những người khai sáng ấy. Kim biết hắn không thể sống với những thủ đoạn mánh lới, hay là coi trọng cái tình đồng chí hơn cái nghĩa đồng bào... thế nên từ đó, hắn chỉ im lặng - sự im lặng vô nghĩa của loài dã thảo – và tránh xa các đảng phái, phong trào chính trị, các cuộc bầu cử.

Sự nghiệp của Kim lại trở về vạch xuất phát, khi hắn xin được việc làm ở Xí nghiệp Kho - Vận do Năm Huệ, cựu binh tiểu đoàn 308 thời chống Pháp, làm giám đốc. Bản tánh hiền hoà hào phóng, Năm Huệ giành được thiện cảm của khách hàng và hay được họ biếu những đặc sản địa phương. Một hôm, ông ta mời mọi người tới nhà thưởng thức món "rắn hổ hầm sả" do mình tự tay thực hiện nhưng khi mở cái giỏ đệm đựng rắn ra thì mọi người chỉ thấy cái lỗ thủng mà không thấy con rắn đâu? Tức thì, ông ta hoảng hốt gọi vợ:

- Em ơi! Đưa mấy đứa nhỏ ra ngoài mau!

- Sao ông lại đem rắn vào nhà thể hử? Chị vợ trách móc rồi cuống cuồng bồng bế hai đứa con nhỏ chạy ra sân.

- Tụi bây chia nhau kiếm nó đi! Năm Huệ mất bình tĩnh.

Cuối cùng thì họ cũng tìm thấy con rắn đang phun phì phì sau giường ngủ của chủ nhà. Năm Huệ khá sành rượu và hay nói "Uống rượu là phải tợp đủ một hớp rồi tuỳ loại rượu mà ngậm ở đầu lưỡi hay trong họng để biết hương vị của nó trước lúc nuốt ực vào bụng để hương thơm xộc lên mũi". Khác đám thanh niên thích cái xốc nhanh của các loại *Whisky* thì Năm Huệ lại ưa cái mùi thơm và cái kiểu say đầm của các loại *Cognac*. Chẳng những rành chất lượng mà ông ta còn am tường các ký hiệu *VS, VSOP, XO, XXO...* bên ngoài chai mà không phải ai cũng biết. Không chỉ mến mộ phong cách điều hành xí nghiệp mà Kim còn ngưỡng mộ cách cư xử trong gia đình của Năm Huệ. Trước khi tái hôn và có hai đứa con nhỏ với người vợ hiện tại - vốn là một Việt kiều ở Thái Lan — thì vợ chồng họ đều đã từng lập gia đình và mỗi người đều có hai đứa con riêng. Thế nhưng cái đại gia đình "con em, con anh và con chúng ta" ấy khá hoà thuận.

Lúc Thanh Mai được hai tuổi, vợ chồng Kim lại có thêm một bé gái tên là Kim Thanh. Lần đầu, thấy mẹ ẩm em bé về nhà, nó rất ngạc nhiên nhưng ngay sau đó bỏ ra chỗ khác chơi một mình. Cử chỉ của con bé khiến cha nó mủi lòng lắm. Hàng ngày, Kim vẫn dùng chiếc *Honda* 67 chở vợ con tới sở làm và nhà trẻ. Do trên xe có bốn người nên đôi lúc hắn không kiểm soát được mọi việc phía sau vì thế có lần bé Mai bị bánh xe lột một mảng thịt lớn khiến hắn rất xót xa nên lập tức bán chiếc xe ấy và mua lại một chiếc *Vespa Standar* cho khoẻ và an toàn. Thế nhưng lúc chiếc xe ấy chạy từ dưới đường lên lề thì bé Mai đứng trên sàn xe lại bị đập cằm vào tay lái. Thật chẳng cái tệ nào giống cái tệ nào!

Nhờ nỗ lực xin nhà không mệt mỏi, Kim đã được Sở Nhà Đất cấp một căn hộ ở chung cư Nguyễn Thiện Thuật. Từ nay gia đình hắn không còn phải chịu cảnh nóng bức, thiếu nước nhưng lại phải thường xuyên chịu những đám khói cuồn cuộn bay vào nhà như hun chuột từ cái xe phở nhà bên, chưa kể trần và tường nhà lúc nào cũng ẩm ướt như trong hang động. Đã thế mỗi khi mưa xuống, cái *toilet* duy nhất trong nhà lại dâng lên các chất xú uế, khiến hai vợ chồng hắn phải vào cơ quan làm vệ sinh cá nhân nhưng những đứa trẻ không thể làm thế nên hắn phải cho chất thải của chúng vào túi bỏ rác. Một buổi sáng khi chở con đến trường, Kim lái chiếc *Vespa* chạy sát bô rác và gạt bịch phân trên sàn xe xuống đó rồi đi tiếp nhưng chưa được bao xa thì có một người chạy xe máy *Yamaha* đuổi theo và la lên:

- Rớt đồ! Rớt đồ rồi.

- Dạ! Cám ơn - Kim đáp gượng gạo trước cái thế chẳng đặng đừng ấy và chờ cho người đàn ông tốt bụng đó đi khỏi rồi mới đi tiếp. Căn hộ tối tăm ẩm thấp ấy đã ảnh hưởng nhiều đến sức khoẻ của những đứa nhỏ. Một lần, thấy Kim Thanh sốt rất cao, trong họng có màng trắng. Kim liền tra cứu sách, rồi vội vã đưa con tới bệnh viện Chợ Quán khi biết nó đã nhiễm bệnh Bạch Hầu - căn bệnh tử vong nhanh. Nhờ sự mau lẹ ấy, con bé đã thoát cái "lưỡi hái tử thần" đang cận kề.

+ +

Trở lại cương vị Bí Thư Thành Uỷ Hồ Chí Minh, Nguyễn Văn Linh – người hoạt động lâu năm ở Sài Gòn, có vợ miền Nam tập kết ra bắc, đã ủng hộ việc thay đổi cơ chế quản lý sản xuất, lưu thông hàng hoá và đẩy mạnh sản xuất lương thực, hàng tiêu dùng, hàng xuất khẩu của thành phố. Tháng 7, 1983, Nguyễn Văn Linh muốn thông qua hội nghị "Những đơn vị kinh doanh có lãi tiêu biểu của thành phố Hồ Chí Minh" tổ chức tại Đà Lạt để nhân rộng mô hình đổi mới ra cả nước, tạo góc nhìn mới về thực trạng nền kinh tế để các lãnh đạo xây dựng chính sách. Để tranh thủ sự ủng hộ tối đa, ông đã mời những người cao cấp nhất (chỉ sau Tổng Bí Thư Lê Duẩn đang chữa bệnh ở Nga) là Trường Chinh, Phạm Văn Đồng, Võ Chí Công tham dự. Tại hội nghị, nhiều giám đốc doanh nghiệp đã báo cáo những khó khăn do cơ chế cũ và cách khắc phục để đem lại lợi ích cho doanh nghiệp và người lao động. Đồng thời, họ đề nghị được tự chủ xây dựng kế hoạch sản xuất, tài chính không lệ thuộc việc bao vốn, vật tư và tiêu thụ sản phẩm của Nhà nước. Vâng! Ngôn từ "BAO CẤP" đã ra đời từ đây, khi các giám đốc ấy đã sử dụng nó để chỉ cách thức nhà nước bao biện mọi thứ cho doanh nghiệp giống cách nói của người Nam Bộ khi muốn đảm bảo điều gì đó, như "bao ăn - bao ở - bao ngọt - bao không hột v.v..." Dù hội nghị chỉ ở cấp độ địa phương nhưng nó cũng đem lại cho các lãnh đạo Nhà nước những so sánh cụ thể giữa hai mô hình quản lý kinh tế:

- Mô hình cũ: căn cứ vào dân số làm cơ sở cho kế hoạch tập trung rồi áp đặt cho các ngành như chỉ tiêu pháp lệnh bất chấp năng lực thực sự của họ. Mô hình này không khuyến khích các chuyên gia kinh tế giỏi mà tạo điều kiện cho các đảng viên trở thành lãnh đạo, bất chấp những chính sách không giống ai của họ. Ví như những việc: phát hành tiền mệnh giá 30 đồng, hay mỗi gia đình chỉ được nhận kiều hối một năm hai lần, hay chỉ bán xi-măng xây nhà không bán cho sửa nhà...

- Mô hình mới: xây dựng kế hoạch trên năng lực sản xuất thực của các doanh nghiệp trong điều kiện tự cân đối mọi chi phí vật tư. Kết quả hội nghị đã khiến Trường Chinh suy nghĩ rất nhiều về những báo cáo của các giám đốc doanh nghiệp cũng như tâm huyết của Nguyễn Văn Linh. Nên một tuần sau ông đi khảo sát lại hàng loạt doanh nghiệp đã "xé rào" ở đây, rồi thổ lộ: "Hoá ra ở Hà Nội tôi toàn được nghe những thông tin sai lệch". Ông còn nói: "Sẽ cùng Bộ chính trị và Ban chấp hành trung ương xác lập mô hình mới, cơ chế mới". Từng là người chịu trách nhiệm những oan sai trong cải cách ruộng đất nên tháng 10, 1958 Trường Chinh phải từ chức Tổng Bí Thư. Nhưng có lẽ nhờ những sai lầm trong quá khứ tác động đến nhận thức, khiến ông từng được biết như nhân vật giáo điều đã trở thành một trong những người tiên phong trong công cuộc đổi mới.

Thời gian ấy, Tổng Bí Thư Lê Duẩn đã rất yếu thường phải nghỉ dưỡng trong bệnh viện. Ở nơi yên tĩnh đó, ông có thời gian hồi tưởng những năm tháng sôi nổi đã qua. Vẫn còn đó cái cảm giác hạnh phúc ban đầu, khi ông làm bài thơ gởi cho người vợ mới cưới của mình: *"Hỡi cô con gái Đồng Nai. Năm nay là mấy năm rồi cô yêu? Hôm qua gió lạnh đìu hiu, lòng cô man mác trăm chiều nhớ thương. Hôm nay trời tạnh mây quang, gió xuân đầm ấm mùi hương đậm đà. Tơ tình ta lại với ta. Say sưa bao xiết là ta với mình. Cho hay là giống hữu tình. Đố ai cắt được tơ mành làm đôi"*. Là người đàn ông tài ba nhưng Lê Duẩn lại khá lận đận trong tình duyên. Cuộc đời ông từng có hai người phụ nữ: một người do gia đình dạm hỏi ở quê nhà khi chưa thoát ly cách mạng và một do đồng đội mai mối hồi chống Pháp ở Nam Bộ, tên là Nguyễn Thuỵ Nga – con gái chủ bút tờ báo tiếng Pháp *La Tribune Indigene*. Năm 1954, Lê Duẩn vẫn ở lại miền nam, còn Thuỵ Nga và đứa con gái nhỏ xuống tầu đi tập kết ra bắc. Tới nơi chưa được bao lâu thì người của Hội Phụ Nữ đã đến gặp bà và nói:

- "Vì sự nghiệp chung, xin chị chủ động ly dị chồng".

- "Trước đây tôi và anh ấy cùng thuận lấy nhau nên giờ có chuyện gì cũng phải đợi đến khi anh ấy ra" - Thuỵ Nga đáp. Đến khi Lê Duẩn ra bắc, áp lực buộc hai vợ chồng họ chia tay vẫn không giảm nhưng hai người vẫn dứt khoát không chia lìa. Tình cảnh của họ càng tồi tệ hơn khi có thêm hiện diện của người vợ đầu, đến mức Thuỵ Nga (Bảy Vân), từng là một tỉnh uỷ viên, đã bị cắt hết mọi quyền lợi chế độ ưu đãi, kể cả quyền khám bệnh ở Bệnh viện Việt-Xô. Sau khi Quốc Hội khoá 1 ban hành "Luật Hôn nhân và Gia đình" thì Thuỵ Nga phải lánh qua Bắc Kinh học tập, rồi làm quản lý du học sinh Việt Nam ở đó. Năm 1964, bà trở về Việt Nam làm biên tập Báo Hải Phòng nhưng sau cùng, tình cảnh khốn khó đã buộc bà phải trở về miền nam trên một "Con tầu không số" lênh đênh trên biển cả đầy gian nan hiểm nguy. Ngay lập tức, Chính quyền Sài Gòn đã dán hình treo thưởng khắp nơi: "Nguyễn Thuỵ Nga - tên mới của Nguyễn Thị Vân - vợ của lãnh tụ số 1 Cộng sản Bắc Việt, đang nằm vùng..." để bắt sống bà. Khi ấy, đồng đội đưa Thuy Nga một trái lựu đạn với lời dặn: "Nếu địch bắt được thì nổ tự sát!" Cầm trái lựu đạn trên tay, Thuy Nga xót xa cho số phận cay đắng của mình nên tức cảnh làm những lời thơ mà không bao giờ gởi cho chồng:" *Trót đã yêu nhau, trót dãi dầu. Vì đâu duyên nợ, bởi vì đâu? Trăm năm gìn giữ ân tình cũ. Một kiếp! Thôi đành hẹn kiếp sau*".

Ngày nước nhà thống nhất thì cuộc hôn nhân trắc trở của họ vẫn là cặp "vợ chồng ngâu" - kẻ bắc người nam - phải chăng, những chuyến tầu định mệnh năm xưa cũng không buông tha những người có địa vị cao như bà? Nắm quyền tối thượng, Lê Duẩn có thể làm bất cứ điều gì cho hạnh phúc của mình nhưng ông đã không làm gì để những người phụ nữ của ông phải chịu thêm đau khổ mà chỉ dốc lòng vì con cái của họ - như để đền bù phần nào những thiệt thời mất mát của những người mẹ ấy. Theo lời con trai ông, Lê Kiên Thành, có lần một người đến nhà số 6 Hoàng Diệu, Hà Nội, để lấy đi một trong hai chiếc quạt trần ở đó, với lý do:

- "Những đứa bé này không có tiêu chuẩn sử dụng."

- "Cứ để chiếc quạt của lũ trẻ lại và tháo quạt của tôi đi! Tôi đã quen chịu mưa nắng rồi." Lê Duẩn nói với anh ta trong tư cách một người bình thường không phải trong cương vị của lãnh tụ tối cao. Sau bao năm tháng trăn trở kìm nén hạnh phúc cá nhân, trước ngày Đại Hội 6, Lê Duẩn cầm tay Thuy Nga nói:

- "Xong việc này anh về nam nghỉ và ở gần em."

- "Dạ." Thuy Nga bùi ngùi cầm tay chồng.

Không may, mấy ngày sau ông lại ngã bệnh phải vào bệnh viện điều trị. Một hôm, khi Lê Kiên Trung vào viện thăm cha, Lê Duẩn nắm tay con trai út trước lúc anh ta ra về và nói: "Ở lại đây với ba! Ba cô đơn quá..." Thế rồi ngày hôm sau, Lê Duẩn - người có công lớn trong việc tái thống nhất giang sơn bị chia cắt - đã về chốn vĩnh hằng mà không thực hiện được lời hứa với người phụ nữ của mình và để lại cho các đồng chí của ông bao việc tái thiết nước nhà còn dang dở. Dẫu sao, tên ông cũng đã là một phần quan trọng trong lịch sử chống ngoại xâm của dân tộc Việt Nam như bao anh hùng tiền nhân khác.

Sau khi Lê Duẩn mất, Trường Chinh được tạm quyền Tổng Bí thư Đảng tiếp tục chuẩn bị Đại hội 6. Khi ấy, các văn bản cởi trói cho nền kinh tế do Phạm Văn Đồng ký vẫn bị vô hiệu. Cuộc cải cách "Giá - Lương -Tiền" của Chính phủ cũng thất bại vì xây dựng giá vật tư cao khiến cơ sở quốc doanh không mua được nguyên liệu và tăng lương quá ít không đủ bù đắp sức lao động. Đến khi chính phủ hạ giá vật tư (bù lỗ) và tăng chi lương thì ngân sách lại thâm thủng phải in tiền dẫn tới lạm phát bùng nổ. Kết quả: chỉ số bán lẻ tăng 585 phần trăm, đồng tiền mới đổi đã lạm phát nhanh tới mức "bán trâu chỉ tậu được gà". Thế là người ta lại dùng vàng làm bản vị tiền khiến giá vàng tăng giá nhanh cả hàng hoá. Trước tình hình đó, Trường Chinh nhận thức được vấn đề không chỉ là vài cung cách quản lý yếu kém mà phải xem lại toàn bộ hệ thống quản lý kinh tế nên đã cho viết lại Báo cáo Đề cương Chính trị đã chuẩn bị trước của Đại hội 6. Theo đó, giao Nguyễn Văn Linh triển khai ba luận điểm: "Phát triển kinh tế nhiều thành phần; Tập trung sản xuất lương thực, hàng tiêu dùng, hàng xuất khẩu; Đổi mới cơ chế tự chủ, cơ cấu mở trong sản xuất, lưu thông hàng hoá". Nhờ sự "song kiếm hợp bích" ấy mà ba luận điểm kinh tế của Nguyễn Văn Linh rút ra từ thành phố Hồ Chí Minh đã được Trường Chinh đúc kết thành cơ sở lý luận thay đổi tư duy Kinh tế Kế hoạch tập trung sang Kinh tế thị trường. Hai năm sau, đến lượt Trường Chinh băng hà nhưng những lời thơ một thời của ông vẫn hiện hữu đầy khí phách:" *Quản chi nếm mật với nằm gai. Trời biển mênh mông vẫn đợi chờ. Chí lớn nấu nung trong ngục tối. Sẽ đem thi thố một ngày mai*" (Bài thơ "Tin tưởng" - viết năm 1931).

Tại Đại hội 6, Nguyễn Văn Linh được bầu Tổng Bí Thư Đảng. Từ đây, cuộc đổi mới tư duy kinh tế được chính danh. Nhưng do cơ chế quản lý nông nghiệp chưa chuyển đổi dẫn đến thiếu đói ở miền bắc. Đồng thời, quan hệ lưu thông hàng hoá kiểu hàng đổi hàng đã vô hiệu hoá quan hệ tiền – hàng, dẫn đến đổ vỡ hàng loạt cơ sở tín dụng trong nam. Hoạt động của giới tiểu thương và đời sống người lao động vẫn khó khăn, do tình trạng "ngăn sông cấm chợ". Khi đó, có một giai thoại về cái tình trạng ấy hay được người ta truyền khẩu: "Một nhân viên thuế ở Trạm Tân Hương (Long An) nói với người tài xế của Phó Chủ tịch Hội đồng Bộ trưởng Đỗ Mười:

- Mở cốp xe ra!

- Không phải khám! Đây là xe của ông Đỗ Mười.

- Xe của 'Đỗ Mười Một' cũng khám, chớ đừng nói là của 'Đỗ Mười'. Nhân viên thuế quả quyết".

Dù cuộc đổi mới tư duy quản lý kinh tế đang thực hiện nhưng sự trì trệ cố hữu của nhiều cấp lãnh đạo vẫn chưa thay đổi nên Nguyễn Văn Linh phải đẩy nhanh công cuộc đổi mới. Tháng 3, 1987, ông giải thể các trạm kiểm soát thuế trên toàn quốc, tháng 4, 1988 cho phép khoán gọn đến hộ nông dân đồng thời công nhận hộ nông dân là *đơn vị kinh tế tự chủ ở nông thôn* – khác hình thức khoán của Kim Ngọc, Bí Thư tỉnh Vĩnh Phú, khi hộ nông dân chỉ nhận khoán lại sản phẩm từ hợp tác xã mà *không phải là một chủ thể trong nền kinh tế*. Hai tháng sau, ông huỷ bỏ chương trình hợp tác xã nông nghiệp - giải quyết tận gốc việc cải cách nông nghiệp - để tăng năng lực sản xuất là chìa khoá tháo gỡ khó khăn kinh tế. Kết quả, sau một năm, Việt Nam đã lọt tốp 3 xuất khẩu gạo trên thế giới trước ngỡ ngàng của người dân. Năm 1987, "Luật Đầu Tư Nước Ngoài" được ban bố. Năm 1990, "Luật Công Ty" và "Luật Doanh Nghiệp Tư Nhân" ra đời cùng việc cổ phần hoá doanh nghiệp nhà nước đã gia tăng sức mạnh quốc gia, tạo việc làm cho dân chúng. Đồng thời, chính phủ cho phép hệ thống ngân hàng hai cấp: ngân hàng trung ương phát hành và điều tiết tiền tệ, ngân hàng thương mại phục vụ sản xuất kinh doanh của doanh nghiệp theo chính sách "Lãi suất thực dương" * cùng tỷ giá chuyển đổi ngoại tệ linh hoạt. Như vậy, các nút thắt trong công nghiệp, nông nghiệp đã được tháo gỡ chỉ còn khâu lưu thông hàng

----

* Lãi suất danh nghĩa trừ đi chi phí thực tế đủ bù đắp sự mất giá đồng tiền.

hoá chưa thay đổi, nhất là thương mại dịch vụ tư nhân vẫn chưa được
 xem trọng.

Khi ấy, trên diễn đàn báo "Sài Gòn Giải Phóng" có nhiều bài
viết của bạn đọc đề nghị thành phố mở rộng lĩnh vực xuất nhập khẩu,
du lịch quốc tế, dịch vụ thương mại cho kinh tế tư nhân. Một bạn đọc
ở Bình Thạnh đề nghị cho ngành thương nghiệp tự do kinh doanh
những gì pháp luật không cấm. Tâm đắc ý tưởng đó, Kim viết thêm
một bài cổ suý nhưng nâng tầm ý tưởng tự do kinh doanh cho cả nền
kinh tế. Đó là nền "KINH TẾ THỊ TRƯỜNG ĐỊNH HƯỚNG XÃ HỘI CHỦ
NGHĨA". Cả hai bài viết chỉ nêu lên những đòi hỏi tối thiểu của nền
Kinh tế Thị Trường. Nó không phải là đề xuất mô hình mới mà chỉ là
khuyến nghị hợp thức các vấn đề đã hiện hữu từ 1979 - 1990 nhưng
chưa được định danh. Theo Kim, nền "Kinh Tế Thị Trường Định
Hướng Xã Hội Chủ Nghĩa" ở Việt Nam là sự vận hành mô hình Kinh tế
Thị Trường của chính quyền cộng sản. Nó như những cái kim đồng hồ
phải quay quanh mặt số. Sau đó, cụm từ này được sử dụng trên nhiều
diễn đàn khiến hắn vừa mừng vừa lo. Mừng vì ý kiến của hắn được
dư luận quan tâm, lo vì hắn không phải là học giả để tiếp tục phát
triển các luận điểm liên hệ chủ đề ấy. Trong thâm tâm, hắn muốn qua
thuật ngữ ấy cổ vũ lãnh đạo tạo thêm thuận lợi cho doanh nghiệp tư
nhân, đồng thời an ủi thế lực bảo thủ bằng những mỹ từ quen thuộc.

Từng là cộng tác viên báo *Sài Gòn Giải Phóng* từ những năm
1980, Kim thường tham gia các diễn đàn góp ý chính sách của thành
phố. Năm 1986, hắn đã viết bài khuyến nghị không nên "Đầu Tư Dàn
Trải..." và cụm từ ấy đã quen thuộc trên nhiều diễn đàn. Nhưng cụm
từ "Kinh Tế Thị Trường Định Hướng Xã Hội Chủ Nghĩa" lần này, lại
khiến Kim hứng chịu nhiều chỉ trích. Có người quả quyết với hắn khi
uống cà phê, "Chắc mấy tay học giả nào đó muốn ám chỉ chế độ kinh
tế đảm bảo phúc lợi xã hội theo kiểu mấy nước Bắc Âu đấy mà" - dù
an sinh xã hội chỉ là sự điều tiết ngân sách của bất kỳ nhà nước nào.
Những kẻ khác, lại tỏ vẻ hiểu biết trên bàn nhậu, "Đó là học theo kiểu
"Mèo đen mèo trắng không quan trọng miễn là nó bắt được chuột"

của Đặng Tiểu Bình" - thứ chủ nghĩa dân tộc thực dụng bất chấp chuẩn mực quốc tế. Thậm chí, có những tiến sĩ kinh tế tốt nghiệp ở ngoại quốc, những người quản lý các quỹ tài chánh cũng chẳng tiếc lời thoá mạ:" Thằng chó nào phát minh ra mấy chữ đó, ngu không thể tưởng được. Đã là Kinh tế Thị trường thì làm gì có Xã hội chủ nghĩa nào ở đó?". Họ nói chẳng sai, bởi chính Karl Marx - chủ thuyết kinh tế chính trị học *Marxist* – cũng từng nói, "Một quốc gia trước hết phải đạt đến sự trưởng thành hoàn toàn của chủ nghĩa tư bản như một điều kiện tiên quyết để hiện thực hoá Xã hội chủ nghĩa".

Vâng! Suốt 30 năm, Kim đã phải nghe rất nhiều phản bác cụm từ ấy nhưng hắn không bao giờ phản ứng lại, trừ một lần duy nhất với cha mình. Đó là dạo nạn tham nhũng trong bộ máy công quyền khá phổ biến khiến công luận rất bức xúc và gia đình Kim cũng không ngoại lệ. Trong các bữa ăn, họ thường xuyên có những cuộc tranh luận căng thẳng. Một lần, Thi Sương nói với cháu trai:

- Con ráng học để vô đại học như người ta.

- Đại học mà không có tiền lo lót thì cũng chẳng có việc làm – thằng bé nói ngang.

- Ý mày là chế độ này không tốt? Lê Ngọc xen vô.

- Nó nói đúng đấy! Nội ơi – Đứa chị bênh vực.

Nghe vậy Ngọc tức lắm. Ông ta hất mái tóc loà xoà trên gương mặt đỏ gay rồi nhìn chằm chằm hai đứa cháu.

- Tại ba mẹ nghỉ hưu rồi nên không biết đó thôi chứ thời buổi bây giờ nhiễu nhương lắm. Tham nhũng kinh khủng chứ không tốt đẹp như ngày xưa đâu – Lê Hạ đỡ lời.

- Mua quan bán chức thì phải thế thôi – Thi Sơn góp lời.

- Nếu Nhà Nước này toàn lũ hủ bại như mày nói thì hôm nay chúng mày có được thế này không? Lê Ngọc giận sôi lên.

- Nhà nước nào thì mình cũng phải làm thì mới có ăn chứ có ai cho ai cái gì đâu - Lê Hạ chưa chịu ngừng.

Đến nước này, Lê Ngọc hết chịu nổi. Ông gạt mấy dĩa thức ăn qua một bên rồi bỏ lên lầu. Thấy vậy, Thi Sương trách mọi người:" Lần sau lên bữa ăn, xin mấy người đừng nói chuyện gì hết để cái nhà này được yên". Ăn cơm xong, Kim lên lầu uống nước trà, nói dăm ba chuyện linh tinh cho cha khuây khoả. Khi ấy, cha hắn vừa rót trà từ một cái ấm nhỏ xíu, vừa ấm ức:

- Con biết không, Nhà nước cũng hết lòng vì dân chứ phải đâu toàn là lũ hủ bại như thằng em mày nói.

- Đúng rồi! Nhưng bỏ đi ba ơi. Chính sự thời nào chẳng thế.

- Con biết không, giờ chính phủ còn mở ra "Kinh tế Thị trường Định hướng Xã hội Chủ nghĩa" cho dân chúng làm ăn nữa kìa.

- Con biết! Nhưng chuyện ấy không hẳn thế đâu vì con là kẻ phát ngôn đầu tiên cái câu ấy.

- Ý con là sao?

- Là để đảm bảo sự tồn vong của chế độ nên nhà nước đang phải vận hành nền Kinh tế Thị Trường theo đúng quy luật, không còn đi tắt từ Phong Kiến lên Xã hội Chủ nghĩa, như ba từng nói.

- Vậy là quay lại Chế độ Tư bản?

- Đúng vậy! Không phải giờ mà đã manh nha từ năm 1979 rồi. Cuộc sống không phải bất biến để người ta phải chôn chân một chỗ.

- ??? Lê Ngọc im lặng.

- Thời chiến tranh, nhiều người không được học hành đến nơi đến chốn nên không tự thân hiểu được các vấn đề kinh tế chính trị mà chỉ nghe và nói theo kẻ khác – hắn nói luôn một hơi vì đã lỡ "đâm lao phải theo lao". Ngọc sững sờ khi thấy thằng con mình phản bác những gì ông hằng tin tưởng. Kim không biết khi ấy, cha hắn ngạc nhiên trước cái điều con mình vừa nói ra hay là tức giận vì bị xúc phạm? Dù gì, hắn cũng có thể hiểu và thông cảm cho những ý nghĩ nào đó trong đầu cha mình đại loại như" lẽ nào, việc tày đình thế mà thằng ranh này dám lộng ngôn?". Hắn cũng biết, cái luật bất thành văn ở xứ này là "vuốt mặt phải nể mũi". Con cháu không được nói hơn các bậc trưởng lão, đứa nào mà lanh chanh kiểu "cầm đèn chạy trước ô tô" thì sớm muộn cũng nhận được một cái kết cục xấu mà thôi.

Khi biết chuyện, Thi Sương gọi hắn đến và nói "Con biết gì thì để trong bụng đừng đụng đâu nói đó. Chẳng no béo gì đâu! Không khéo còn vạ vào thân đấy". Chưa hết, một bạn học ở Hà Nội cũng nói:

- Cậu nói câu "Kinh Tế Thị Trường Định Hướng Xã Hội Chủ Nghĩa" là của cậu mà không sợ đụng chạm đến vấn đề lý luận cốt lõi của Đảng hiện nay ư?

- Biết sao được! Khi ấy tôi đâu có nghĩ ra cơ sự hôm nay dù sự đời vẫn trớ trêu như vậy. Thế nhưng mọi chuyện đều phải có cội nguồn và phàm ai làm gì có ích cũng nên trân trọng. Với lại, tôi nào có nói mình là cha đẻ của chủ thuyết đó, tôi chỉ là kẻ đặt tên cho "đứa bé" mà thôi - hắn thở dài.

Thực sự, Kim không muốn lên mặt dạy đời nhưng hắn cũng không muốn mọi người cứ tranh cãi vì cái thuật ngữ mông lung do hắn tạo ra. Hắn chỉ trải lòng với đời, chẳng muốn hơn thua với ai vì theo Phật pháp, *"Hiếu thắng là biểu hiện của vô minh"* và rằng, *"Cuộc đời đó có bao lâu mà hững hờ..."* (ca khúc "Mưa Hồng" - Trịnh Công Sơn).

+ +

Tổng công ty Xuất khẩu Thuỷ sản *Seaprodex* là một đơn vị xuất nhập khẩu được áp dụng mô hình tự cân đối ngoại tệ của mình. Đó là sau khi xuất khẩu hàng hoá, họ chỉ thanh toán nội tệ cho các cơ sở sản xuất, theo tỷ giá nhà nước, nên tích luỹ được nhiều ngoại tệ, mua sắm nhiều thiết bị sản xuất hiện đại, trong đó có cả những con tầu đông lạnh viễn dương. Năm 1986, khi con tầu *Seaprodex* 01 (S.01) được giao về Xí nghiệp Kho Vận thì Kim bỗng trở nên nhân vật quan trọng trong mắt thuyền viên khắp nơi đổ về đây xin việc. Do lợi ích kiếm được sau mỗi chuyến đi lớn bằng nhiều năm làm việc trên bờ nên bọn họ thường tranh giành suất đi. Để tránh mất lòng mọi người, Năm Huệ giao việc điều động nhân sự đi tầu cho Kim và thế là nhà hắn lúc nào cũng đầy khách không mời. Vốn không ưa thói hối lộ và cảnh giác trước cạm bẫy của đám người ấy nên hắn cứ công tâm làm việc khiến Năm Huệ hài lòng lắm. Một hôm, ông ta bảo hắn:

- Khách hàng Nhật than phiền về bao bì. Mày qua bên một chuyến coi sao?

- Dạ! Kim bình thản đáp nhưng trong lòng vô cùng sung sướng. Lần đầu được cầm cuốn hộ chiếu - chỉ dành cho người có chức phận và phải xin visa xuất cảnh, rồi trả lại sau chuyến đi – hắn vẫn rất sung sướng. Hắn thấy vô cùng may mắn khi được xuất ngoại mà không phải đánh đổi cuộc đời lấy những năm tháng xuất khẩu lao động, hay liều mình trên đại dương như những "thuyền nhân". hoặc héo mòn chờ đi định cư nước ngoài theo ODP (*Orderly Departure Program*).

Tầu S01 rời cảng Sài Gòn chạy qua rừng đước Cần Giờ ra vịnh Gành Rái, rồi trực chỉ tới xứ "Mặt Trời Mọc". Dưới lá cờ phần phật trên tàu, Kim dõi mắt nhìn dải đất mờ trong sương chiều với lòng man mác khi lần đầu xa quê hương. Lúc tàu qua eo biển Đài Loan, chiếc tivi trong phòng ăn bắt đầu lèo xèo lúc được lúc mất mấy chương trình quảng cáo xa lạ của xứ quốc đảo đó khiến hắn nôn nao mong tới đích sớm. Nhưng khi thấy một con hải âu lạc trên tàu, hắn lại lo lắng khi nghĩ tới điềm xấu sẽ xảy ra như lời ai từng nói. Quả nhiên không lâu sau, trời tối sầm lại, thời tiết mỗi lúc một xấu hơn. Những con sóng lớn đập ầm ầm vào mũi tầu làm tung lên những màn nước trắng xoá tới tận phòng điều khiển trên cao. Sóng nâng mũi tầu lên cao giống như con cá vượt thác nước, rồi lại nhấn mũi tầu cắm xuống biển như đang xuống thuỷ cung, khiến Kim thoáng sợ hãi như đang trên tầu lượn cảm giác mạnh.

Tầu S.01 tiến vào vịnh *Tokyo* trong mưa bão mịt mù và thả neo ngoài vịnh theo chỉ thị của cảng vụ. Thế là, mọi người lại phải vật lộn với sóng gió trên con tầu như cái bập bênh trên biển. Lát sau một chiếc trực thăng bay ra rọi đèn xuống tầu và hỏi xem có cần giúp đỡ không? Lúc đó, mọi thứ có vẻ vẫn ổn nhưng sáng ra mọi người mới thấy mạn tầu bị sóng đánh trơ khung, trông chẳng khác gì bẹ sườn của một con bò gầy.

Sáng hôm sau, các thuyền viên được lên bờ sau khi hoàn tất

thủ tục nhập cảnh ở cảng *Yokohama*. Bọn họ đi từng tốp đến ga tầu điện để tới các địa điểm mua sắm trong thành phố *Tokyo*. Kim đi cùng nhóm với Máy trưởng Báu và sĩ quan máy ba, tên Tú. Trong lúc không khí se lạnh thoáng đãng của xứ "Hoa Anh Đào" xinh đẹp đang chào đón hắn thì Tú bất ngờ hỏi:

- Anh Kim thấy nước "Tư Bản đang giãy chết" thế nào? Hắn ám chỉ sự tuyên truyền chống phương Tây ở trong nước trước đây.

- Chú cứ hỏi khó anh – Kim đáp.

- Em nói thật nhé, trên thế giới chỉ có hai nước là Việt Nam và các nước còn lại - Tú khoái chí với câu ví von của hắn.

- Thế nghĩa là gì?

- Là chẳng đâu người ta quản lý đất nước như mình cả.

- "Biết rồi! Khổ lắm! Nói mãi" – Kim bực mình vì thằng này lải nhải không đúng đối tượng.

Khác sự bình thản khi lần đầu thấy Sài Gòn, lần này thì Kim đã thật sự choáng ngợp trước một *Tokyo* hiện đại. Nhóm hắn lang thang ở các chợ gầm cầu và các chợ điện tử gần ga *Shinijuku* lùng mua đồ hạ giá, rồi lại lên tháp *Tokyo* ngắm thành phố, hay lên những chuyến xe điện chạy đến ga cuối để biết càng nhiều càng tốt. Khi đói cả bọn lại ghé quán bình dân kêu mì lót dạ và tự thưởng những bình rượu *Sake* nóng, mấy lon bia *Kirin, Sapporo*. Một lần, bọn hắn ngồi kế nhóm thủ thủ Pháp cũng mới đến xứ "Phù-Tang" lần đầu và khi cao hứng, một thuỷ thủ Pháp đã hát tặng hai bài theo yêu cầu của Kim: "*Main dans le main*" và "*Tou les garcon et les filles*" trước sự ngỡ ngàng của Báu và Tú về cái gã nhân sự chẳng hề đơn giản như họ nghĩ.

Ngày rời bến, những chiếc xe tải tay lái nghịch chở ra tầu rất nhiều hàng hoá thuyền viên đã đặt. Trái với sự hăm hở lúc đi, tâm trạng mọi người khi về cảng Sài Gòn khá căng thẳng, trước cuộc đấu trí giữa họ và nhân viên hải quan, giống như trận chiến giữa "những con cáo" và "đàn sói", sắp sửa bắt đầu. Khi ấy, nhân viên hải quan chia nhau lục soát mọi ngóc ngách trên tàu, quyết tìm ra hàng không khai báo, hàng vượt định lượng, hàng cấm, còn thuyền viên cố tỏ ra bận rộn để tránh mặt họ. Một lần, sau khi khám xét phòng không kết quả, gã hải quan hỏi một thuyền viên:

- Mày giấu gì thì khai ra để tao đỡ mất thì giờ.

- Em chả giấu gì - người thuyền viên đáp rồi dúi cho gã mấy gói thuốc ba số (555). Gã hải quan bỏ mấy gói thuốc lá vào cặp, quay lưng bước đi. Bỗng gã chợt nghe thấy những tiếng "cờ ríc, cờ ríc..." như dế kêu râm ran đâu đó trong phòng nên quay lại hỏi:

- Mày giấu gì trong đó phải không?

- Không ạ - người thuyền viên mặt tái xanh, ấp úng.

- Tháo vách ra! Gã hải quan ra lệnh sau khi áp tai vào vách nghe thấy tiếng động phát ra từ đó. Người thuyền viên đành lấy cái "tuốc-nơ-vít" cạy bức vách sát giường anh ta ra. Lập tức, cả trăm chiếc đồng hồ điện tử, hàng bán chạy bấy giờ, đổ ào ra ngoài. Báo hại cho người này, không biết vì sao mà những chiếc đồng hồ ấy lại đồng loạt kêu lên như thế? Gã hải quan chộp một chiếc lên tay, mỉa mai:

- Thế này mà bảo không giấu diếm ư?

- Dạ! Em mới đi lần đầu mong anh thông cảm - người thuỷ thủ lắp bắp.

- Thông cảm cho mày thì ai thông cảm cho tao? Gã hải quan cười khẩy, buông lời ỡm ờ. Người thuỷ thủ hoang mang đưa mắt cầu cứu đồng đội nhưng chỉ nhận được những cái nháy mắt, cùng lời vuốt đuôi của họ, "Thằng này bị Tổ trác rồi". Theo quy định, hàng lậu sẽ bị tịch thu, phạt luỹ tiến theo giá trị nên để tránh mất vốn, thuỷ thủ thường phải hối lộ bằng tiền hoặc chịu mất 50 phần trăm, hoặc chấp nhận mua hàng không công cho những gã hải quan "bẩn".

Trong khi các thuyền viên đang đấu trí với đủ loại sắc áo hải quan ở cảng, để đem hàng hoá của họ lên bờ thì Kim và thuyền trưởng Dưa Lên gặp Giám đốc Xí nghiệp.

- Bây gặp bão dữ lắm hả? Năm Huệ vỗ vai họ hỏi.

- "Chuyện thường ngày ở huyện" mà anh – Dưa tếu táo.

- Mày thấy bên bến nhận hàng thế nào? Năm Huệ quay sang

Kim.

- Em thấy họ dùng xe tải thường nhận hàng mà không dùng xe lạnh và đây là hình ảnh lúc chất hàng.

- Hèn gì các thùng carton mềm và rách. Mày đưa mấy cái hình đây để tao làm việc. Nói xong, Năm Huệ quay sang Dưa, "Chuyến tới anh sẽ cử Kim sang bển, khảo sát mấy cái chợ cá".

+ +

Ðù thuyền viên được phép mua bán hàng hoá nước ngoài nhưng tiền Việt không đổi được ngoại tệ nên họ phải đổi đô-la lậu đem theo. Vì thế, ngay khi đem số ngoại tệ đó xuống tầu, họ đã là con mồi của đám công an, hải quan cảng. Có lần, một thuyền viên bị nhân viên hải quan khám thấy mấy ngàn đô giấu trong phòng nhưng anh ta đành chết lặng nhìn số tiền ấy bị gã kia bỏ túi mà không dám nhận của mình - bởi nếu thú nhận thì số tiền ấy vẫn bị tịch thu và anh ta sẽ phải lên bờ. Trong tình thế ấy, may mắn thì kẻ vi phạm được viên hải quan trả lại một nửa, còn không thì mất trắng. Sau khi khảo sát giá bán lẻ hải sản các chợ cá *Tsukiji* và *Ota City*, bọn Kim đến khu *Ginza* mua sắm vật dụng gia đình. Khi ấy, máy trưởng Báu mặt đỏ như gấc, lưng đeo cái ba-lô cũng đỏ chót, đi xăm xăm về phía cửa hàng bán đồ nữ cùng đám con gái váy ngắn áo khoác buộc ngang bụng. Thấy Báu cứ lật lên lật xuống mấy món đồ, Tú sốt ruột hỏi:

- Anh mua gì để em tìm cho.

- Ừ, ừ... đang tìm mấy thứ cho bà xã.

- Lại mua áo ngực à?

- Thế thôi – Báu chặc lưỡi.

Nghe thế, Tú phá lên cười rồi kể cho Kim nghe chuyện Báu từng mua áo ngực cho vợ: "Khi cô bán hàng hỏi anh ta:

- Vợ anh mặc cỡ nào?

- Ừ, ừ...

- Cỡ quả bưởi không?

190

- Không!

- Quả cam ư?

- Không!

- Không lẽ là quả trứng gà?

- Đúng rồi! Báu nhe răng cười.

- Hơi nhỏ đấy! Cô bán hàng chụm mấy ngón tay lại so sánh, rồi nói với vẻ thông cảm.

- Ồ… không! Không phải trứng gà thường đâu… như là trứng gà ốp-la (*oeuf au plat*) đấy" – Báu bẽn lẽn thanh minh.

Nghe Tú tào lao, Báu chỉ lắc đầu cười. Qua chuyện trò, Kim biết Báu đang bảo bọc hai mẹ con một phụ nữ hơn tuổi - vợ con một sĩ quan chế độ cũ đã đi Mỹ - và dù đã có con với chị ta nhưng hắn rất kín tiếng về mối tình ấy. Tú thì khá lẻo mép ngoài đường nhưng lại rất sợ vợ. Anh ta thường phải chờ lúc vợ ngủ say để lén ra ngoài. Tú kể: "Có lần, thấy vợ đã ngủ, hắn lẹ làng thay đồ, mở cửa định bước ra ngoài thì bất chợt thấy ớn lạnh xương sống khi nghe thấy một giọng nói, như một phát đạn bắn vỡ toác gáy hắn, từ phía sau:

- Ông kia!

- Ơ, ơi…

- Đi đâu?

- Ờ, ờ… đâu có đi đâu.

- Sao thay đồ mới?

- Đồ này cũ rồi mà…

- Không nói nhiều, đi vô!"

Kể xong, anh ta chặc lưỡi:

- Lấy vợ giàu nó khổ thế đấy anh ạ.

- Đáng đời thằng đào mỏ! Kim diễu cợt hắn mà chẳng hề biết kẻ "đào mỏ" ấy, cuối đời lại bị vợ đuổi khỏi nhà với hai bàn tay trắng.

Mua đồ xong, cả bọn đi tham quan vườn Hoàng gia, sở thú *Ueno* và những vườn hoa anh đào nổi tiếng. Dù cảnh sắc thiên nhiên nơi đây rất đẹp nhưng trên những con đường xe chạy rào rào luôn có lớp bụi đen của vỏ xe hơi, còn nước vịnh *Tokyo* thì có mầu như bã cà phê.

Rời *Tokyo*, tầu S.01 tiếp tục giao nhận hàng ở cảng *Osaka*. Lần đầu tới một trong các cảng lớn nhất thế giới, Kim bị choáng ngợp bởi qui mô rộng lớn, bởi những dàn cần cẩu cao như những toà nhà cao tầng và những con tầu 200 ngàn tấn và chạnh lòng khi nhìn lại con tầu S.01 chẳng lớn hơn tàu cứu sinh trên những con tầu khổng lồ ấy. *Osaka* là thành phố lớn thứ hai của Nhật nên cũng rất sầm uất. Xen lẫn những đường phố chính náo nhiệt, nơi đây có những đoạn phố ngắn với những căn nhà truyền thống treo đèn lồng đỏ viết chữ Nhật màu đen. Đặc biệt, nhiều căn luôn đóng cửa im ỉm với dòng chữ tiếng Anh bên ngoài: "Chỉ dành cho người Nhật" khiến bọn Kim rất đỗi tò mò vì chẳng biết cái quái gì trong đó? Thế là, Báu bắt đầu tếu và kể chuyện hài về sự kín tiếng của người Nhật: "Cả thế giới ai cũng sợ người Mỹ vì họ đã nói là làm, nhưng người Mỹ lại sợ người Nhật vì họ làm mà không nói. Người Nhật thì sợ người Tầu vì họ nói một đàng làm một nẻo. Còn người Tầu lại sợ người Việt vì họ làm thì ít nói thì nhiều". Ha, ha... cả bọn cười vang khiến mấy người địa phương đi gần phải tản ra tránh mấy gã thuỷ thủ nước ngoài đáng ngờ ấy.

Xong việc ở *Osaka*, tầu S. 01 lại sang cảng *Kobe* làm hàng. Đây là một thành phố lâu đời với những con đường buôn bán nhỏ hẹp, những suối nước nóng và đặc biệt là món bò nướng *Akashyaki*. Bọn Kim không đến suối nước nóng tắm vì sợ phải tắm truồng (?) và cũng không dám ăn thịt bò *Kobe* vì giá một suất tới 5.000 Yên khá đắt so với số tiền tiêu xài của mình.

Về tới nhà, Kim lại tiếp tục được Năm Huệ cho theo tầu "Sông Bé 10" khảo sát thị trường *Singapore* vài chuyến. Đảo quốc này tuy nhỏ nhưng cũng có một nền văn hoá đa dạng. Ngoài chục cái *building* mới xây ở khu trung tâm, nơi đây còn có các khu kiến trúc kiểu thuộc địa châu Âu, khu người Ấn, người Hồi và phố Tầu. Nhìn chung dân chúng nơi đây có vẻ rất tự hào với hòn đảo trung tâm tài chính, đầu mối giao thương, nhiều cơ sở vật chất hiện đại của họ nhưng với Kim, làm giàu cho một mảnh đất nhỏ bé dân số vài triệu thì không phải việc khó. Tuy thế, hắn vẫn ấn tượng với việc bảo vệ môi trường ở đây. Khác vịnh *Tokyo*, nước ở cảng Singapore trong đến mức có thể trông thấy những đàn cá bơi bên dưới.

Khi Năm Huệ được cất nhắc làm Giám đốc Trung tâm Xuất Nhập Khẩu *Seaprodex* thì Kim cũng được đề bạt làm Phó Ban Xuất. Công việc của hắn là tìm nguồn hàng xuất khẩu, nhất là với các mặt hàng mới nên hắn thường đến các địa phương xây dựng quan hệ mua bán, hoặc nhận uỷ thác xuất khẩu cho họ.

Ở công ty Thuỷ sản An Giang có một người tên là Mãnh khá thân với hắn. Là sinh viên Đại học Nông-Lâm, từng qua những năm học dưới chế độ cũ rồi lại học dưới chế độ mới nên Mãnh có cách nhìn khá cởi mở về các vấn đề. Anh ta đã thuyết phục được Kim mở mặt hàng cá nước ngọt cho công ty Thuỷ sản An Giang do lợi thế nguyên liệu và không có cạnh tranh. Kim đã đồng ý xuất thử cá tra, cá basa phi-lê trong chương trình xuất khẩu cá nước ngọt. Số lượng xuất ban đầu không nhiều nhưng đó là một hướng ra cho ngành thuỷ sản đồng bằng sông Cửu Long. Đồng thời, nó cũng tạo uy tín cá nhân cho Mãnh và Kim —những người khai phá thị trường cá da trơn xuất khẩu của Việt Nam. Từ đó, Mãnh còn được những người nuôi cá ở vùng An Giang, ĐồngTháp đặt cho biệt hiệu 'Mãnh basa'. Tương tự, Kim lại kết hợp với một phụ nữ tên Tư Sáng, từng là du kích quân hồi chiến tranh ở Tiền Giang, tạo thêm mặt hàng thịt nghêu đông lạnh xuất khẩu cho thị trường Việt Nam.

Dù mọi giao dịch với nước ngoài bắt buộc phải thông qua phiên dịch, đã được ngành an ninh chấp thuận, nhưng Kim vẫn đề nghị Năm Huệ cho phép hắn làm việc trực tiếp với khách nước ngoài. Nhờ vậy, hắn có điều kiện cải thiện vốn tiếng Anh còn hạn chế của mình và học hỏi thêm nhiều điều từ khách hàng. Đó là quy trình sản xuất, chất lượng nghiêm ngặt của người Nhật; thời gian giao hàng đúng hạn của người Âu; đòi hỏi hàng hoá cao cấp khác người của người Thái. Chưa kể, việc hay thay đổi đơn hàng của người Hàn, hay khoe giàu có của người *Hong Kong*, hay là thói khoe kiến thức, dạy đời của người *Singapore*... Hắn còn nhớ trong một bữa ăn tối, một thương nhân *Singapore* tên *Lim Min Hok* đã nói:

- Này Kim! Anh còn trẻ nên tôi khuyên anh đừng bao giờ từ bỏ cái nghề này.

- Sao vậy?

- Vì người ta có thể đi đôi giày rách, mặc cái áo cũ nhưng không thể bỏ bữa ăn mãi được - Lim giải thích, rồi lại nói:

- Cho dù có bạo loạn hay đình công thì người ta vẫn phải ăn uống nên anh không bao giờ mất việc làm. Một lần khác, Lim bất mãn:

- Tối qua, tôi gặp một cô gái trong quán bar và biết được cô ta là cô giáo mầm non.

- Thế ư?

- Tại sao điều này lại để xảy ra ở một nước Á đông?

- Bình thường thôi, phụ nữ ở đâu chẳng vậy – Kim trả lời, rồi dẫn chứng:

- Nghe nói sau khi *Berlin* thất thủ, chẳng phải là các chàng lính ngoại quốc chỉ cần một lon thịt hộp đã có thể vui vẻ cả đêm với các cô gái địa phương đấy sao?

- Ừ ừ - Lim gật gù xác nhận.

+ +

Giấc mơ du lịch Châu Âu của Kim được toại nguyện qua chuyến đi tham quan thị trường Đức cùng các doanh nghiệp miền bắc năm 1991. Đoàn tham quan xuất phát từ sân bay Nội Bài trên chiếc Boeing 737 của *Thai Airways* tới sân bay *Don Muang*, rồi nối chuyến đi *Frankfurt*. Khi chiếc Boeing 747 của hãng *Lufthansa,* bay trên những thành phố Châu Âu rực sáng ánh đèn, hắn vẫn chưa tin đó là sự thật vì từng thấy cảnh ấy nhiều lần trong mơ. A ha! Thế là Kim đã tới được nơi bạn bè cùng lớp từng du học trong khi hắn phải đương đầu với vất vả hiểm nguy ở những khu rừng nhiệt đới thời chiến tranh. Sau khi phi cơ đáp xuống phi trường *Frankfurt* trong thời tiết ảm đạm, đoàn tham quan gấp gáp kéo hành lý sang ga xe lửa cho kịp chuyến tới thủ đô *Born*. Ở đó, họ tham quan nhà thờ *Kolner Dom* có lối kiến trúc gothic tiêu biểu, nhà hát *Linden Oper* và "bức tường *Berlin*" vừa bị dỡ bỏ vài đoạn. Điểm dừng cuối là thành phố *Hamburg*. Nơi đây, Kim có vài khách hàng khá thân. Một trong số đó là *Schneider* đã lái chiếc *Mercedes S.550* chở hắn quay lại *Hanover* coi triển lãm xe thương mại IAA hàng đầu thế giới. Khi Kim hào hứng với những chiếc xe danh tiếng thì *Schneider* lại tò mò với chiếc *Trabant* động cơ hai thì, thân bằng nhựa dẻo của Đông Đức. Nhìn chiếc xe nhỏ bé thô sơ ấy, Kim nao nao nhớ lại những chiếc xe khách nội địa, do người thợ Việt Nam đóng trên khung xe IFA của Đông Đức, hồi chiến tranh.

Trên đường về, trời mưa tầm tã khiến Kim chẳng thấy gì trên con đường cao tốc ngoài những vệt đèn đỏ nhạt nhoà của những chiếc xe phía trước. Rồi chiếc xe dừng trước một khu nhà chung cư ở ngoại vi thành phố *Hamburg* để Kim ghé thăm một người em bà con tên Thương đang sống ở đó. Theo chân cô ta đi thang bộ lên tầng hai, hắn bước vào một căn phòng tối tăm vì bị cúp điện. Ngồi thu mình trên chiếc ghế gỗ cũ, Thương bùi ngùi kể lại cuộc sống của cô sau khi đi du lịch và ở lại nơi này với một gã đàn ông cùng quê đã vượt biên qua đây từ nhiều năm trước, rồi lại kể những khó khăn của họ khi thất nghiệp. Nhìn căn phòng thiếu tiện nghi buồn bã ấy, hắn không khỏi ái ngại cho tương lai của người em mình.

Kết thúc chuyến đi, đoàn Kim lại tham quan viện bảo tàng trong thành phố và dạo chơi trên bờ Biển Bắc cùng cô hướng dẫn viên tóc bạch kim. Khi ấy, hắn cũng hay dạo chơi trong những công viên xào xạc lá vàng, hít thở không khí thoáng đãng của cái lạnh đầu đông, rồi lại lang thang ở khu trung tâm ngắm vẻ đẹp thành phố Châu Âu. Không có băng tuyết nhưng trời rất lạnh bởi những cơn gió phương bắc thổi về nên cứ đi một đoạn hắn lại phải ghé các cửa hàng để sưởi ấm, dù đôi lúc gặp những cái nhìn không thân thiện của người bán hàng dành cho kẻ chỉ xem mà không mua hàng. Khi đói, hắn thường ghé các "ki-ốt" mua những cái xúc xích nóng cho gọn lẹ, giống câu nói "*Đi Tây ăn uống như ở nhà, để người nhà xài đồ như Tây*", rồi vừa ăn, vừa tự hỏi vì sao nó lại có tên "chó nóng"? Một lần, trên đường về khách sạn, Kim thấy mấy gã *hippie* đầu trọc có mào đỏ, xăm trổ đầy mình đi theo phía sau. Lính tính chuyện không hay nên hắn sải bước nhập vào tốp người phía trước. Thấy vậy, bọn đó dừng lại. Không có gì xảy ra với Kim nhưng khi vừa bước vào khách sạn, hắn lại bắt gặp một người đàn ông Nam Âu đang ôm vết thương chảy máu trên đầu do vừa bị một đám côn đồ ngoài đường hành hung. Lẽ nào lại là mấy thằng *hippie* lúc nãy?

Đêm trước khi Kim về nước, Thương đến khách sạn gởi hắn chút quà về gia đình họ thì hắn đã khuyên người đàn ông nhỏ thó đi cùng cô ta: "Khi nào có vốn thì mở công ty nhập hải sản Việt Nam bán kiếm lời" khiến anh ta bối rối vì chưa từng nghĩ tới việc ấy. Sau khi bọn họ ra về, hắn lấy chai rượu vang trong tủ lạnh tự thưởng cho mình nhân kết thúc chuyến đi thì ngoài cửa lại có tiếng chuông. Đó là cô hướng dẫn viên. *Christine* nói, sáng hôm sau phải đưa đoàn ra sân bay mà nhà cô lại ở thành phố khác nên đêm nay sẽ nghỉ tạm đâu đó trong thành phố này và nhân lúc rảnh rỗi cô muốn ghé hắn chơi nếu không phiền. Tất nhiên, những người đàn ông cô đơn chẳng bao giờ phiền khi có phụ nữ đến với mình nên hắn mở rộng cửa chào đón và rót rượu mời khách. Hai người vừa uống, vừa chuyện trò về việc làm, về thành phố, về những kỷ niệm đáng nhớ. *Christine* cho hay, cô là người Đan Mạch, hồi nhỏ từng theo cha tới Sài Gòn sống khi ông làm việc trong một Toà Lãnh Sự ở đó. Rồi cô lại hào hứng kể về cái thành phố đầy nắng gió ấy với trái cây bốn mùa, hồ bơi trong xanh và cả những bãi biển tuyệt đẹp ở Cấp, Mũi Né, cảnh thơ mộng ở Đà Lạt. Nhưng khi nghe Kim hỏi về gia đình riêng thì cô chỉ nhún vai. Sau đó, cô gái gọi thêm rượu và tiếp tục nâng ly với hắn trong tiếng mưa tuyết lộp độp trên cửa kính của căn phòng ấm áp và lãng mạn ấy. Nửa đêm khát nước tỉnh dậy, hắn giật mình khi thấy vô số vỏ chai rượu lăn lóc dưới sàn và *Christine* đang ngủ ngon lành với gương mặt khả ái bên cạnh mình. Lòng hắn chợt xao xuyến nhạt nhoà, như những bông tuyết đang tan trên cửa sổ kia, trước người phụ nữ gợi cảm và cởi mở ấy. Sáng hôm sau, khi chia tay đoàn tham quan ngoài sân bay, *Christine* ôm hôn Kim trừu mến trước sự ngỡ ngàng bán tín bán nghi của mọi người khiến hắn khá bối rối. Cuối cùng, khi mọi người đang hồ hởi với những thùng sô-cô-la miễn phí của sân bay thì hắn lại bâng khuâng nhìn người phụ nữ Tây phương đang vẫy tay lưu luyến bên ngoài.

Về đến *Bangkok*, mọi người đều bay về Hà Nội, chỉ mình Kim chờ chuyến bay về Hồ Chí Minh vào hôm sau nên hắn tranh thủ gặp khách hàng mua tôm càng cỡ lớn của mình ở đây. *Anuck* và *Nathee* lái chiếc Mercedes mới tinh đón hắn tới một nhà hàng cao cấp dùng bữa và bàn thảo hợp đồng. Là thương nhân nhưng bọn họ rất thông thạo các điểm du lịch ở *Bangkok* nên sau đó lại đưa Kim tới một quán bar trong khu *Patpong* nổi tiếng. Sau khi gọi thức uống, bọn Kim và hàng chục du khách nam nữ châu Âu đều hướng lên cái sân khấu giữa bar - nơi một cặp nam nữ vũ công đang biểu diễn những động tác thủ dâm bằng nhiều dụng cụ khác nhau. Đến màn tiếp theo thì mọi người trong bar đều phải há hốc miệng vì kinh ngạc trước cảnh giao cấu thực sự mà lần đầu bọn họ thấy ở nơi công cộng.

Kim cũng có kỷ niệm với một khách hàng *Australia*, tên *Halis* khi anh ta đến văn phòng *Seaprodex* khiếu nại:

- Sao các anh không giao hàng đúng hạn?

- Miền Trung vừa bị bão lớn, tàu cá không ra khơi được, mong ông gia hạn hợp đồng.

- Không cần biết lý do. Anh phải giao hàng ngay! Nếu không tôi sẽ báo cho Tổng Giám đốc của anh.

- Báo ai cũng không giải quyết được vấn đề.

- Tôi sẽ báo ông ta về thái độ của anh.

- Tuỳ ông! Tuy nói cứng nhưng Kim vẫn phải đi mượn hàng của đơn vị khác giao cho khách nên câu chuyện hiềm khích ấy cũng qua đi và quan hệ hai bên lại tốt đẹp sau những lần họ cùng đi kiểm hàng, cùng tắm biển và say sưa những chai rượu địa phương của miền trung. Đổi lại, *Hailis* cũng mời hắn và ba vị giám đốc nhà máy tham quan thị trường *Australia*.

Bọn Kim xuất phát từ Hồ Chí Minh trên chiếc Boeing 737 của *Thai Airways* tới *Bangkok* rồi nối chuyến đi thành phố *Perth* bằng máy bay của hãng *Qantas*. Tại đó, họ được *Hali* chở tới tham quan nơi làm việc và gian hàng công ty anh ta trong siêu thị trung tâm. Những ngày ở *Perth* thật đẹp và đáng nhớ. Trừ việc mấy người bạn Việt kiều của Tám Hợi, tự ý ngủ đêm và dùng hết rượu bia trong tủ lạnh khiến Halis không vui. Kim không ưa những kẻ ấy khi họ chửi thề trước Đại học Tây Úc (UWA):" Đ.M mấy thằng Việt Nam - cách họ gọi người trong nước - đéo biết thế giới văn minh là gì..." khiến hắn bị xúc phạm. Khi ấy hắn ước bọn đó biết rằng những cơ sở vật chất ở Tây Âu, đang loá mắt họ đã có từ thời quê nhà họ còn chưa có tên "Việt Nam" để họ đừng hờn trách ai. Vâng, nhiều kẻ ở hải ngoại luôn coi người dân trong nước như thể người bộ tộc sống trong rừng *Amazon,* chẳng biết gì thế giới bên ngoài.

Trên đường về, bọn Kim nghỉ lại khách sạn *Ambassador* trên đại lộ *Sukhumvit* đông đúc. Trong khi mọi người trong nhóm đi dạo chơi mua sắm thì Kim được *Anuck* và *Nathee* mời ăn tối, xem ca nhạc ngoài trời. Trái với tâm trạng hớn hở sau bữa ăn tối của Kim thì bộ mặt của Tám Hợi lại ỉu xìu. Thì ra anh ta dù đã dùng cùng lúc hai cái "áo mưa" (bao tránh thai) trong tiệm mát-xa nhưng vẫn bị rách (?). Thật xui xẻo và hi hữu!

Sau những lần ấy, Kim lại trở về với công việc. Một hôm, hắn bất ngờ nhận được một cuộc gọi từ nước ngoài:

- Chào Kim! Nhận ra ai không?

- Cô là...?

- *Christine* đây! Anh khoẻ không? Tôi có tin vui cho anh đây.

- Ô! Chào *Christine*. Tôi khoẻ, cô có tin vui gì vậy?

- Tôi mới sinh em bé.

- Chúc mừng cô nhé!

- Một cô bé da trắng có tóc và đôi mắt đen rất xinh đẹp và đáng yêu như anh đấy.

- Vậy ư? Hắn thoáng sửng sốt.

- Cảm ơn Kim nhé, khi nào anh sang đây nhớ... Tút, tút...

Cuộc nói chuyện bị dừng bất ngờ – khi ấy cuộc gọi quốc tế thường chập chờn – nên hắn không biết Chritine đang muốn nói gì (?) và hắn cũng không thể gọi lại vì điện thoại chỉ hiển thị số tổng đài. Khi còn chưa bình tâm sau cuộc gọi của *Christine* thì điện thoại lại đổ chuông.

- A-lô! *Christine* hả?

- A-lô! Anh Kim hả? Em là chồng Thương bên Đức đây!

- Ồ! Xin lỗi. Anh cũng vừa có điện thoại bên Đức.

- Anh Kim gởi hàng qua đây cho em bán đi.

- Em đã lập công ty như anh nói chưa?

- Chưa. Nhưng anh cứ gởi qua đi, em bán được mà.

- Em bán được mặt hàng nào? Còn chuyện nhận hàng, gởi kho và thanh toán thì sao?

- ??? Có vẻ anh ta không hiểu hoặc không muốn trả lời câu hỏi của Kim nên im lặng.

- Em ơi! Hàng hoá của Nhà nước nên anh phải thực hiên giao dịch theo thủ tục quốc tế. Nghĩa là, em phải mở tín dụng thư hay chuyển tiền trước khi nhận hàng như anh nói lần trước. Tút, tút...

Cuộc gọi lại bị dừng nhưng lần này không phải lỗi đường dây mà do người gọi cúp máy.

Vài ngày sau, Kim nhận được lời nhắn gởi của anh ta qua người nhà ở Việt Nam:" Đồ cộng sản xạo! Tao mà gặp là đánh chết mẹ mày luôn." Nghe vậy, hắn buồn lắm vì đã chẳng nhớ lời người xưa," giúp vật trả ơn giúp người trả oán".

Cùng lúc ấy, với mong muốn xua đi những ký ức đơn côi tủi hờn thời con gái, những thất vọng sau khi đoàn tụ người thân sau chiến tranh. Đồng thời lại được gia đình chồng đang định cư bên Mỹ khuyến khích nên Đoàn San đã dắt ba đứa con đi vượt biên - người chồng ở lại chăm sóc mẹ già và đi sau - hầu được đổi đời, nở mặt nở mày với thiên hạ. Sau sáu ngày đêm lênh đênh trên biển cả, mấy mẹ con họ cùng vài chục thuyền nhân khác được đưa về trại tị nạn *Palawan* trên đảo *Luzon*. Tại đó, họ phải ở trong những gian nhà tôn diện tích vài mét vuông, gọi là *"bunk house"*. Hàng ngày, chỉ nhận được số thực phẩm giới hạn nên thỉnh thoảng Đoàn San lại phải dùng số sáu chỉ vàng cô đem theo, giấu trong âm hộ vì sợ cướp biển, mua thêm thức ăn đồ lặt vặt. Tuy vậy, cô rất hãnh diện với cuộc sống trong trại bởi ở đó mọi người đều bình đẳng - chẳng ai giàu hơn ai chẳng ai danh giá hơn ai – ít nhất là thế (!). Sau một năm ở trại, mấy mẹ con cô được UNHCR cho định cư ở Mỹ cùng gia đình chồng. Thế là giấc mơ trả thù đời của cô bé Đoàn San ngày xưa đã thành hiện thực. Những gì trước đây cô chưa có thì giờ sẽ có. Những gì trước đây cô chưa làm được thì giờ các con cô sẽ làm và chúng sẽ đem sự danh giá về cho cô, để mọi người gần xa biết thế nào là sự lợi hại của cô. Khi ấy, Đoàn San đã quăng hết các giấy tờ tuỳ thân liên hệ đến cái xứ nghèo đói đáng ghét của quê hương cô và thề không bao giờ trở lại nơi ấy. Nhưng cuộc đời thật trớ trêu! Khi các con khôn lớn thì chúng lại bận bịu gia đình riêng và có những niềm vui theo lối sống Mỹ mà chẳng đoái hoài gì đến nỗi lòng người mẹ khốn khổ của mình. Cuộc sống vật chất ở xứ lạ không làm nguôi ngoai được nỗi nhớ quê nhà. Thế nên mười năm sau, Đoàn San lại đi tìm các giấy tờ cũ để xin lại quốc tịch Việt Nam nhưng chẳng còn thấy chúng đâu. Câu chuyện của cô, sao mà giống chuyện của gã Thạch Sùng* thuở xưa, khi giàu có đã không thể tìm thấy một chiếc chén mẻ thuở hàn vi trong nhà. Cuối cùng, cô lại vô chùa làm công quả để tìm sự giác ngộ Phật pháp hầu giải thoát những sân hận trong lòng mình. Thế nhưng có vẻ cái bản ngã của mình quá lớn đã khiến cái tâm của cô mãi vẫn không an, đó là dù nương nơi cửa Phật mà cô vẫn thường không vui với những ai

----

*Truyện "Sự tích con Thạch Sùng".

đó trong chùa. Âu! Cũng một kiếp người.

+ +

Càng đi nhiều, Kim càng lo lắng cho vốn tiếng Anh ít ỏi của mình nên đã tìm thầy học thêm. Đầu tiên là thông dịch viên, tên Thức, ở Sở Ngoại Vụ và sau đó là Thời, nguyên trung tá Bộ Tổng Tham Mưu Quân Sài Gòn. Là người hiền lành, Thời từ tốn kể lại cuộc đời mình từ lúc học xong tú tài, đi lính, rồi tu nghiệp ở Mỹ và trở về làm việc ở Bộ Tổng Tham Mưu. Ông cũng kể những kỷ niệm trong trại cải tạo khi những người lính Việt Nam đã chia một phần thịt thú rừng săn được cho những người lính Sài Gòn trong lúc thực phẩm khan hiếm; hay là khi bị thẩm vấn lý do được thăng cấp nhanh? Rồi có lẽ cũng vì việc ấy mà ông phải đi cải tạo 10 năm - bằng phân nửa thời gian những người miền Nam tập kết ra bắc phải xa quê hương vì chính quyền Sài Gòn. "Nhất tự vi sư bán tự vi sư", Kim rất tôn trọng thầy và thỉnh thoảng còn đến thăm gia đình ông đang sống tạm trong căn nhà lá bên những ao rau muống trong Trạm Truyền Tin Phú Lâm, nơi lữ đoàn *Sigma* 1 của Mỹ bỏ lại năm 1972, sau khi chuyển qua Hàn Quốc. Tình cảm thầy trò đã vượt qua những hàng rào định kiến vốn có của những người từng ở hai bên chiến tuyến. Thầy khoe, đang dạy tiếng Anh cho Thảo Dân, con gái vị đứng đầu chính phủ. Còn trò lại khoe, quen biết với người phiên dịch chương trình H.O (*Humanitarian Operation*) trong Sở Ngoại Vụ. Nghe vậy, Thời mừng lắm liền nhờ hắn mai mối gặp người ấy. Nhờ vậy thời gian chờ người Mỹ phỏng vấn và lên đường được nhanh hơn. Không chỉ thế, ông ta còn nhờ Kim giúp thêm hai người khác. Một người trong bọn họ từng là giám đốc "Nha Cảnh Sát" nào đó, còn một người là cựu sĩ quan tác chiến cấp tá. Ông cựu giám đốc cảnh sát vóc người nhỏ thó, tỏ ra khá nhũn nhặn khi nói chuyện với Kim, giống kiểu mấy anh trí thức tỉnh lẻ, khiến hắn chẳng thể hình dung ra ông ta trong bộ đồng phục cảnh sát trước kia? Ngược lại, người đàn ông mập mạp đen đúa, nói năng bộc trực lại cho thấy ông

201

ta từng là một người lính chiến. Thấy tâm trạng chộn rộn của người ấy, Kim tâm sự:

- Tôi đã đi nước ngoài nhiều rồi nên biết nếu không có cơ sở làm ăn gì thì cuộc sống bên đó cũng không hơn gì đây.

- Mỗi người mỗi hoàn cảnh - gã đáp lại cộc lốc.

Phật ý với cách đối đáp thiếu thân thiện đó nhưng Kim vẫn giúp những người thất thế ấy được toại nguyện, bởi dẫu sao họ cũng là đồng bào của hắn. Hơn nữa, theo Phật pháp thì giúp người cũng là việc thiện (*pháp thiện*). Ngẫm lại, Kim thấy lời của gã ấy cũng có lý, bởi người cha nào mà chẳng phải lo lắng cho tương lai của con cái của mình.

Sau khi chia tay thầy Thời, Kim vẫn tiếp tục theo học tiếng Anh lớp đêm. Một hôm, khi chiếc đồng hồ trên tường ngân nga bốn tiếng chuông, Kim liếc nhìn chiếc kim đồng hồ đang chỉ con số bốn và bất giác thảng thốt:

- "Ôi! Ta đã 40 tuổi ư? Bốn giờ chiều chợ búa sắp đóng cửa mà ta còn ngồi đây sao?" và rằng:

- "Dẹp, dẹp ngay! Nếu không sẽ chẳng còn thời gian để làm gì đâu". Hắn bắt đầu lo lắng cho cái tuổi xế bóng mà vẫn trắng tay thế nhưng phải bắt đầu từ đâu? Câu hỏi đã đặt ra mà hắn lại không giải đáp được vì hắn chỉ là một người làm công, chẳng thể tự định đoạt tương lai của mình.

Bấy giờ, công ty *Seaprodex* bắt đầu có biến động. Từ việc Bộ Thuỷ Sản muốn thâu tóm số ngoại tệ của công ty này nên đã đưa các công ty con của nó trực thuộc mình và biến *Seaprodex* thành một đơn vị giám sát hành chính. Tuy nhiên, Văn phòng Bộ ngoài bắc không có năng lực và kinh nghiệm điều hành một đơn vị kinh tế lớn trong nam nên cái ý tưởng tổ chức đó đã phá vỡ mô hình kinh doanh khép kín của *Seaprodex* làm ngưng trệ sản xuất kinh doanh, nợ nước ngoài không trả được, uy tín giảm sút. Hơn nữa, việc thay đổi hàng loạt nhân sự chủ chốt ở các đơn vị thành viên, trong đó có Trung Tâm Xuất Nhập Khẩu của Năm Huệ, đã gây sự xáo trộn lớn trong nội bộ công ty. Bản thân Kim cũng trở thành nhân viên chạy việc vặt cho một kẻ không rõ từ xó xỉnh nào chui ra và chẳng biết gì buôn bán. Vâng, gặp ngữ ấy thì bao công sức học hành, bao hoài bão của hắn sớm muộn cũng sẽ vô dụng. Vô vọng trước viễn cảnh mờ mịt ấy, hắn đã xin nghỉ việc với lòng tự trọng cùng một niềm tin mù mờ vào khả năng của chính mình.

Mấy ngày sau, hắn đã nhanh chóng bị gạt ra khỏi guồng máy nhà nước và trở thành một kẻ "du thử du thực", như sự trở lại cái máng lợn thời nghèo khổ của "Ông Lão Đánh Cá Và Con Cá Vàng" (*Puskin*). Vâng! "Hãy quên đi tất cả để làm lại từ đầu" chính là lời giải đáp, giống như câu chuyện "Dã Tràng Xe Cát Biển Đông" cho cái câu hỏi tương lai về đâu (?) ở cái tuổi 40 của hắn.

Chương 7
CỨ ĐỂ GIÓ CUỐN ĐI

+ +

Không ai trong gia đình nói gì khi biết Kim nghỉ việc nhà nước ra làm tư nhân, ngoại trừ vợ hắn cười khẩy:" Làm gì được mà làm" — cô ta không tin hắn có thể tồn tại ngoài biên chế nhà nước. Hy vọng "Trời sinh voi sinh cỏ" nên hắn cứ mặc cho gió cuốn cuộc đời mình đi và khởi đầu cuộc sống mới bằng một kỳ nghỉ ở Đà Lạt. Sẵn dịp thử khả năng đường trường của chiếc xe *La Dalat** - mua thanh lý gần 5 chỉ vàng. Từ sáng sớm, gia đình Kim khởi hành đi thành phố sương mù trên chiếc xe thô sơ cũ kỹ ấy mà chẳng lo nghĩ những sự cố có thể xảy ra trên đường đi. Vâng, nó đã không phụ lòng người. Không khí gia đình đoàn viên, khí hậu mát mẻ ở Đà Lạt đã xua đi nỗi lo thất nghiệp trong lòng hắn. Rồi, chiếc *xe* lại bon bon qua những rừng thông vi vu, đồi chè xanh ngời, đồng cỏ bát ngát và những nóc nhà thờ lô xô nơi xứ đạo trở về trong sự thoả mãn của mọi người. Thế nhưng khi tới Định Quán thì khói đen trong nắp "ca-pô" xe bất ngờ tuôn ra cuồn cuộn khiến Kim phải dừng gấp cho mọi người thoát thân. Sau khi tách biệt những sợi dây điện bị nóng chảy do chạm vào thân máy, hắn lại lái xe đi tiếp trong sự lo âu thấp thỏm. Quả nhiên, khi lên cầu Sài Gòn chiếc xe lại đột nhiên mất thắng. Lái xe không có thắng lên cầu cao đã khó nhưng điều khiển nó xuống dốc có vô số xe hơi, xe thô sơ chạy lộn xộn trước mặt mà không xảy ra tai nạn có lẽ là do trời phật phù hộ.

Dẫu sao, chiếc xe ấy vẫn là phương tiện đi xa duy nhất của Kim nên hắn lại dùng nó chở cả nhà đi thăm núi Bà Đen, Tây Ninh được mệnh danh "Nóc nhà của Nam Bộ". Trên đường về, hắn còn ghé Toà Thánh Cao Đài** là một trong những thánh địa lớn nhất thế giới. Tín ngưỡng luôn là điều đáng suy ngẫm! Có lẽ nhờ đến nơi tâm linh mà chiếc xe cũng trầm mặc như chủ nhân của nó và không giở chứng gì thêm.

Sau những chuyến đí ấy, Kim thường thu mình trong quán cà phê, toan tính tương lai. Người ta nói," *Muốn nhanh giàu thì cần có tiền để kiếm tiền*" nhưng hắn không có tiền. Thứ hắn có chỉ là khả năng nắm bắt thời cơ và làm những việc cụ thể trong thương mại quốc tế. Thế nên hắn nhắm đến việc tìm kiếm thị trường nước ngoài và làm thủ tục *logistics* cho khách hàng nội địa. Nhờ 'Mãnh basa' mà Kim ký được hợp đồng làm trưởng đại diện một công ty hải sản miền

---

*Xe 600 phân khối của Công ty Citroel Việt Nam lắp ráp tại Sài Gòn từ 1970 -1975, với tỷ lệ nội địa hoá từ 25-40 phần trăm. Do nhắm đến giá rẻ nên xe thiếu nhiều hạng mục an toàn.

** Đạo Cao Đài được lập năm 1925 ở nơi xây tòa thánh và là tôn giáo duy nhất dung hợp nhiều đạo giáo khác nhau: Phật giáo, Cơ Đốc giáo, Thần đạo...

Tây tại thành phố. Liền đó, hắn dẫn theo một nữ nhân viên của mình ở *Seaprodex* về làm phụ tá. Công việc chính của văn phòng đại diện là làm các thủ tục giao nhận hàng ngoài cảng Sài Gòn. Do lượng hàng xuất khẩu của công ty không nhiều nên giám đốc khuyến khích Kim nhận thêm hàng uỷ thác của các đơn vị khác để thu thêm phí, tăng doanh số. Việc đó sẽ giúp công ty nhận được quyền sử dụng ngoại tệ nhiều hơn, làm tăng uy tín của giám đốc trong cuộc đua giành ghế khá quyết liệt ở địa phương vì "ghế thì ít đít thì nhiều". Vâng, cái căn bệnh thành tích cố hữu của các đơn vị nhà nước đã là một cơ hội tốt để Kim có thể "Kiếm được nhiều tiền trong công cuộc xây dựng một thể chế" như lời gã *Rhett Butler* trong "Cuốn Theo Chiều Gió" mà bấy lâu nay hắn vẫn tìm kiếm.

Là trung gian, hắn không cần bỏ vốn nhưng vẫn nhận được khoản chênh lệch giữa giá thực xuất và giá đã thoả thuận với người uỷ thác bên ngoài phần phí môi giới. Khoản tiền ấy giúp hắn duy trì cuộc sống gia đình và nhanh chóng tích luỹ vốn. Sau thời gian thử nghiệm thị trường, khách hàng Italy của Kim đã gia tăng số lượng thịt nghêu hàng tháng lên đến 6 *container 40 feet*. Việc này giúp Tư Sáng thu được những khoản tiền lớn khi không phải trả các loại thuế, ngoại trừ khoản thuế khoán nhỏ nhoi hàng năm cho hộ sản xuất cá thể. Nhờ sự tích cực của người đàn bà độc thân ấy mà Kim cũng thu được vài chục ngàn đô-la hàng tháng. Có lẽ đó là thời kinh doanh thành công nhất của hắn nên ngay cả *G. Paola*, người bạn sành điệu cà phê và xe hơi người Italy của hắn, cũng muốn chia sẻ:

- Kim có thấy hạnh phúc không?

- Có.

- Hạnh phúc của anh là gì?

- Là nghĩ ra điều gì thì làm được điều đó - Hắn thật lòng bởi việc kiếm tiền cũng vui như khi suy tính đúng trong một trò chơi nghiêm túc.

Không chỉ nhận xuất uỷ thác hải sản, Kim còn nhận nhập khẩu uỷ thác xe hơi cũ từ Nhật, Mỹ về Việt Nam. Các đơn vị muốn nhập xe hơi cũ cần phải có *quota* (hạn ngạch) do Bộ Thương Mại cấp với những điều kiện khá ngặt nghèo cùng một quy trình khá... bí mật! *Quota* thường chỉ cấp cho các công ty lớn trong các ngành thương mại và vận tải. Thế nhưng, Tú, gã thuyền viên ngày nào, lại dẫn một nhóm người lạ có *quota* nhập khẩu xe hơi đến công ty Kim nhờ mở tờ khai nhập khẩu. Khi xe về cảng, bọn họ tự đóng thuế, phí và nhận hàng dưới tên công ty của Kim. Các xe bán cho khách hàng với giá vừa đủ trả tiền mua xe nước ngoài, cộng thêm khoản tiền lời nhỏ cho công ty. Dựa trên giá bán xe thực tế, những người này trả 500 đô mỗi xe cho hắn và nếu lô hàng có 20 xe thì hắn cũng kiếm được 10 ngàn đô. Qua giao tiếp, Kim biết có những nhóm lợi ích liên kết nhau xin quota rồi móc nối Việt kiều mua xe cũ chuyển về Việt Nam. Tuỳ theo tốc độ tiêu thụ xe, các nhóm này lại lèo lái các viên chức nhà nước tiếp tục hay tạm ngừng cấp quota nhập xe cũ nên khi ấy việc nhập khẩu mặt hàng này cứ mở ra đóng vào liên tục, chẳng ai biết đâu mà lần.

Là doanh nhân, Kim luôn lắng nghe và tìm cơ hội kinh doanh. Một hôm, Tú đến thăm hắn và khoe:

- Giờ em không buôn hàng nữa mà buôn quyền lực.

- Sao vậy?

- "Có quyền là có tiền" anh ạ.

Quả thật, Kim từng thấy trong nhà Tú có vô số chim giấy thuyền giấy xếp bằng những tờ 100 đô cho con nít chơi. Chẳng những thế hắn còn xài toàn những thứ hàng đắt tiền, như đồng hồ *Rolex*, điện thoại *Vertu*...

- Anh theo em kiếm nhiều tiền, không vất vả.

- Mày đang làm gì?

- Tìm "quy hoạch".

- Là cái gì?

- Quen sếp lớn để biết các quy hoạch đô thị.

- Làm sao quen được?

- Phải kiếm hàng "độc", hay chịu khó làm không công.

- Rồi sao nữa?

- Khi biết quy hoạch rồi thì chỉ cho các đại gia mua đất ở đó, còn mình thì hưởng hoa hồng bằng vài cái nền nhà giá rẻ.

- Mày đúng là thứ quái thai "đầu gà đít vịt" (cha nam, mẹ bắc).

- Còn phần sếp?

- "Kẻ có cơm người có cháo" chứ anh! Sếp sẽ có phần trăm cổ phần của công trình, hay con cái du học miễn phí.

- Mấy "đại gia" ấy tiền đâu lắm thế?

- Trừ băng buôn lậu bên Đông Âu em không biết, chứ tụi trong nước thì không hơn gì anh em mình.

- Vậy ư?

- Vâng! Khi dự án được duyệt, tụi nó cho đối tác nước ngoài góp vốn và lấy tiền đó làm thủ tục xin sổ đỏ, rồi lại thế chấp sổ đỏ vào ngân hàng lấy tiền khởi công dự án. Xong xuôi chúng sẽ bán số cổ phần và rút khỏi dự án. Cứ vậy, chúng lại làm dự án khác và chỉ cần thắng vài lần là thành đẳng cấp khác rồi. Tú giải thích cặn kẽ, rồi đắc chí:

- Đơn giản như "hai lần hai là bốn" ấy mà.

- Thế là "mượn đầu heo nấu cháo" ư?

- Không! Tụi nó nói là "tay không bắt giặc".

- Còn nếu anh ngại thì mình làm kiểu "Cò Con" vậy.

- Là thế nào?

- Là mình đến mấy cơ quan nhà nước có khuôn viên rộng xin thuê trong 50 - 70 năm gì đó.

- Cho thuê rồi họ ở đâu?

- Vẫn ở đó nhưng chỉ ở một tầng trong cái building mới xây, phần còn lại của chủ mới.

- Mình làm gì đủ tiền xây?

- Đối tác nước ngoài xây.

- Sao họ tin mình?

- Họ có hợp đồng thuê nhà, giấy phép đầu tư.

- Chỉ thuê mấy chục năm mà phải bỏ tiền xây *building* mới sao?

- Thế là đủ lấy vốn lấy lời rồi. Chẳng biết có sống được hết thời hạn đó không nữa? Tú giễu cợt

- Tài sản công làm sao cho thuê được?

- Người ta tự biết phải làm sao, " *Tiền không mua được tất cả nhưng tất cả phải mua bằng tiền!*" mà anh.

- Tụi này gớm thật! Kim thầm phục những kẻ biết tận dụng triết lý làm giàu của *Rhett Butler* còn siêu hơn hắn.

- Không tin thì anh cứ đi một vòng trung tâm thành phố mà xem, bao nhiêu công sở nghèo xơ xác giờ đều thành những building to vật vã đấy thôi - Tú dẫn chứng, rồi lại tiếp:

- Thế cũng chưa là cái "đinh" gì đâu, mấy thằng đại gia ấy còn "thổi vào tai" người ta để mở rộng thủ đô, thu về "tiền tấn" nữa kìa. Kinh lắm! Tụi nó đánh "bét nhè" từ cái lớn đến cái nhỏ. Anh thấy không, chỉ một đêm là mấy thằng ở "Bộ Giao Thông" đã cho những chiếc *Lambro* 550 ba bánh một thời của Sài Gòn biến mất để thay bằng mấy cái xe ba bánh "đểu" của bọn Tầu.

- Phải đấy. Tao cũng chúa ghét mấy cái xe thô thiển ấy. Kim phụ hoạ, rồi tiếp: "Mày nói hay đấy nhưng không dễ ăn thế đâu nếu mày không phải là 'con của đồng chí nào'". Tú nín thinh khi nghe Kim nói thế.

Thực ra, chẳng phải chờ hắn nói thì Kim cũng đã đầu tư vào bất động sản rồi. Hắn dùng số tiền kiếm được từ hải sản mua những căn nhà cũ, sửa sang lại rồi bán kiếm lời. Thời ấy, người ta mua bán nhà bằng vàng nên mỗi lần bán nhà, hắn lại có rất nhiều vàng cùng cái cảm giác thoả mãn của những kẻ trong các chuyện săn tìm kho báu. Tuy vậy, cái giấc mơ được làm chủ nhân một cao ốc ở trung tâm Sài Gòn, biểu tượng thành công, của hắn lại không thành, dù việc đó không quá tầm tay. Khi ấy, mua lại một khách sạn khiêm tốn trên đường Nguyễn Huệ chỉ độ một triệu đô, hay xây mới một *building* trên đường Hàm Nghi để cho thuê cũng chỉ cần vốn mồi khoảng ba triệu đô. Đó là những số tiền hắn có thể huy động qua ngân hàng và bạn bè nhưng hắn đã không dám mạo hiểm đánh đổi tất cả lấy một thứ chưa chắc chắn trong tương lai. Hắn cũng không đủ bản lãnh để giữ những khối tài sản lớn đó trước những thử thách luôn song hành trên con đường tới đích. Nói cách khác, Kim không có sẵn cái tiềm thức tỉ phú trong đầu như mấy gã *Warren Buffett, Donald Trump* - sẵn sàng ra những quyết định mà sự thành công và khuynh gia bại sản chỉ cách nhau một sợi tóc. Tất cả những gì trong đầu hắn khi ấy chỉ đơn giản như một cái máy tính đã mặc định vài con số mà thôi. Vâng người ta không thể kiếm tiền nhiều hơn nhận thức của mình. Dựa vào khả năng tài chính của mình, hắn chỉ có thể mua bán những căn nhà, thửa đất như từng làm. Thế nhưng có vẻ như thế cũng đủ thoả mãn những kẻ trung lưu - chỉ cần cuộc sống thoải mái không cần giàu có - như hắn. Không chờ giàu mới báo hiếu. Kim đã xây cho cha mẹ một căn biệt thự rộng rãi có hồ bơi sân tennis ở ngoại ô, nhưng chẳng may họ lại không thích sống nơi đó, dù đã mở lời khen:" Nhà của địa chủ thời Pháp khi xưa cũng không bằng nhà con".

Vâng! Khi ấy, Kim có quyền hãnh diện vì lời hứa năm xưa của hắn ở Cái Bè, giờ đã thành hiện thực.'

+ +

Sau thời gian dài cộng tác thì cũng đến cái ngàyTư Sáng có thể tự giao dịch với khách hàng nước ngoài, không cần xuất uỷ thác qua Kim nữa. Điều đó khiến doanh hàng xuất khẩu hàng tháng của hắn từ sáu *container* chỉ còn hai. Thấy thế, Mãnh lại rủ Kim cùng nhau chế tác đá quý. Theo anh ta, đa số dân chúng chỉ biết đến kim cương, mã não (*Agat*) mà chưa biết rõ giá trị của *Rubi, Saphir* – có khi giá trị cả triệu đô-la - và với giá nhân công thấp thì việc kinh doanh có nhiều hy vọng. Theo đó, Mãnh mua sắm thiết bị mài cắt đá, còn Kim thì kết hợp với một công ty khoáng sản mua đá *Saphir, Rubi* thô ở Di Linh, Yên Bái, thậm chí ở các chợ biên giới Thái Lan – *Myanma*.

Thế là, lại những ngày gió núi mưa rừng, lại những lần xe lầy

209

trong bùn đất sa khoáng ở các mỏ thật vất vả. Những lúc rảnh rỗi, mọi người lại quây quần bên những nồi lẩu thịt sơn dương những lít rượu nồng, nói chuyện thời sự. Một trong những chuyện thường được mọi người bàn tán là việc xây dựng đường dây cao thế 500 KV Bắc-Nam của ông Võ Văn Kiệt. Có người cho rằng, "Đó là việc làm của những kẻ thiếu kinh nghiệm vì kéo đường dây dài 1.500 cây số qua núi rừng Trường Sơn trong hai năm mà không có thiết bị chuyên dụng - so với Thái Lan dùng trực thăng kéo đường dây dài 450 cây số trên địa hình đồng bằng - là điều không thể và lãng phí tiền của". Cảm tình với người lãnh đạo, miệng nói tay làm, ấy nên Kim góp lời, "Nếu không có đường dây 500 KV đi qua thì miền Trung nghèo đói lấy gì để phát triển?" Cả đám liền im lặng vì bọn họ đều là người miền Trung. Với hắn, Võ Văn Kiệt không chỉ là một nhà lãnh đạo mạnh mẽ can trường mà còn là người giàu lòng nhân ái. Nhiều người vẫn còn nhớ câu nói của ông về ngày thống nhất đất nước" Là ngày có triệu người vui và có triệu người buồn" và cả câu chuyện tình nhiều nước mắt của ông với cô gái xinh đẹp nhất miền Tây thời chống Pháp.

Chuyện là, khi nhà lãnh đạo cách mạng trẻ tuổi này đang rong ruổi trên những nẻo đường kháng chiến ở miền Tây Nam Bộ đã ngỡ ngàng lúc gặp nàng tiểu thơ danh giá, tên Trần Kim Anh, con một điền chủ nổi tiếng trong vùng vẫn hàng ngày chèo xuồng đi học. Chàng trai liền bị cuốn hút bởi hình ảnh thiếu nữ ấy trên dòng kênh xanh uốn lượn bên những cánh đồng sen bát ngát ở Rạch Giá. Như lời thơ của Hồ Ngạc Ngữ *'Thả nhẹ con thuyền trên nước biếc, mênh mang trăng sáng một vùng trời. Đoá sen nào nở trên đầm lạnh, hương thoảng màu trăng giấc mộng đời...'* Vâng, đó là giấc mộng êm đềm hiếm có trong chiến tranh và rồi tình yêu mặn nồng đã cho họ bốn mặt con. Nhưng đến một ngày, chiến tranh lại cướp đi cái hạnh phúc ấy khi nàng và hai con nhỏ trên đường đi thăm chồng ở chiến khu Củ Chi. Họ đã chết mất xác khi con tầu "Thuận Phong" bị trực thăng Mỹ đánh chìm trên sông Sài Gòn. Sau đó, đến lượt đứa con trai đi tập kết ra bắc cũng hy sinh khi trở về nam báo thù cho mẹ. Mấy năm ròng sau

210

ngày vợ mất, người ta thấy người chồng ấy đi đâu cũng đem theo cái mền mỏng của vợ để gối đầu và mỗi bữa ăn lại so một đôi đũa để kế bên cho vợ. 40 năm sau, người ta vẫn thấy ông già râu tóc bạc phơ ấy lần mò kiếm xác vợ trên đoạn sông đau thương đó, rồi lại lập mộ gió cho nàng.

Trước khi mất, Võ Văn Kiệt có tâm nguyện được đốt xác và rải tro xuống đoạn sông đó để mãi mãi được ở bên vợ con nhưng vì nhiều lý do mà tâm nguyện ấy không thực hiện được nên con cái ông đã đốt và rải xuống dòng sông di ảnh cùng các kỷ vật để cha mẹ họ mãi bên nhau. Ôi," *Thuyền chở đầy trăng người đã ngủ, không tâm vô sự áng mây trời. Vẫn hương sen thoảng trong đầm biếc. Vẫn bóng trăng vàng sáng lẻ loi*" (thơ Hồ Ngạc Ngữ). Vâng! Những câu chuyện tình của các nhà cách mạng thường rất cảm động. Nhưng không chỉ thế, Kim còn mến mộ Võ Văn Kiệt ở tính khiêm tốn và sự chân thành. Có lần, cử tri hỏi:

- Ông học hành ở đâu, có bằng cấp gì để điều hành chính phủ?

- Thế hệ tôi trong chiến tranh không được học đến nơi đến chốn nhưng những tri thức và hiểu biết của tôi đã lớn lên cùng sự phát triển của cách mạng - Võ Văn Kiệt trầm ngâm trả lời.
Vâng! Chính nhờ bầu nhiệt huyết vì dân vì nước mà Võ Văn Kiệt đã giành được sự ủng hộ lớn lao của dân chúng miền nam.

Để có thêm kinh nghiệm chế tác và mở mang thị trường đá quý, Kim đã tới *Bangkok* tìm kiếm tài liệu kỹ thuật chế tác và định giá sản phẩm. Tuy nhiên, thị trường quốc tế của ngành hàng này khá hạn hẹp và nằm trong sự kiểm soát của những tập đoàn danh tiếng lâu đời, không có chỗ cho những công ty nhỏ bé. Khi ấy, có người khuyên hắn: "Dẹp đá quý đi! Xuất đá cuội sang Trung Đông cho người ta ném trong các cuộc biểu tình, có khi lại lợi hơn đấy". Cuối cùng, Mãnh và Kim cũng đành chấm dứt kinh doanh đá quý, sau nhiều tổn hao công sức, tiền bạc mà sản phẩm không bán được. Và thật trớ trêu, khi cái lời nói đùa của ai kia đã lại thành sự thật, khi bọn Kim lại tìm kiếm cơ hội mới trong việc khai thác đá xây dựng, loại vật liệu đang có nhu cầu lớn khi ấy, ở núi Dinh (Bà Rịa). Thế nhưng chỉ sau vài tháng sản xuất thử, họ cũng phải huỷ kế hoạch đó vì không đủ vốn tiếp tục nhập máy móc và tiền bán đá không đủ khấu hao tài sản.

Kinh doanh đá thất bại, đồng thời việc xuất uỷ thác hải sản sụt giảm nên Kim đã phải lập thêm một công ty mới, tên Kim Gia, để chủ động kinh doanh. Hắn cải tạo căn biệt thự bỏ trống thành một cơ sở sản xuất với khu hành chánh, xưởng sản xuất, hồ chứa nước, kho tàng, sân bãi. Sau đó, Kim và Mãnh lại tiếp tục chương trình chế biến cá tra phi-lê xuất khẩu. Nhưng lần này, họ chuyển cá đã sơ chế, để giảm khối lượng vận chuyển, ở miền Tây lên thành phố tái chế đóng gói. Dù không hiệu quả bằng sản xuất tại chỗ nhưng do không có đối thủ cạnh tranh nên xưởng của Kim vẫn phát triển như mong muốn. Quan hệ giao thương giữa xưởng sản xuất ở thành phố và các bè cá ở miền Tây khá tốt.

Một lần, bọn họ được một chủ bè cá, tên Đắc mời ăn tối tại nhà hàng khách sạn Châu Đốc. Cảnh hoàng hôn trên ngã ba sông Bassac thật êm đềm khiến chủ và khách hứng chí nâng ly đến khuya. Sáng hôm sau, Kim giật mình thức giấc khi thấy một cô gái trẻ nằm kế bên và khi chưa định thần xem chuyện gì đã xảy ra thì cô ta lên tiếng:

- Hồi hôm, anh xỉn quá nên mấy ảnh nói em lên lo cho anh đó.

- Vậy hả! Anh có bị ói không?

- Không! Anh còn "sung" lắm.

- Lại gì nữa đây? Hay là mình lại giống anh chàng Điệp với cô Thuý Liễu trong "Tắt Lửa Lòng" của Nguyễn Công Hoan đêm qua rồi sao? Hắn băn khoăn, cố nhớ những gì xảy ra trong đêm qua, rồi bỏ xuống nhà hàng cà phê, nơi Mãnh và Đắc đang chờ.

- Anh Kim ngủ được không? Đắc vừa cười, vừa hỏi.

- Say như chết - hắn đáp.

- Con nhỏ ấy thế nào? Mãnh hỏi tiếp.

- Sáng ra mới tỉnh, nào hay biết trời trăng gì đâu. Nghe Kim than thở, hai gã ấy cười ha hả rồi kéo hắn ngồi xuống bàn công việc. Sau lần đó, hắn luôn thủ một cái "áo mưa" trong ví để phòng thân và bảo vệ gia đình mà chẳng hề biết việc đó sẽ là dấu chấm hết cho cuộc hôn nhân của hắn.

Khi ấy, vợ chồng Kim lại có thêm đứa con thứ ba. Kim rất yêu thương con bé dù vợ hắn không vui lắm khi nó không phải con trai. Đặt con gái vào chiếc *Fiat Tempra* mới mua để chở nó từ bệnh viện Từ Dũ về nhà, Kim tự hào từ nay hắn có thể làm bất cứ điều gì cho các con. Với ước vọng đứa bé lớn lên sẽ thành cô gái "công dung ngôn hạnh" nên hắn đặt tên con là Kim Dung - chẳng phải người ta vẫn bảo "Giàu sang sinh lễ nghĩa" đấy sao? Một hôm, khi Kim và Mãnh đang ngồi trong quán cà phê gần chợ Ông Tạ, bỗng xuất hiện một bà già trùm khăn đen có cặp mắt tinh quái cùng một cái mũi nhọn – trông giống một con quạ - bước tới, đề nghị coi tướng số cho hai người:

- Ông có ba đứa con gái? Bà ta hỏi Kim.

- Vâng.

- Trong ba đứa con chỉ có hai đứa thành công thôi.

- Chết tiệt! Đứa nào không thành công? Hắn gặng hỏi nhưng bà ta không trả lời mà tiếp tục:

- Ông rất thương đứa con gái nhỏ phải không?

- Đúng.

- Ông thương nó bao nhiêu thì nó thương mẹ nó bấy nhiêu. Lời bà ta không ảnh hưởng đến tình cảm của Kim với con, thế nhưng khi "con quạ" ấy cắp những đồng tiền công bay đi, nó cũng để lại một chút gì ưu tư cho hắn.

Kim Dung là đứa trẻ hiền lành nhưng khá nhút nhát, đặc biệt nó rất sợ cảnh sông nước mênh mông. Tập cho con dạn dĩ, Kim hay ẵm nó xuống biển làm quen sóng nước. Một lần bốc đồng, hắn đã ẵm con bé lên chiếc mô-tô nước mà chỉ người lớn mới có áo phao. Chiếc mô-tô nước lướt rất nhanh, liên tục đập mạnh bụng xuống mặt biển, sau khi vượt qua những con sóng, làm nước văng tung toé khắp người họ. Thấy chiếc mô tô nước nhảy nhót liên tục trên những con sóng lớn, Kim tái mặt. Hắn yêu cầu người lái quay vào bờ ngay lập tức vì nếu nó bị lật úp, điều vẫn xảy ra, thì đôi tay đang ôm con của hắn sẽ

213

bất lực trước những con sóng mạnh. Một phen hú vía!

Không hài lòng với vốn Anh ngữ của mình, Kim luôn tìm môi trường học ngoại ngữ tốt nhất cho các con như kiểu "hy sinh đời bố củng cố đời con". Khi ấy, chưa có các trường quốc tế nên hắn xin cho Thanh Mai đi *Australia* học trung học. Mọi thứ đều ổn nhưng khi trả lời phỏng vấn, "Học xong sẽ làm gì?" thì con bé trả lời theo lời dặn của cha: "Học xong rồi mới tính" - Lẽ đương nhiên là như thế! Lập tức, nó bị đánh rớt. Thật tàn nhẫn! Khi người ta dùng thủ đoạn chống di cư làm đổ vỡ giấc mơ du học của một cô bé 15 tuổi. Thế là, hắn lại phải cất công đi *Bangkok, Manila* tìm trường quốc tế nội trú cho con. Dù không có kết quả nhưng hắn không bỏ cuộc. Một lần, ở sân bay *Ninoy Aquino* có một gã tài xế nhanh nhẩu chào mời và chở Kim tới một vài trường quốc tế ở thành phố *Manila* và *Makati* nhưng vẫn không đạt được những gì hắn trông đợi. Ngày hôm sau, Kim và gã đó đi tới căn cứ *Subic* cũ của Mỹ, sau khi dò hỏi thông tin từ vài người bản địa. Quả thật, nơi đó có một trường quốc tế nội trú do các giáo viên người Mỹ, *Australia* dạy cho con cái người Nhật, Hàn Quốc và những người ngoại quốc khác làm việc quanh đó. Trường không lớn nhưng có khu nội trú khá tiện nghi an toàn – những gì hắn muốn - nên sau khi biết chương trình học và học phí, hắn vui vẻ đăng ký nhập học cho con rồi trở về *Manila*. Gã lái xe thấy hắn liên tục vào ra các trường quốc tế, liền hỏi:

- Ông là triệu phú?

- Ồ không! Ở Việt Nam không có triệu phú - hắn vội thanh minh và có ý đề phòng vì khi ở *Manila* hắn đã cảm nhận có gì đó không an toàn ở xứ này khi nhân viên bảo vệ thường mang súng tiểu liên. Về tới *Manila*, gã tài xế không đưa hắn về khách sạn cũ mà tự ý chạy tới một khách sạn nào đó trong một khu dân cư khá lộn xộn. Sau khi chủ động đưa hắn lên phòng bằng thang máy mà không cần chỉ dẫn của tiếp tân, gã tài xế dặn hắn ở đó, rồi trở xuống dưới. Cảnh giác trò bắt cóc tống tiền của các băng đảng tội phạm nên ngay khi gã vừa quay lưng, Kim cũng lặng lẽ xuống sảnh bằng thang bộ. Khi thấy gã tài xế và người tiếp tân đang thì thầm gì đó, hắn liền thoát nhanh ra phố qua cánh cửa nhỏ bên hông khách sạn, cắt đuôi chúng.

Sau đó, Kim đưa Thanh Mai sang *Subic* học trung học và ít lâu sau, thông qua công ty dịch vụ, lại cho Kim Thanh qua *New Zealand* du học. Mỗi lần thực hiện lệnh chuyển tiền học cho các con của hắn là các cô nhân viên ngân hàng lại nhìn hắn với cặp mắt thán phục. Thậm chí, có cô còn thật lòng:" Ước gì em là con của anh để cũng được đi du học" khiến hắn xúc động và hãnh diện lắm. Mọi việc đang yên ổn, bỗng một hôm vợ Kim hớt hải chạy ra nơi hắn đang rửa xe hơi ngoài sân với khuôn mặt tái xanh, miệng lắp bắp:

- Đây là cái gì? Cô ta chìa ra trước mặt hắn cái "áo mưa" vừa lục thấy trong bóp hắn.

- Ờ... cái này để phòng hờ. Hắn giật thót người - như hồi nhỏ bị người lớn bắt gặp đang nghịch ngợm gì đó - khi nghe cô ta hỏi và đành chặc lưỡi nói thật.

- Anh là thằng tồi! Cô ta lớn tiếng rồi quăng cái bao tránh thai ấy vô mặt hắn. Biết mình có lỗi nên hắn chỉ im lặng. Nhưng kể từ giây phút đó, vợ hắn đã trở thành một người đàn bà hoàn toàn khác. Lúc cô ta lồng lộn như con thú bị thương, khi lại trở mặt lạnh nhạt xúc xiểm hắn và gia đình hắn thậm tệ. Kim vẫn bình thản chịu đựng vì tin rằng mọi chuyện rồi sẽ qua nhưng tiếc thay, xung đột cứ triền miên không dứt. Hận thù kết hợp với sự cằm ràm nóng nảy của người đàn bà tuổi mãn kinh thật kinh khủng, đến mức hắn ngỡ mình là con chuột bị nhốt trong thùng thiếc đang bị đập gõ liên tục bên ngoài. Một hôm, cô ta quăng một tờ đơn ly hôn đã ký tên trước mặt hắn. Khi ấy, hắn thực sự không có ý nghĩ nào về việc ly hôn nên lẳng lặng xé bỏ. Thế nhưng "cây muốn lặng mà gió chẳng đừng". Ít lâu sau, cô ấy lại đưa ra một tờ đơn ly hôn khác. Biết sự việc đã đi quá xa, hắn bắt đầu suy nghĩ nghiêm túc việc chấm dứt cuộc "hôn nhân ngục tù" ấy để giải thoát cho hai người và các con không phải thấy cha mẹ xâu xé nhau. Mấy ngày sau, tờ đơn xin ly hôn có chữ ký của hai người được gởi tới Toà Án Quận. Khi mọi sự xong xuôi, cô ta lại cuống cuồng phản bác cái đơn do mình viết ra, rằng" Vì bị đồng nghiệp xúi nên cô mới làm vậy và hắn là người chồng tốt, chẳng có gì phải ly hôn cả". Nghe vậy, hắn chợt mỉm cười và nhớ tới câu chuyện hài ở xứ nào đó:" *Một anh chàng phóng xe quá tốc độ bị cảnh sát đuổi theo nhưng vẫn cố bỏ chạy. Đến khi cảnh sát tóm được và hỏi lý do tại sao không dừng (?) thì anh ta nói nhầm tưởng xe cảnh sát là xe của người vợ vừa ly hôn đang chạy theo vì đổi ý*".

Vâng, "nước đã đổ thì làm sao hốt lại được?" Cuối cùng, các Toà Sơ thẩm và Trung thẩm đã chấp thuận cho họ ly hôn. Dù Toà không yêu cầu nhưng hắn vẫn chia một phần tài sản riêng của mình cho cô ta vì muốn trả hết nợ nần nhau từ kiếp trước. Cầm tờ phán quyết của Toà trên tay, Kim ngỡ ngàng như gã tù nhân trong ngục tối bước ra ngoài ánh sáng với giấy mãn hạn tù trước hạn. Tự do đã trở lại! Hắn như con chim bị giam hãm trong lồng, sau giây phút ngơ ngác, đã bay vù lên không trung trở về thế giới của nó.

+ +

Từ khi làm chủ doanh nghiệp, Kim luôn phải đối phó với các cơ quan công quyền. Nhất là thuế vụ, kẻ luôn coi doanh nghiệp tư nhân là đối tượng trốn thuế mà không đếm xỉa việc 6 trên 10 đồng lương của họ được lấy từ tiền thuế của các doanh nghiệp đó. Dù lời hay lỗ, doanh nghiệp đều bị nhân viên thuế tận thu tối đa các sắc thuế không chút tình cảm. Hàng năm, Sở Thuế đều kiểm tra sổ sách doanh nghiệp, dưới cái gọi là "quyết toán thuế". Khi đó, mọi "sai phạm" do họ tìm ra đều có thể được bỏ qua nếu doanh nghiệp chịu hối lộ một nửa giá trị các "sai phạm" ấy. Nếu không, họ sẽ dùng việc "quyết toán thuế" như một công cụ gây khó. Kim từng đau đầu với việc "quyết toán thuế" này khi hắn đề nghị nhân viên thuế miễn giảm thuế cho doanh nghiệp mới thành lập như quy định. Không những không đáp lại mà họ lập tức dừng việc "quyết toán thuế" lại mà không đưa ra lời giải thích nào. Thế là, báo cáo kế toán năm đó và các năm sau của

216

công ty Kim Gia đều phải kết dư khoản nợ thuế - phần đáng lý được miễn giảm - cùng cái án treo sẽ bị phạt bị tính lãi phạt.

Đối mặt họ, Kim hay liên tưởng câu chuyện "Bác Nông Dân Và Con Gấu" mà doanh nghiệp là "bác nông dân" và viên chức thuế vụ là "con gấu" luôn tận thu bất cứ gì có thể từ doanh nghiệp, dù họ lời hay lỗ. Để đối phó "con gấu" tham lam ấy, "bác nông dân" phải tận dụng tối đa các khoản chi phí được luật thuế công nhận để giảm lợi nhuận chịu thuế, như "phí công tác" để đi du lịch gia đình, "phí hành chính" để mua đồ dùng cá nhân đắt tiền, "phí tiếp khách" để tiệc tùng v.v... Thế nhưng chuyển giá mới là cách phổ biến nhất. Hàng xuất bán, chỉ được ghi một phần giá trị trên hoá đơn phần còn lại sẽ nhận bằng kiều hối hay tài khoản cá nhân. Với hàng nhập về, giá trong hoá đơn lại được ghi tăng để giảm lợi nhuận tăng khấu hao tài sản.

Ngay sau ngày Việt - Mỹ bang giao, Kim lập tức cất công đi tìm hiểu cái thị trường có nhiều lời đồn thổi ấy. Ngày phỏng vấn ở Toà Đại sứ, cô nhân viên tóc vàng hỏi hắn:

- Anh qua Mỹ làm gì?

- Bán hải sản và tìm mua một lò thiêu xác, nếu có thể.

- Lò thiêu?

- Vâng. Ở đây cũng cần các lò thiêu hiện đại.

- Anh có cần ở lại Mỹ không?

- Ồ, xin lỗi! Tôi yêu Việt Nam hơn - hắn thực lòng.

- Ok! Chúc chuyến đi thành công.

- Cảm ơn! Chúc cô ngày càng xinh đẹp.

Sau khi có visa, Kim liền mua vé đi Mỹ trên chuyến bay của hãng *Asiana*. Khi tới sân bay *Los Angeles*, hắn khá hồi hộp vì sợ không nghe được tiếng Anh bản ngữ và những thủ tục an ninh ở sân bay lạ nhưng rồi mọi chuyện vẫn suôn sẻ. Viên sĩ quan biên phòng tại quầy kiểm soát cửa khẩu tỏ ra thân thiện khi hỏi:

- Anh định ở đây bao lâu và sẽ ở đâu?

- Tôi không chắc khi nào thì xong việc và sẽ ở đâu nhưng chắc chắn là ở khách sạn nào đó.

- Ok! Anh ta gật gù rồi trả lại cuốn hộ chiếu đã đóng dấu.

- Hải quan ở đâu? Hắn buột miệng hỏi, sau khi dáo dác nhìn quanh nhưng không thấy quầy hải quan.

- Đây là hải quan. Anh ta cau mày nhìn hắn như vừa để lọt một tên tội phạm. Ra thế! Đến lượt Kim ngạc nhiên khi thấy biên phòng và hải quan gộp chung, chẳng giống nơi khác.

Kéo hành lý ra quầy bán vé nội địa, hắn mua vé đi tiếp đến *San Jose* thăm gia đình người chị và người yêu xưa cũng đang ở đó. Co ro trên băng ghế chờ xe bus ngoài nhà ga *San Jose* trước những con gió lạnh, hắn tần ngần bấm số của Trang do cô bạn của Kim cho trước ngày lên đường và hồi hộp nghe những hồi chuông đổ dài trong máy. Rồi giọng một phụ nữ vang lên:

- *Hello*!

- Trang hả? Anh Kim đây!

- Oh! Anh Kim! Đang ở đâu vậy?

- Đang ở sân bay, em đón anh được không?

- Yep! Chờ Trang chút.

Thấy nàng vẫn nhớ và nhiệt tình với mình, hắn mừng lắm. Lát sau, một chiếc *Toyota sedan* xám bạc tấp vào chỗ Kim đang ngồi và Trang từ trong xe bước ra nhoẻn nụ cười chào hắn. Hai người ôm nhau trong vòng tay thương nhớ, rồi hắn lật đật bỏ hành lý vào cốp xe, khoan khoái bước vô xe như vô nhà mình mà chẳng cần biết nàng sẽ chở hắn đi đâu. Chiếc xe chạy trên những con đường rộng thênh thang với những triền cỏ xanh ngời hai bên tới một khách sạn mới xây ở *San Francisco*. Họ ăn sáng uống cà phê bên nhau trong không gian ấm cúng sang trọng của khách sạn có mái vòm cao như nhà hát.

Mới đấy mà đã 17 năm kể từ ngày họ chia ly. Ngược với cái phong độ đàn ông đang lên của Kim thì Trang không còn là một cô gái nhỏ nhắn xinh xắn nữa. Nhưng trên cái thân hình không mấy thon gọn ấy vẫn còn đôi môi mọng đỏ ngày nào. Với giọng ngập ngừng, Trang kể sau khi thăm cha ở Lạng Sơn nàng đã theo chân một số người qua Quảng Ninh, rồi xuống một chiếc tầu chạy ven biển vượt biên sang *Hongkong* mà không gặp trở ngại nào. Dù vậy, nàng vẫn khá hồi hộp khi đứng trên con tầu nhỏ nhìn lên những cao ốc trong các sắc mầu lung linh và những dòng xe trên bờ. Sau khi bị tầu cảnh sát áp tải vào bờ, mọi người trên tầu phải lên bờ làm thủ tục khám xét an ninh và khử trùng cá nhân trước khi được đưa tới trại tị nạn *Kai-Tak*. Ở đó, người ta kê nhiều dãy giường sắt ba tầng như trong nhà tù hay trại lính mà không tách riêng khu vực đàn ông, đàn bà.

- Ở chung với đàn ông ư?

- Anh ghen à? Nhưng chung phòng thôi, chứ Trang và một chị nữa ở chung nhau một tầng giường – nàng giải thích, rồi tiếp:

- Nhờ biết chút Anh ngữ, Trang tìm được vài việc vặt bên ngoài trại, kiếm chút tiền cải thiện cuộc sống và bớt phải chịu cảnh xô bồ kỳ thị trong trại.

- Ở đó bao lâu?

- Gần hai năm, rồi nhờ xin UNHCR nên Trang được phỏng vấn qua Mỹ định cư.

- Chắc "khóc kể", nói xấu Việt Nam dữ lắm? Kim mỉa mai.

- Chút chút thôi… nàng chép miệng.

- Rồi sao?

- Qua Cali, Trang học luật và làm bán thời gian đến khi có một người Mỹ giúp đỡ tài chánh và chỉ cách tận dụng các ưu đãi của chính phủ dành cho những người thiểu số - nàng kể với giọng đều đều, rồi chợt phấn khích:

- Ông ấy còn dạy Trang lái máy bay.

- Chắc người đó giàu lắm?

- Ừa, "hi" (he) có trực thăng và du thuyền.

- Ông ta có gia đình không?

- Có. Nhưng "hi" chia tay vợ cũ rồi.

- Á à! "trâu già muốn gặm cỏ non" hả?

- Anh kỳ quá à - nàng xụ mặt.

- Sao ngày ấy em đi? Hắn vô đề.

- Trang thích tuyết - nàng trả lời gọn ơ nhưng hắn biết đó là thật lòng bởi hắn cũng từng mơ như thế.

- Sao không nói thật với anh?

- Khi ấy, anh chưa sẵn lòng từ bỏ hết để đi cùng Trang – nàng nhìn vào mắt hắn và đáp.

- Có lẽ vậy – hắn thầm trách mình nhưng vẫn ấm ức:

- Thế sao lại bặt tin?

- Trang biết anh đã có gia đình nên không muốn lôi thôi, nàn quả quyết khiến hắn phải thừa nhận sự thật ấy.

- Giờ em còn chút tình nào với anh không? Hắn vớt vát.

- Trang vẫn nhớ anh nên mới nghe điện thoại là nhận ra liền.

- Ôi chao! Cái gì nàng cũng đúng. Cứ như thể cô học trò ấy đã luyện cái "đề thi" này suốt mười mấy năm qua? Hắn thầm phục nàng và đành "ngậm bò hòn làm ngọt" cho cái mối tình lận đận của mình.

Rời khách sạn, Trang chở Kim qua cầu *Golden Gate* dạo chơi. Từng thấy cây cầu này qua phim ảnh nhưng khi tận mắt thấy những sợi dây cáp có đường kính to như cái thùng phuy thì Kim rất khâm phục khả năng của những người thợ hơn 60 năm trước. Mỗi lần chụp hình chung, hai người phải nhờ ai đó chụp dùm mà không ai trong đám người đó biết mình đang chụp cho một đôi tình nhân thất lạc nhau từ 20 năm trước. Khi ấy, Trang thường đứng nép vào người Kim, như thể đang "nép bóng tùng quân", làm hắn vừa hạnh phúc vừa thầm trách nàng sao không làm vậy mười mấy năm qua? Đến tối mịt, họ lên cái nhà hàng quay 360 độ, trên nóc một *building* ở *San Francisco* vừa ăn uống, vừa ngắm nhìn thành phố lung linh trong ánh đèn đêm. Chẳng bao lâu, hắn thấy ớn lạnh, vì không đem theo áo ấm, nên đành tiếc nuối bảo nàng chở hắn về nhà chị mình.

Dầu đã biết Kim sang Mỹ nhưng vợ chồng Đoàn San vẫn tỏ ra ngạc nhiên khi giáp mặt hắn.

- Làm sao mày qua được đây? Anh rể hỏi.

- Thì cũng xin *visa* như xứ khác thôi.

- Chắc mày là thứ gì đó không phải bình thường? Anh ta lắc đầu không tin như muốn ám chỉ hắn là một điệp viên, hay thứ gì đó đại loại thế, rồi lại hỏi:

- Ngộ há! Mày đánh Mỹ, sao giờ qua đây?

- Trước đánh nhau, giờ là bạn hàng. Giống đám con nít, ba hồi khóc ba hồi cười đó mà – hắn xuề xoà cho qua chuyện vì đã thấm mệt sau mấy ngày đường. Nhìn lá cờ vàng dán ngay ngắn trên khung cửa, hắn chợt nhớ đến câu nói của ai đó:" *Chỉ có những người lính quèn mới là những kẻ yêu chế độ của họ hơn ai hết*", rồi nhanh chóng chìm vào giấc ngủ.

Sáng hôm sau, Kim tỉnh dậy uống cà phê một mình rồi dạo quanh khu nhà của anh chị hắn. Đó là vài dãy nhà trệt song song nhau, trong mỗi dãy có nhiều căn hộ một phòng ngủ với tiện nghi khiêm tốn và không có máy giặt. Có vẻ, đó là một khu nhà của Chính phủ dành cho người nghèo nhưng dù sao nó cũng là mơ ước của những người đến từ các miền quê nghèo ở Việt Nam. Một lát sau, xe của Trang đến đón Kim, trước sự ngạc nhiên của Đoàn San:

- Sao mày mới qua mà đã có con gái ở đâu đến kiếm vậy?

- Đó là bạn học của em.

- Thứ con gái gì đâu mà tui nhìn không ưa chút nào – Đoàn San buông lời khiêu khích, như phóng một cây lao về phía Trang.

Bỏ lại bà chị đang lầu bầu một mình, bọn Kim lại lên khu phố Tầu trên *San Francisco* ăn sáng. Nhìn những toa tầu điện chạy giữa những con đường hẹp và những con đường dốc, hắn lại liên tưởng đến Hà Nội xưa và Đà Lạt. Sau đó, họ lại nắm tay nhau dạo trong khu vườn Nhật Bản mát mẻ. Ở đó, Trang tâm sự, sau khi học tập cải tạo, cha và gia đình nàng đã chuyển ra Phan Thiết sống nên giờ nàng dự định đầu tư một resort ở mũi Né tạo việc làm cho các em. Thế nhưng nàng lại không nói gì về hoàn cảnh hiện tại của mình (?). Phân vân, nghi hoặc những gì Trang không tiện nói, hoặc không muốn nói, khiến Kim có cảm giác hồi hộp lúc hôn nàng, như một kẻ trộm đồ trong siêu thị. Vì thế, khi nghe lời chào mời "Không ngần ngại gì với nhau miễn không có *HIV...*" của nàng thì hắn không còn coi chuyện làm tịnh với nàng là một cơ hội nữa. Vâng! Tình yêu thật đỏng đảnh như câu "*theo tình tình bỏ, bỏ tình tình theo*". Lát sau, nàng nắm tay hắn và hỏi:

- Anh muốn ở lại không?

- Không.

- Em là luật sư có thể lo hết mọi việc cho anh.

- Chúng mình đi hết thì lấy ai xây dựng đất nước? Hắn thật lòng, rồi lại nói khi thấy nàng vẫn nhìn mình:

- Em biết nước mình còn nghèo hơn người ta mà?
Nghe vậy, nàng thở dài thôi không nhắc chuyện đó nữa. Vâng, ngày xưa nàng đã dứt áo ra đi, giờ chàng lại đành lòng từ chối sống bên nàng. Phải chăng duyên kiếp họ chỉ vậy?

Rời *San Francisco*, họ quay lại *San Jose* tham quan mấy căn nhà trên núi, có giá bán từ một đến hơn hai triệu đô, mà nàng đang làm môi giới cho chủ đầu tư. Đặc biệt, trong toilet phòng chính của một căn nhà có tới hai cái bồn cầu mạ vàng khiến Kim băn khoăn" Liệu cái mùi xú uế khi các chủ nhân của chúng cùng sử dụng có phải vẫn là hương vị tình yêu?". Sau khi Trang dẫn Kim tham quan văn phòng của nàng ở thung lũng *Silicon*, rồi họ lại vào khu trung tâm *San Jose* coi phim 3D. Ở đó hai người nắm tay nhau bay lượn qua những vách cao vực sâu, núi lửa phun trào... Nhưng đó chỉ là ảo ảnh trong rạp còn ngoài đời, họ vẫn là những kẻ "gần nhà xa ngõ" mà thôi. Màn đêm buông xuống, nàng lại chở chàng đến một quán bar đông đúc, nơi có những màn hình sống động và những món đặc sản địa phương. Vừa ăn, vừa luyên thuyên với nhau một hồi thì nàng lại hỏi:

- Ở lại Việt Nam thì anh làm được gì? Thì ra, nàng vẫn trăn trở chuyện đi hay ở của hắn.

- Ở thì... hắn chậc lưỡi rồi tếu:" *Tuổi nhỏ làm việc nhỏ, Tuỳ theo sức của mình...*"

- Không giỡn à nha! Em hỏi thật đấy.

- Thì tạo thêm mặt hàng xuất khẩu, hướng dẫn lớp đàn em kinh nghiệm giao thương. Chưa kể kiếm tiền trong nước cũng dễ.

- *Income* (thu nhập) nhiều?

- Bình quân 20 – 30 ngàn, không thuế.

- Một năm?

- Một tháng!

- *Dollar?* – Nàng ngạc nhiên.

- *Yes, Madam*! (vâng, thưa cô)

- Ồ! Anh Kim giàu quá. Nàng lại buông tiếng thở dài.

Hôm sau, Trang bận việc và Kim cũng có cuộc hẹn với một công ty hải sản địa phương nên họ không còn dịp gặp lại nhau. Một lần nữa mối tình xưa lại vuột khỏi tay Kim, để lại bao tiếc nuối cho những toan tính tương lai của hắn với nàng.

+ +

Bước chân vào phòng khách của công ty hải sản địa phương, Kim khá ấn tượng với cái khẩu hiệu gắn trang trọng trên tường: "Chúng ta không thể sống bằng những lời hoa lá nhưng có thể sống bằng những con cá". Chủ nhân là *J. Ted*, một người Mỹ luống tuổi, tiếp hắn một cách điềm đạm - như cách những người thành đạt nói ít làm nhiều và thích lắng nghe hơn là dành phần thắng. Ông ta chăm chú coi các sản phẩm trong catalog của Kim và lắng nghe hắn giới thiệu về các món hàng ấy. Tiếp đó, ông ta dẫn khách tham quan xưởng của mình và trước khi chia tay, còn nói sẽ sang Việt Nam tham quan cơ sở của Kim, trước khi ký một hợp đồng dài hạn cho cá tra phi-lê. Một tin tốt lành!

Sau khi chia tay *Ted*, hắn lại cùng anh chị mình tới dự lễ tốt nghiệp trung học của con gái họ. Nhìn gương mặt rạng rỡ của đứa cháu khi được hiệu trưởng xướng tên trên máy phóng thanh, lòng Kim cũng trào lên niềm hạnh phúc nên đã tặng nó tờ 100 đô. Đứa cháu ngập ngừng nhìn mẹ - có vẻ nó từng được mẹ giáo huấn kỹ về sự nghèo khổ của người dân trong nước? Cuối cùng, nó cũng nhận món quà ấy sau cái gật đầu của mẹ.

223

Theo lộ trình, Kim tiếp tục tới thành phố *Minneapolis* thăm một người bà con định cư ở đây khi chiến tranh vừa kết thúc. Người này từng dắt hai đứa con lai của mình đi du lịch Việt Nam mấy năm trước. Giờ đứa con trai đã chết, sau một cuộc ẩu đả với bạn bè có tính phân biệt chủng tộc, chỉ còn đứa con gái. Sau đó, người vợ Mỹ cũng chia tay ông ta nên đứa con gái thường phải sống luân phiên mỗi hai tuần ở nhà cha và mẹ. Phải làm khách trong căn nhà buồn tẻ, khi chủ nhân của nó vẫn đi làm bình thường, cùng những bữa ăn tần tiện khiến hắn phát chán phải gọi một người quen, tên Thông, đến rước hắn đi.

Là người công giáo bắc di cư 1954 và từng là nhân viên Thuỷ Cục của chế độ cũ nhưng mấy năm trước, Thông đã về Việt Nam để bảo lãnh hai mẹ con người em gái của mình qua Mỹ định cư. Đồng thời, Thông cũng liên hệ với công ty khoáng sản, nơi Kim hợp tác khai thác đá quý để tìm địa điểm xây nhà máy cấp nước sinh hoạt. Dù việc đầu tư không thành nhưng qua những lần Kim chở anh ta đi khảo sát địa chất ở Đà Lạt, Di Linh, hai người khá thân tình. Anh ta chở Kim trên chiếc *Toyota* bán tải mầu đỏ, đã chạy hơn 300 ngàn dặm, về ngôi nhà bốn phòng ngủ mới xây dựng của mình. Mỗi sáng, mấy đứa con cháu của Thông tới trường trên chiếc xe *bus* mầu vàng, sau khi ăn qua loa chút *cereal* với sữa tươi. Vợ, em gái anh ta và vài người đàn bà Việt ở quanh vùng thì ngồi dưới sàn nhà, âm thầm, như nữ tu dòng kín, gia công vài chi tiết trên những sợi cáp máy tính cá nhân. Một hôm, khi đang mơ màng trên giường, hắn bỗng nghe Thông lớn tiếng với em gái:

- Tại sao cô bỏ gia đình mình mà đi? Có phải quỷ dữ đã lôi kéo cô không?

- Giê-su Ma, lạy Chúa tôi! Người phụ nữ vừa khóc, vừa lấy tay làm dấu.

- Cô nghĩ sang được đây là dễ ư?

- Cám ơn anh đã giúp nhưng em không thể sống thế này.

- Thế cô muốn sống thế nào? Bao nhiêu người muốn như cô

mà không được đấy.

- Biết vậy! Nhưng xin anh cứ cho em về.

- Về đâu? Nhà cô ở đây chứ ở đâu mà về? Hay là cô muốn về làm vợ bé người ta?

- Giê-su Ma, lạy Chúa tôi! Anh đừng gieo tiếng ác cho người ta. - Người phụ nữ lại sụt sịt khóc và làm dấu.

- Cô không phải khóc lóc, muốn đi đâu thì đi nhưng từ giờ đừng nhờ cậy gì tôi nữa - Thông xẵng giọng.

- Anh cho em gửi cháu ở lại đây ăn học, em sẽ cầu nguyện cho anh chị suốt đời.

Trên đường chở Kim ra sân bay, Thông đã kể cho hắn câu chuyện tình của người em gái anh ta, một phụ nữ bán bánh mì, với một anh công an phường nào đó ở gần chợ Ông Tạ, Sài Gòn. Cho dù bao lâu nay anh đã hết lời khuyên bảo em gái nhưng cô ta vẫn nhất quyết "giũ áo ra đi" theo tiếng gọi của trái tim, bất chấp bao nghiệt ngã cuộc đời đang chờ phía trước.

Phi cơ đáp xuống phi trường JFK *New York* lúc chiều muộn khiến Kim khá hồi hộp vì lần đầu đặt chân xuống cái thành phố có nhiều điều tiếng về an ninh này. Ra khỏi máy bay, hắn nhanh chân theo gót một cô gái người Hoa, hầu biết thêm chút thông tin đường xá và khách sạn trước khi trời tối. Thế nhưng cô ta cũng nhanh chóng mất hút như bao kẻ bản xứ khác để mặc hắn lớ ngớ giữa dòng người ngược xuôi bất tận. Tuy vậy, khi ra ngoài nhà ga, Kim lại tự tin sẽ tìm được giải pháp. Thong thả kéo chiếc va-li trên con đường trải lá vàng, hắn bỏ qua nhiều chiếc *taxi* mầu vàng đang xếp hàng nối đuôi nhau, cùng lời mời chào của các gã tài xế to béo, đi tới chiếc taxi của một người gốc Nam Á. Quả nhiên, người tài xế gốc *Bangladesh* ấy rất hiểu hắn, khi lái xe tới một khách sạn giá rẻ gần khu trung tâm. Dầu chưa bao giờ ở khách sạn không có *toilet* trong phòng và ngoài cửa lại có tới hai cái chốt thép nhưng hắn vẫn khá hài lòng vì nơi ở sạch sẽ, có phục vụ ăn sáng và giá thuê phòng chỉ bằng nửa giá nơi khác.

Một giấc ngủ êm đềm và một bữa điểm tâm sáng nhẹ nhàng

giúp Kim sảng khoái bước ra ngoài khách sạn đi đến các địa danh nổi tiếng trong thành phố. Lang thang trên những con đường nhỏ dưới những dạ cầu bắc qua sông *Hudson* và sông Đông, hắn bắt gặp những kẻ hút chích, bán dạo, vẽ chân dung, chơi cờ thế, tung xu sấp ngửa... Bọn họ mời mọc đủ thứ hàng thật giả lẫn lộn nhưng hắn không mua bán gì mà nói với họ bằng tiếng Việt "Mấy cái trò này, quê tao đầy", rồi kéo cái miệng tới tận mang tai và nhe ra nụ cười quái dị, khiến đám giang hồ đó ngơ ngác không biết gã "huynh đệ" này từ đâu tới? Đến bữa trưa, hắn thường mua một con gà quay, theo kiểu bữa trưa không khi nào quá 10 đô-la của giới trung lưu. Bữa tối, hắn lại vô nhà hàng Tầu gọi một tô vịt tiềm, kèm vài chai bia 333 của Việt Nam để gia tăng sức mạnh tinh thần. Sau khi mua vài món lưu niệm New York "*Made in China*" – mà sẽ phải ngần ngại khi đem tặng ai đó ở nhà - Kim đi xe lửa *Amtrak* tới Boston tiếp tục khám phá bờ Đông.

Ở đây, hắn có một người quen biết tên là *R. Murphy*, một cựu binh trong chiến tranh Việt Nam, từng thuê nhà hắn khi du lịch Việt Nam. *Murphy* vui vẻ chở Kim đến các địa danh nổi tiếng trong thành phố, trong đó có trường Đại học *Harvad*, nơi ông ta làm việc trước lúc nghỉ hưu. Rồi ông ta lại chở hắn đến một câu lạc bộ bắn súng có rất nhiều loại súng ngắn, súng trường. Khi đó, ông ta lựa khẩu AR 15, Kim chọn khẩu AK-47 và hai kẻ cựu thù cùng giương súng lên... Tất nhiên, họ không nhắm vào nhau mà cùng nhắm bắn về một phía. Đi chán, *Murphy* lại chở Kim về nhà mình, một căn nhà gỗ rộng rãi luôn đóng cửa im ỉm. Có vẻ cuộc sống cô độc trong ngôi nhà trầm mặc đó chẳng có gì khiến ông ta thấy vui hơn là ôn lại những kỷ niệm cũ qua rất nhiều tấm hình trên tường. Sau hồi chuyện trò thân mật, ông ta đưa cho hắn coi một xấp hình những cô gái Việt Nam không mặc quần, rồi như chợt nhớ ra điều gì, ông ta đã nhanh tay lấy lại chúng và cẩn thận cất đi. Thực ra, Kim chẳng quan tâm đến những bí mật của Murphy với các cô gái ấy vì thừa biết những người lính thích gì ở đàn bà. Có chăng, hắn chỉ tò mò về cuộc sống ông ta sau cái kỷ niệm khá hy hữu của hai người mấy năm trước. Đó là lần họ bước xuống chiếc ghe "du lịch miệt vườn" ở Tiền Giang và mấy tay xe ôm trên hỏi vọng xuống:

- Ông từng là lính Mỹ ở đây?

- Vâng.

- Tại sao người Mỹ bỏ rơi đồng minh?

- Các anh không phải đồng minh.

- Đồ phản bội! Những gã ấy nhao nhao lên - như những loạt đạn M16 bắn chiu chíu xuống ghe.

- Đồ vô dụng! Đồ ăn hại! *Murphy* cũng đáp trả quyết liệt như những phát súng phóng lựu M79 bắn lên. Cuộc cãi vã chỉ kết thúc sau lúc chiếc ghe nổ máy xành xạch chạy ra giữa dòng, để lại một đám khói xanh lơ trên bến. Ha, ha... "Đời là *C'est La vie!*" Kim cất lên câu tiếng Pháp bồi, giơ tay chào bọn họ rồi nói với *Murphy*, "Nếu biết ông đang đi cùng một gã lính Bắc Việt thì họ còn điên tiết hơn đấy".

Chia tay *Boston*, Kim tiếp tục đi *Washington D.C* qua *Philadenphia, Baltimore* bằng xe lửa *Amtrak*. Ở đó, hắn chụp hình kỷ niệm trước Lầu Năm Góc, nơi khởi sự cho các phi cơ đi oanh kích đơn vị hắn hồi chiến tranh. Rồi hắn lại dừng chân bên bức tường tưởng niệm chiến tranh Việt Nam (*The Vietnam War Wall)* nhìn những dòng tên binh sĩ tử trận dài dằng dặc trên đó với lòng trắc ẩn của một kẻ cũng từng tham gia chứng kiến bao đau thương trong cuộc chiến đẫm máu và nước mắt đó. Than ôi! "*Sinh tử ở đời như là mộng. Con đường nào cũng đến chốn xa xăm*" (thơ Hồ Ngạc Ngữ). Sau cùng, hắn rời *Washington D.C.*, bay về *Los Angeless* để nối chuyến bay *Seoul* và Tân Sơn Nhất, kết thúc một chuyến đi đầy ắp những kỷ niệm.

✦ ✦

Về đến nhà, Kim nhanh chóng cải tạo lại xưởng của mình, dù nó chẳng lớn hơn phòng thay đồ trong các nhà máy quốc doanh là bao, và mua một chiếc *Toyota van* chuẩn bị đón khách.

Như đã hẹn, *Ted* cùng một người nữa đã bay qua Việt Nam. Ngay lập tức, họ đến xưởng Kim tìm hiểu năng lực sản xuất tay nghề công nhân, rồi đi Châu Đốc khảo sát nguyên liệu. Tại đó, *Ted* tỏ ra thích thú các món cá tra kho tộ, canh chua cá tra và cả món cá tra phi-lê tẩm bột chiên như ở quê nhà trong căn nhà lộng gió trên bè cá của Đắc ở ngã ba sông *Bassac*. Ông ta nói, từng đi nhiều trang trại nuôi cá nheo trên sông *Mississippi* nhưng chưa khi nào thấy thú vị như nơi đây. Tiếp đó, Đắc lại dẫn mọi người tham quan hầm cá của anh ở gần biên giới *Cambodia*. Đường đi không tiện cho xe hơi nên anh ta kêu mấy chiếc xe lôi, giống xe xích-lô nhưng do xe máy kéo, cho khách nhưng khi thấy chúng thì *Ted* lắc đầu quầy quậy khiến mọi người bối rối. Sau cùng, ông ta đồng ý ngồi trên chiếc *Honda* 67 nếu nó được tháo khỏi chiếc xe lôi. Lập tức, Đắc huỷ xe lôi rồi kêu mấy chiếc *Honda* 67 khác đến chở mọi người và mọi việc lại ổn. Lát sau, Ted cho Kim hay là ông ta sẽ không nhận được tiền bảo hiểm nếu ngồi trên chiếc xe thô sơ đó. Hầm cá của Đắc là một cụm ba cái hồ, mỗi cái có diện tích hơn một hecta và có thể điều tiết nước từ sông Châu Đốc. Thấy một nhân viên trút những bao thức ăn của hãng *Cargill* xuống hồ và hàng ngàn con cá nổi lên đớp mồi, Ted lẩm bẩm: "Ông Đắc này nuôi cá cho cả thế giới ăn". Hôm sau, bọn họ trở về thành phố với sự hài lòng sau một đêm nghỉ ở khách sạn có nước nóng, tivi cáp, gần khu du lịch núi Sam. Trong bữa ăn chia tay, *Ted* nói:

- Kim, tôi sẽ mua hàng của anh.

- Cảm ơn nhưng xưởng của tôi hơi nhỏ?

- Vấn đề không phải là lớn hay nhỏ.

- Tôi cũng sợ không đủ vốn sản xuất liên tục.

- Tôi ứng một triệu đô-la, anh giao hàng trả từ từ.

Đó là phong cách làm việc của người Mỹ - sự hào phóng mà Kim chưa từng gặp - khiến hắn phải dặn lòng, *"Hứa là phải làm, mượn là phải trả"* và *"Sự thành công phải dựa trên tài năng và chữ tín không phải bằng dối trá"*.

Nhận số tiền lớn của *Ted,* trước sự ngạc nhiên của nhân viên ngân hàng, Kim đã gia tăng nhập số lượng cá sơ chế ở miền Tây lên thành phố tái chế và xuất khẩu. Dù đó không phải là cách tối ưu nhưng hắn vẫn thành công nhờ thế "một mình một chợ" của kẻ mở đường cho cá tra phi-lê Việt Nam đi Mỹ. Nhờ vốn ứng của *Ted* cộng với việc thanh toán gối đầu - mua chuyến sau trả tiền chuyến trước - với chủ bè cá, Kim thu được những khoản lợi lớn từ 4 đến 6 *container* xuất khẩu hàng tháng, chưa kể 2 *container* hàng khác. Việc này, giúp hắn bù đắp số lượng nghêu thịt uỷ thác xuất đã giảm sút của Tư Sáng và tiếp tục duy trì doanh số cao.

Sau vài năm "tiếng lành đồn xa tiếng dữ đồn xa" công ty Kim Gia bắt đầu phải đối mặt sự cạnh tranh quyết liệt của các công ty vừa nuôi cá, vừa có nhà máy chế biến hiện đại. Nhiều người cung cấp nguyên liệu cho Kim, giờ đã thành các "đại gia" trong ngành. Ngay cả, "Mãnh basa" cũng đã lập công ty riêng sau khi thuê lại một nhà máy quốc doanh đã phá sản. Khi ấy, Kim Gia không thể tiếp tục nhập cá sơ chế mà phải chuyển sang mua cá đã chế biến để xuất khẩu. Tuy nhiên, nhờ việc nhà nhà nuôi cá khiến nguồn cung lớn giá mua sụt giảm nên hàng tháng, Kim Gia vẫn xuất được 4 *container* cá tra phi-lê, dù lợi nhuận đã suy giảm một nửa so với trước.

Thấy con mê mải làm ăn, Thi Sương lo lắng lắm nhất là những khi có những vụ án bị phanh phui trên báo đài. Một hôm, bà gọi Kim đến và nói:

- Con đừng làm gì để bị bắt bớ như người ta.

- Con có làm ăn gì với nhà nước đâu mà bắt bớ? Hắn cãi lại như mọi khi.

- Tui không biết, nhưng các người chớ làm gì ảnh hưởng đến gia đình. Nhục lắm con à.

- Mẹ cứ "lo bò trắng răng" - hắn vùng vằng.

- Kiếp sau, tui dứt khoát không cho con học Kinh tế. Bà lo lắng vì những cạm bẫy luôn rình rập đứa con, lúc nào cũng nhỏ bé, của mình. Mặc cho mẹ lo lắng, Kim chẳng bận tâm. Cho đến một ngày, hắn đã biết thế nào là "áo mặc sao qua khỏi đầu"? Chuyện là, khi thấy lô cá tra phi-lê của một người bạn, tên Thôi, ở An Giang tồn kho không bán được, Kim đã mua giúp anh ta. Ngay sau khi giao hàng, anh ta đã đòi tiền ráo riết dù chưa tới hạn thanh toán. Khi không được thoả mãn, hắn dựa hơi đồng hương với Tổng Bí Thư Đảng khi ấy, để mượn tay Cảnh sát Kinh tế đe doạ Kim như một vụ hình sự. Kim đã giải thích cho các nhân viên công lực rằng, theo luật hiện hành người mua chỉ thanh toán sau khi người bán xuất hoá đơn đăng ký thuế nhưng hắn chưa nhận được cái hoá đơn ấy. Đồng thời, hắn cho họ xem bài viết gửi Báo Pháp Luật về sự vụ này của mình để rộng đường dư luận và đề phòng bọn họ làm ẩu. Sau đó, Thôi ra hoá đơn còn Kim thanh toán tiền hàng và hai người chấm dứt quan hệ. Ngẫm lời mẹ dạy hắn mới thấm thía, dù việc kinh doanh chẳng dính gì đến Nhà Nước thì vẫn không chắn chắn sẽ không bị bắt bớ oan theo kiểu "...*tại thằng bán tơ*" trong truyện Kiều của Nguyễn Du.

Việc kinh doanh của công ty Kim Gia ngày càng khó khăn khi Tư Sáng ngừng xuất uỷ thác nghêu thịt và thị trường không đủ tôm càng cỡ lớn cho khách hàng Thái Lan. Nhất là việc Bộ Thương Mại Mỹ áp thuế chống phá giá cá tra phi-lê Việt Nam đã ảnh hưởng nghiêm trọng sinh kế của nửa triệu ngư dân và công việc của các nhà xuất khẩu. Chẳng giống như các học giả, ký giả ở Mỹ và châu Âu vẫn chỉ trích *D. Trump* khi tăng thuế nhập khẩu hàng Trung Quốc là "Chỉ dân Mỹ chịu thiệt vì phải mua hàng hoá đắt..." nhưng dân Mỹ đâu ngu dại gì mà mua hàng đắt. Không mua được thứ này thì họ mua thứ khác nên chỉ nhà xuất khẩu nước ngoài mới khốn đốn vì phải ngừng xuất, hoặc phải đóng thế chấp khoản thuế đó mà chẳng hi vọng lấy lại. Vâng, thế mới biết cho dù bằng cấp học vị cỡ nào thì đôi lúc chúng cũng chỉ là những tờ giấy.

Kim không bất ngờ trước hoàn cảnh mới vì biết cái thời vận huy hoàng, theo lời *Rhett Butller*, của hắn đã hết. Thế là, hắn bắt đầu sản xuất các mặt hàng thực phẩm chế biến sẵn cho siêu thị nước ngoài và khi nguyên liệu không đủ thì hắn lại nhập khẩu từ nước ngoài về. Một lần, container hàng của Kim nhập về cảng Sài Gòn theo hình thức "tạm nhập tái xuất" đã bị nhân viên hải quan những nhiễu:

- Tỷ lệ cá thu được sau tái chế không đúng.

- Anh biết quái gì chế biến cá mà nói – Kim làu bàu.

- Không nói nhiều. Nếu không biết điều thì container lạnh này sẽ phơi nắng ngoài cảng – tên hải quan dương dương tự đắc. Biết nói chuyện với tên đó không ăn thua, Kim gặp kẻ phụ trách, bạn của em gái hắn và là con một cựu đại tướng, trình bày nhưng cũng chỉ nhận được sự thờ ơ lãnh đạm. Điên tiết, hắn gởi hàng loạt văn bản ra Văn phòng Chính phủ, Tổng cục Hải Quan để khiếu nại đòi bồi thường thiệt hại vì biết gót chân A-sin của tham nhũng là công luận. Kết quả, container của hắn được tháo khoán không một lời xin lỗi, cứ như thể "Thế là tốt rồi, câm mõm đi!".

Hải sản nhập về từ *Kerela* (Ấn Độ) có chất lượng không ổn định nên Kim có ý định chuyển qua mua cá vùng Địa Trung Hải của một khách hàng ở *Barcelona* với giá cả không đắt hơn. Cũng lúc ấy, hắn nhận được những bản *fax* của một tổ chức từ thiện ở *Madrid* đề nghị hợp tác chuyển một ngân quỹ vài triệu đô-la Mỹ từ châu Âu về Việt Nam. Theo họ, đây là tài sản lưu lạc của một vị hoàng thân nào đó đã mất cách đây nhiều năm ở một quốc gia Châu Phi. Nay tổ chức ấy muốn nhân danh những người được thừa kế chuyển số tiền này qua một nước thứ ba, như Việt Nam, lập quỹ từ thiện. Để chứng minh, họ gửi Kim số fax điện thoại của các cơ quan hữu trách bên Hà Lan. Trước câu chuyện có vẻ phiêu lưu nhưng khá hấp dẫn đó, hắn đã thử liều một phen vì cho rằng dù có là chuyện hão thì cũng chẳng mất gì. Thế rồi, Kim hồi hộp gởi *fax* tới số được cung cấp để báo cho ai đó công ty hắn đã sẵn sàng làm thủ tục nhận ngân quỹ. Mấy giờ sau, hắn nhận được fax hồi âm mấy dòng ngắn ngủi khô khan: "Hãy nói thêm về bản thân" – nghe giống khẩu khí và thủ đoạn của các điều tra viên? Linh cảm một cái bẫy của ai đó đang giăng ra, hắn vội xé những bản fax chấm dứt chuyện phiêu lưu đó. Hai hôm sau, hắn nhận được cuộc gọi từ nước ngoài của một người, tên *CeeJay*, hỏi tại sao không tiếp tục công việc? Sau khi nghe Kim thuật lại chuyện gởi *fax* đi Hà Lan, Cee Jay nói sẽ tìm cách khác để làm và muốn gặp hắn ở *Bangkok* để bàn bạc trực tiếp. Bắt đầu ngửi thấy mùi *Maphia* (xã hội đen) trong chuyện này nên hắn trả lời "Sẽ không đi đâu trước khi nhận số tiền đó tại Việt Nam". Lời nói đó như một thách thức tính trung thực của câu chuyện và nếu tiền đổ vào Việt Nam thì dù *CeeJay* có là *Maphia* cũng chẳng là cái "đinh" gì với Công an Việt Nam nếu muốn lợi dụng việc này khống chế Kim. Chẳng thế, mới có chuyện một cô Việt Kiều Đức bị bọn *maphia* địa phương đòi tiền bảo kê nên đã ôm tiền về Việt Nam làm ăn và nói với viên cảnh sát khu vực:

- "Anh giúp em, đừng để tụi *Maphia* tới đây"

- "Không phải sợ! *Maphia* là tao chứ là ai." Nghe thế, cô gái lạnh người vì chẳng biết anh ta nói thật hay đùa?

Dù không muốn lôi thôi với những kẻ đó nhưng Kim vẫn muốn biết cái tổ chức từ thiện ở *Madrid* có thật hay không (?) trong chuyến đi khám phá thị trường Tây Ban Nha lần này.

+ +

Để giảm áp lực công việc, hắn chọn Paris làm điểm dừng chân đầu tiên nên đã mua vé của *Air France*.

Ra sân bay *Charles de Gaull* đón hắn là Dân, cô bạn gái đã 20 năm xa cách và gã bạn trai tên *B. Lenard* của cô ta.

- *Comment allez-vous*? (bạn khoẻ không?) Kim hỏi Dân bằng câu tiếng Pháp duy nhất mà hắn biết.

- *Bien!* (khoẻ) Dân đáp và hỏi lại:

- Ô! Kim biết tiếng Pháp hả?

- Không! Chỉ học lỏm được bấy nhiêu thôi.

Chào hỏi xong, ba người chui vào chiếc *Renaul* nhỏ xíu, cũ kỹ của *Lenard* chạy tới Quận 13 ăn phở, rồi mới về nơi ở thuộc Quận 17 mà anh ta mới thuê mấy ngày nay. Đó là căn hộ nhỏ hai phòng trên tầng hai một ngôi nhà xưa. Là cư dân *Bordeaux* nên *Lenard* và Dân khá háo

232

hức rủ Kim tham quan các điểm nổi tiếng ở *Paris*. Nhưng khi tới bảo tàng *Louvre* thì Kim lại không hào hứng vì thấy cái kim tự tháp bằng kính phía trước, của gã kiến trúc sư người Hoa nào đó, phản cảm với lối kiến trúc truyền thống châu Âu mà hắn ngưỡng mộ. Thế là, cả bọn tới một quán cà phê ven sông *Seine*, thả mình vào không khí ồn ào và mịt mù khói thuốc lá như ở Sài Gòn, xong lại qua nhà thờ Đức Bà *Paris* chụp hình. Sau này, khi chuyện tình của Dân và *Lenard* không thành thì Kim lại có cảm giác những cặp đôi chụp hình ở nơi ấy sẽ không may mắn bởi dường như mối tình oan nghiệt của chàng gù *Quasimodo* vẫn hiện hữu nơi đây? Đêm trước ngày chia tay, Dân đã kể cho cho những nỗi vất vả nhọc nhằn của cô từ khi sang Pháp nhận học bổng tiến sĩ tâm lý học cho đến khi quyết định ở lại đây tìm việc làm, rồi lại bỏ hết để theo học ngành Nha... Dạo gần đây, cô mới quen Lenard nhưng anh ta đã có gia đình nên chuyện hai người chẳng tới đâu. Khi biết Kim sang Pháp, cô rủ *Lenard* lên *Paris* chơi chung, sẵn dịp tìm việc làm mới. Trước mắt, cô sẽ xin việc ở một hãng mỹ phẩm trong siêu thị *Carrefour*, rồi từ từ sẽ tính tiếp. Nói xong, Dân thẫn thờ nhìn ra ngoài cửa sổ giây lát rồi đột ngột quay lại nói:

- Dân không ân hận những gì đã làm nhưng sẽ về Việt Nam ở luôn, sau khi đứa con chung với anh *Lenard* đủ lớn.

- Cứ vậy đi! Hắn nói vuốt đuôi vì biết người phụ nữ ấy đã thích là làm.

Rời *Paris*, Kim dừng chân ở *Amsterdam* nơi người bạn học, tên Cường, đang sinh sống sau khi vượt biên 20 năm trước. Trong bộ cánh lịch sự, kiểu đàn ông Bắc Âu, Cường vồn vã bắt tay hắn:

- Bạn hiền! Hôm nay "Rồng đến nhà tôm".

- Không phải là "Chim sẻ đến nhà chim cắt sao"?

- Ôi dào! Chuyện thời trẻ trâu hơi đâu mà nhớ.

Mặc dầu nơi đây có nhiều địa điểm du lịch nhưng Cường lại dẫn hắn đến *De Wallen*, một trong ba khu đèn đỏ nổi tiếng của thành phố, như cách mến khách thường thấy của đàn ông. Tại đó, khi cùng uống bia trong một quán *coffee Bruns*, Cường kể lại lịch sử khu đèn đỏ này.

Từ khi có những phụ nữ hàng đêm xách đèn lồng đỏ đi gặp các thuỷ thủ ngoài bến cảng đến khi cả phố cùng treo đèn lồng đỏ, như biểu tượng phục vụ tình dục cho các thuỷ thủ thương gia. Rồi hắn chỉ Kim một tấm kim loại gắn dưới đường có hình bàn tay đang mơn trớn cặp vú đàn bà và nói" ở đây người ta lập luận "Tình dục cũng là nhu cầu bình thường của con người, giống như việc ăn uống nghỉ ngơi". Nhờ vậy, chỉ với ba phần trăm thuế thu nhập của gái bán dâm (so với mức bình thường là 19 phần trăm) chính phủ cũng thu về 2,5 tỷ *Euro* mỗi năm. Về sau, người ta còn còn dựng ở đó một bức tượng đồng, tên *Belle*, để tôn vinh những phụ nữ bán dâm với khẩu hiệu "Hãy tôn trọng những công nhân tình dục trên toàn thế giới" - Nghe cứ như biến thể của câu "Công nhân các nước hãy đoàn kết lại!" khắc trên bia mộ của *Karl Marx*.

Ra khỏi quán cà phê, hai người bạn cũ lại cùng đám khách du lịch "đông như trẩy hội" thả bộ trên những con đường nhà đỏ dọc các kênh đào, ngắm các cô gái mặc nội y đứng bên 300 cái cửa sổ thắp đèn đỏ. Tất nhiên, đó không phải là cái cửa sổ có hai người hôn nhau trong ca khúc "Mùa Xuân Bên Cửa Sổ" của Xuân Hồng mà sau những cửa sổ đó có những ngăn nhỏ là nơi hành nghề mại dâm của họ. Sau khi dặn không chụp hình, Cường kéo Kim vào sát mấy ô cửa sổ ngắm nhìn những thân hình dường như căng hơn, quyến rũ hơn dưới ánh đèn đỏ. Rồi anh ta ra dấu Kim nhìn về phía cô gái dong dỏng cao, tóc bạch kim và hỏi:

- Đẹp không?

- Đẹp!

- "Trường túc bất chi lao" đấy nhé.

Thấy hai gã đàn ông chú ý mình, cô gái liền nở nụ cười chào mời nhưng Cường đã nói gì đó với cô ta bằng tiếng bản ngữ nên nụ cười ấy vụt tắt cùng sự ái ngại của Kim, như thể hắn vừa làm gì đó không phải. Sau cùng, hai gã đàn ông ấy lại ghé mắt qua coffee shop, nơi bán đồ chơi tình dục, để xem cái công nghệ tình dục của thế giới đã đến đâu? Trên đường về, họ tình cờ gặp lại cô gái tóc bạch kim ban nãy đang choàng cái áo lông thú lên người và chui vào một chiếc *Mercedes*. Kim nhoẻn miệng cười với người quen nhưng cô ta chẳng đếm xỉa gì sự thân thiện ấy và dửng dưng nói chuyện với gã tài xế. Thái độ trở mặt đó khiến Kim chưng hửng vì mới đây thôi, hắn còn coi cô ta chỉ là "con ngựa cái" không hơn không kém. Thế mà giờ, cô ta lại coi hắn chẳng bằng gã lái xe trông có vẻ đần độn kia. Nhưng có lẽ nhờ vậy mà hắn thấu hiểu tâm trạng dở khóc dở cười của anh phu xe và cô gái điếm trong tác phẩm "Người ngựa Ngựa người" của Nguyễn Công Hoan.

   Chia tay anh bạn ở *Amsterdam*, Kim tiếp tục qua *Viena* tìm kiếm vài công ty bản địa có thể tiêu thụ hải sản Việt Nam thông qua viên Tham tán Thương mại ở đó. Nhưng người ấy không có gì để nói ngoài lời khoe:" Chính phủ vừa mua được toà nhà này với giá khá hời" và "Giờ không phải lúc của các lễ hội hoá trang *Krampus* và *Life Ball*". Thế là, hắn đành dành thời gian tìm hiểu cái thành phố yên bình ấy và tận mắt nhìn những khu rừng lá vàng cuối thu bên dòng sông Danube xanh, những ngôi làng đẹp như tranh đã truyền cảm hứng cho các tác phẩm của *Beethoven*. Rồi hắn lại thang thang trên phố *Karntnerstrasse* vì nghe đâu nhà soạn nhạc nổi tiếng *Mozart* cũng từng ở đây? Tối trước ngày rời *Viena*, Kim ngồi ở sảnh khách sạn nốc nửa lít bia *Zwicklbier* bản địa với xúc xích, theo gợi ý của gã tiếp tân gốc *Philippines*, rồi đi ngủ sớm để kịp ra phi trường sớm mai. Khi vừa chợp mắt, hắn nghe có tiếng gõ cửa nhè nhẹ. Đó là một cô gái tóc vàng.

   - Anh có cần tôi phục vụ gì không ạ? Cô gái rụt rè hỏi.

   - Ồ… không… cám ơn… cô. Hắn ngập ngừng tùng tiếng, rồi quay lại giường nằm với chút tiếc rẻ… kiểu đàn ông!

   Sớm hôm sau, Kim bắt *taxi* ra sân bay *Schwechat* đi Tây Ban Nha trên chiếc *DC 10* của hãng *Iberia*. Sau ba giờ bay, phi cơ tới sân bay chính của thủ đô Madrid, với cái tên khá dài: *Adolfo Suarez Madrid Barajas*, trong miền đất đỏ gan gà. Từ sân bay, hắn bắt taxi đến một khách sạn nhỏ trên một con phố yên tĩnh gần cung điện

235

Hoàng Gia và quảng trường *Puerta del Sol*. Khi ấy, cái thành phố của những cung điện nguy nga với hai tông mầu trắng phấn của đá phiến hồng sậm của gạch nung bên những đại lộ lưa thưa cây xanh vẫn đang ngon giấc. Sau khi thu xếp xong chỗ ở, hắn đi bộ ra bến xe lớn gần khách sạn, rồi băng qua những vũng nước tiểu khai nồng, tới những chiếc taxi hai mầu vàng xanh. Người tài xế vui tính đưa hắn tới đấu trường *Plaza de Toros*, nơi có những dũng sĩ và những con bò tót nổi tiếng. Rồi lại đưa hắn tới chợ trời *El Rastro* mua vài món lưu niệm của quê hương gã Đông-ki-sốt. Khi Kim vừa đưa chiếc máy *Canon* lên chụp vài tấm hình lưu niệm thì một gã có vẻ ngoài giống người Bắc Phi tiến tới. Biết chiếc máy chụp hình thu hút hắn, Kim không chụp nữa, lững thững vào chợ nhưng tên đó vẫn bám theo. Thấy vậy, hắn rẽ ngoặt vài lần ở mấy đường nhỏ trong chợ rồi chen vào trong một cửa hàng đông đúc, như một điệp viên thực thụ, rồi mỉm cười tự đắc "Mày chẳng bao giờ bằng tao đâu" trước vẻ ngơ ngác của kẻ săn mồi đó.

Trên đường tới khu mua sắm gần khách sạn, Kim bắt gặp các cô gái mại dâm đang mời mọc khách ở đoạn đường nhà cửa thưa thớt. Hắn nghe bọn họ ngả giá 20 *Euro* (vài trăm ngàn đồng) cho một lần và địa điểm gần đó là một...bụi chuối! Đúng là cảnh cùng cực ở xứ giàu cũng chẳng khác gì ở xứ nghèo và *"Tắt đèn, nhà ngói cũng như nhà tranh"*. *Madrid* không phải là mục đích chính của chuyến đi nên sau khi không tìm thấy địa chỉ của tổ chức từ thiện kia, Kim liền đi *Barcelona*. Tuy vậy, trước lúc ra sân bay, Kim dùng điện thoại khách sạn gọi *CeeJay* để tạo bất ngờ cho hắn:

- Chào *CeeJay!*

- Ai đó?

- Kim đây!

- Anh đang ở đâu vậy?

- *Madrid.*

- Tút...tút... *CeeJay* cúp máy. Có lẽ, hắn sợ bị cảnh sát dò vị trí? Thế là rõ!

Sau đó, Cee Jay gọi lại điện thoại cầm tay của Kim ngoài sân bay nhưng hắn không bắt máy vì đã chán chuyện ấy.

Từ máy bay nhìn xuống nhà thờ chính toà *Almudena*, cùng vô số toà tháp lớn nhỏ rực rỡ trong nắng vàng, hắn tiếc không đủ thời gian tham quan *Madrid*, nơi say đắm lòng người bởi vũ điệu *Flamingo* cùng những cú nện gót giày rộn rã.

Đáp xuống sân bay *El Prat*, Kim tới thành phố Barcelona thuộc xứ *Catalan*. Hắn ở trong một khách sạn nhỏ thuộc khu dân cư *Barri Gothic* gần phố đi bộ *Las Ramblac* khá sầm uất và ở cuối đường ấy có tượng đài cao 60 mét của *Christopher Columbus*, người khám phá ra Châu Mỹ nhưng 500 năm nay người ta vẫn không biết chắc mộ ông ta ở đâu? Biết nơi đây nổi tiếng nạn móc túi, hắn nhét tiền bạc, giấy tờ vào túi trước quần *jeen*, rồi lang thang dạo phố. Khi tới gần nhà thờ *La Sagrada Familia*, xây dựng hơn 100 năm nay, giờ vẫn chưa xong, hắn bắt gặp một cô gái trẻ tóc nâu dáng nhỏ nhắn, vẻ thiểu não như kẻ nghiện ngập, nhìn hắn van lơn:

- Làm ơn cho tôi mượn 20 *Euro*.

- Cái quái gì vậy? Kim tự hỏi.

- Tôi đang cần tiền... tôi sẽ trả lại ông bất cứ cái gì ông muốn. Đoạn cô cởi chiếc áo khoác da, run rẩy nói tiếp:

- Nếu không tin, ông cứ giữ cái áo này.

- 20 *Euro* của cô đây. Hắn đưa tờ giấy bạc xanh cho cô ta rồi rảo bước. Chiều về, Kim bất ngờ gặp lại cô gái ấy trong khách sạn của mình nhưng cô ta đã quay mặt làm ngơ. *"Bắc thang lên hỏi ông trời, lấy tiền cho gái có đòi được không?"* Hắn mỉm cười vì câu nói của người xưa cấm có sai!

Khi đang thong thả nhai những miếng khoai tây chiên ở góc sảnh thì bất ngờ có một cô gái da đen, thắt những lọn tóc đuôi sam nhỏ xíu trên đầu và có thân hình săn chắc như vận động viên điền kinh, lại bàn Kim ngồi. Cô ta nhoẻn miệng cười khoe hàm răng trắng muốt, rồi vừa bốc khoai của hắn ăn, vừa nói:

- *Hello!* Tôi là *Ebere*.

- Tôi là Kim.

- Ông từ đâu tới?

- Việt Nam.

- *Vietnam*? Cô gái nhíu mày suy nghĩ xem cái xứ đó ở đâu trên hành tinh này?

- Cô cũng ở khách sạn này à?

- Vâng! Tôi tới từ *Kenya* và là sinh viên như nhiều người khác ở đây.

- Ông đi du lịch một mình?

- Không! Tôi đi làm.

- Ông có muốn mát-xa một chút không?

- Ở đâu?

- Trong khách sạn này.

- Khi nào?

- Bây giờ. Nhưng phải đặt tiền trước và nếu thêm tiền thì ông sẽ được phục vụ thêm mọi thứ theo ý muốn.

- Xin lỗi! Dịp khác nhé - vừa nói, Kim vừa vỗ nhẹ lên tay cô gái vì lúc ấy hắn không có ý định "gieo giống gia tộc". Ngay lập tức, "Bông Hồng Đen" ấy xô ghế dứng dậy, lẩm bẩm" Đồ keo kiệt!"

Hôm sau, Kim bắt taxi đến công ty đối tác cách Barcelona hơn 30 cây số trên trục đường ven biển *Balear*. Theo lịch, hắn có mặt ở đó lúc chín giờ sáng nhưng gã quản lý gốc Đức, tên *Eric*, lại bảo cứ thong thả uống cà-phê vì "Bọn phương Nam lười biếng ở đây đi làm rất trễ". Quả thật, cả tiếng sau công ty ấy mới mở cửa để hắn xem hàng và ký một bản ghi nhớ. Xong việc, Kim rời *Barcelona* trở lại *Paris*, nối chuyến bay của *Air France* về Việt Nam.

Chương 8

ÁO ẢNH

+ +

Sau chuyến đi châu Âu bất thành ấy, tình hình công ty Kim vẫn rất khó khăn. Do thiếu nguyên liệu nên sản xuất ngừng trệ, lương công nhân sụt giảm khiến nhiều người đã nghỉ việc. Khi ấy, gã thuỷ thủ Tú lại đến gạ Kim:

- Giờ anh em mình hợp tác làm truyền hình nhé.

- Mày định thế nào?

- Các sếp lớn đang muốn mở nhiều kênh TV như bên ngoại quốc nên mình xin một kênh làm quảng cáo... chắc dư ăn đấy.

- Giờ tao phải làm gì?

- Anh lo máy móc thiết bị, em lo thủ tục.

Xem lời hắn như cứu cánh trong lúc khó khăn nên Kim bắt đầu tìm hiểu lĩnh vực này và nhận thấy sở hữu một kênh truyền hình quảng cáo cho thành phố 10 triệu dân cũng là việc đáng làm lắm.

Một hôm, đang nằm suy tính việc đầu tư bên hồ bơi khách sạn *Caravelle,* Kim chợt thấy một cô gái thấp thoáng bên kia hồ. Nhìn dáng thanh thoát, bờ vai gầy, mái tóc dài thon thả của cô gái, Kim biết "Ông Trời lại làm khổ hắn rồi". Nóng lòng về người đẹp, hắn hỏi người quản lý nhà hàng về cô ta nhưng anh ta chẳng biết gì hơn vì cô ấy mới tới lần đầu. Thấy cô gái cùng một người phụ nữ khác vô phòng thay đồ, hắn cũng lật đật đi thay đồ, rồi lại theo chân họ vào "bar" kêu ly cà-phê vừa uống, vừa để mắt tới họ. Người phụ nữ mập mạp đi cùng cô gái khá chau chuốt với những nhát vẽ lông mày sắc lẹm, đôi môi tô đỏ chót và một sợi dây chuyền vàng lớn lủng lẳng trên chiếc cổ ngắn cũn. Ngược lại, cô gái trang điểm khá nhẹ nhàng và chỉ mặc chiếc áo thun trắng dài tay cùng chiếc váy sọc nhuyễn ôm gọn cái thân hình gợi cảm. Chẳng biết họ nói gì mà đôi môi đỏ của người phụ nữ kia mấp máy liên tục như cái miệng ngáp ngáp của con cá vàng, còn cô gái thì chăm chú lắng nghe như cô trò nhỏ. Bất ngờ, người phụ nữ quay sang hắn mỉm cười như từng quen biết, khiến cô gái cũng nhìn theo. Sau đó, thỉnh thoảng cô gái lại kín đáo liếc mắt qua phía Kim và khi thấy hắn chỉ tay vào chiếc điện thoại thì cô nhìn thẳng vào mắt hắn rồi quay đi. Những hành động âm thầm của họ không qua được cặp mắt tinh đời của người phụ nữ tròn trịa đáng yêu như con heo đất kia. Nên khi ra về, chị ta chẳng thèm nhìn hắn, như muốn truyền thông điệp "Lũ đàn ông các người, chẳng thằng nào tốt". Cô gái cũng lật đật nối gót chị ta ra thang máy. Thế là hết! Kim thất vọng. Nhưng rồi, hắn nhìn thấy một mảnh giấy dưới ly của cô ta và với lấy nó trước lúc nhân viên thu dọn. Đó là tấm danh thiếp. Thì ra, cô ta là nhân viên công ty thuốc lá liên doanh với nước ngoài. Kim khá ấn tượng với cái tên Thể Tần trên tấm thiệp, nghe có hơi hướng chuyện dã sử Trung Hoa.

Sợ "đêm dài lắm mộng" nên hôm sau, hắn giả khách nước ngoài gọi đến công ty liên doanh ấy, vờ hỏi thông tin thị trường. Không biết tiếng Anh của hắn có vấn đề, hay đó không phải cách công ty ấy thường giao dịch nên cô ta ngập ngừng trong sự cảnh giác nào đó, thế là hắn đành lộ diện:

- Chào Thể Tần, anh là người trong "bar" hôm qua.

- Ồ! Ra là anh.

- Khi nào em lại tới hồ bơi?

- Hôm qua chị trưởng phòng rủ em theo cho vui chứ em không phải hội viên ở đó.

- Hèn gì mà anh cứ thắc mắc, "Sao có một người đẹp ở đó mà mình lại không biết?"

- Cảm ơn anh! Vậy "*Anh tên gì, quê quán nơi nào, giàu nghèo, tuổi tác bao lớn, sang hèn thế nào?*"- cô gái mượn lời Ca khúc "Thiên Duyên Tiền Định" của Hoài An cho hắn một dây câu hỏi.

- Anh tên Kim, nhà ở Sài Gòn, làm nghề "cạo giấy" và là cha đơn thân của mấy đứa con. Không biết đã bao tuổi mà thiên hạ hay gọi anh là "Ông Già *Noel*" - hắn nửa đùa, nửa thật.

- Hi hi – cô gái bật cười, rồi lại hỏi:

- "Cạo giấy" là sao?

- Là dùng vật gì đó, như cây bút, cạo vào tờ giấy.

- Hừ, nói chuyện với anh cũng vui đấy.

- Anh cũng vậy. Hôm nào rảnh anh mời em cà-phê?

- *Ok. Bye* anh!

Đầu dây bên kia đã cúp nhưng hắn tin bài trắc nghiệm đầu tiên của mình đã thành công nên vui lắm và bắt đầu mong chờ cuộc gọi hồi âm. Bẵng đi mấy ngày, cho đến một hôm đang lúc bận bịu thì hắn nhận được cú điện thoại của Tần:

- Hi, anh Kim! Thể Tần đây.

- Thế Tần hả? Chẳng hay "cô nương" lúc này thế nào?

- Cảm ơn "các hạ", "tiểu nữ" vẫn như xưa.

- Đã lâu không gặp, "tại hạ" muốn mời "cô nương" một ly cà-phê, không biết có được chăng?

- Đa tạ! Đa tạ! "Tiểu nữ" không khách sáo, không khách sáo.

- Vậy, "tại hạ" hẹn "cô nương" ở Mê Trang quán, lúc mặt trời xuống núi liệu có được chăng? Mong "cô nương" chỉ giáo.

- Chu đáo! Chu đáo! Mong sớm gặp lại "các hạ". Giờ "tiểu nữ" cáo lui, cáo lui.

Chiều muộn hôm đó hắn ăn bận chỉnh tề và đợi nàng ở quán Mê Trang. Một lúc sau Thể Tần cũng tới trong trang phục công sở. Lần này, họ tha hồ chuyện trò cùng nhau chẳng cần phải đóng kịch. Qua đó, hắn biết gia đình nàng sống ở Cần Thơ, cha nàng từng là du học sinh bên Nhật và không biết lý do gì mà mẹ nàng lại từ bỏ ông ta dắt hai anh em nàng lên Sài Gòn. Mấy năm rồi, mỗi sáng nàng đều tới toà nhà *Saigon Trade Center* làm việc, chiều lại về với mẹ không la cà đâu.

- Em học tiếng Anh ở đâu giỏi vậy? Hắn tò mò khi biết một cô gái quê lại có thể làm thư ký cho một vị giám đốc nước ngoài.

- Em tự học.

- Vất vả lắm hả?

- Ừa! Nên em thích học qua các bài hát.

Sau lần đó, họ thường xuyên hẹn hò. Chiều nào Kim cũng đón Thế Tân đi ăn tối, đến khuya lại đưa nàng về, chăm chỉ như người ta đi lễ nhà thờ vậy. Tuy bận rộn nhưng hắn khá hãnh diện khi đi bên cô gái xinh đẹp, trước thèm muốn của bao gã si tình và những lời xầm xì ghen tị của bao cô gái. Ngược lại, nàng cũng rất hạnh phúc khi nhận những yêu chiều của chàng cùng lời hứa "Sẽ dẫn nàng khám phá tất cả các nhà hàng nổi tiếng của Sài Gòn".

Một tối, khi hai người dắt tay nhau trên con đường thiếu sáng, từ bãi gởi xe vô quán "Nắng Chiều" thì bất chợt nàng níu tay hắn lại.

- Anh…

- Anh đây.

- Em…

- Sao em?

- Anh ơi…

- Nói đi! Anh đang nghe – hắn giục nàng vì nghĩ chắc đã tới lúc tình yêu của họ cho trái ngọt.

- Em… - nàng vẫn ngập ngừng.

- Đừng ngại! *Có em trong đời, với anh nơi ấy bình yên*" (Ca khúc "Nơi Ấy Bình Yên" - Bảo Chấn). Hắn hát khích lệ.

– Anh ơi! Em đạp phải… cứt rồi! Khuôn mặt xinh đẹp mọi ngày bỗng méo xệch khi nàng lấy hết can đảm thổ lộ điều khủng khiếp ấy với người yêu.

- Mả mẹ thằng nào thả chó rông! Hắn chửi thề rồi dịu giọng: "Không sao! Để anh đem dép em vô *toilet* rửa".

Thế là nàng đành bước thấp bước cao theo chàng về phía toilet, còn chàng thì miệng chưa thôi lầu bầu" Tệ thật! Chủ chó ở xứ người ta phải đem theo túi đựng phân khi dắt chó đi dạo đấy". Khi đang loay hoay xịt nước vô chiếc dép xinh xắn bỗng Kim nghe thấy tiếng cười vang của ai đó? Thì ra, một gã Việt kiều vừa đái, vừa cười ngất khi thấy những thiết bị vệ sinh hiện đại được cách tân trong cái toilet truyền thống bằng tre lá. Có lẽ, gã đó nghĩ chủ nhà hàng đã không hiểu truyền thống dân tộc là gì, khi dùng thiết bị vệ sinh hiện đại ở đó thay vì phải để gã dùng gáo tre múc nước dội bồn cầu cho đúng truyền thống? Nhưng thôi, cứ để cái máy tính tiền của nhà hàng giải thích cho gã, còn việc của Kim bây giờ là rửa sạch chiếc dép dính cứt đã.

Không gian mát mẻ bên chiếc bàn kê sát bờ sông lộng gió cùng những ly rượu vang long lanh đã khiến cặp nhân tình đó bình tâm lại. Chợt một cô bé khoảng 13 tuổi xách giỏ hoa hồng xuất hiện trước mặt họ. Mắt nhìn Thể Tần nhưng miệng cô bé lại như ép Kim:

- Chú mua hoa tặng cô đi!

- Không! Chú muốn tặng cô một vườn hồng chứ không phải chỉ vài bông thế này - hắn quả quyết, dù thấy khuôn mặt thoáng buồn của người yêu. Thực ra, Kim rất ghét cái thói a dua của đám đông, khi họ tràn ra đường mua hoa hồng cho phụ nữ ngày 8 tháng 3 — cái ngày mà phụ nữ phương Tây đòi làm việc tám giờ - như một ngày lễ tình yêu. Hắn chỉ muốn làm những gì cho người yêu khi con tim mách bảo mà thôi. Cô bé bán hoa tiu nghỉu bước ra ngoài, nơi một người đàn bà đang đợi nó trên chiếc xe máy *Honda*. Vâng, nó là một đứa trẻ bị chăn dắt bởi những kẻ tham lam muốn dùng trò bán hoa như thủ đoạn tống tiền các cặp đôi.

Muốn có nhiều thời gian bên nhau, Kim mua một chiếc *SUV* địa hình để hai người được nắm tay nhau trên những nhịp cầu tre lắc lẻo trong những vườn cây trái miền tây. Để họ được đi chân trần trên những triền cát, những hòn đá chông chênh trước sóng biển miền trung. Để họ được vi vu trên những đèo dốc quanh co lên ngọn *Langbiang* - hiện thân mối tình của chàng *K'Lang* và nàng *H'biang*. Để được trải nghiệm cầu treo bện bằng dây, uống rượu cần của người Ê-Đê, cưỡi voi qua sông *Serepock*. Ở đâu, họ cũng tay trong tay sánh bước bên nhau. Niềm hạnh phúc dâng trào đã khiến họ như trẻ hơn đẹp hơn. Có lần, bọn họ vào khách sạn *Dalat Palace* ăn tối, những nhân viên ở đó đã trầm trồ:

- Cô ấy đẹp quá! Chắc ông ấy "có võ".

- Họ nói anh có võ kìa – Kim nháy mắt với người yêu.

- Họ nói đúng đấy! Anh "có võ" nên mới "cua" được cô Á Hậu như em.

- Em là Á Hậu?

- Vâng! Á Hậu 1 Đồng Bằng Sông Cửu Long.

- Sao kín tiếng thế?

- "Từ từ khoai cũng nhừ" mà.

- Sao không theo *showbiz*?

- Chuyện dài... - nàng chép miệng.

- Hèn gì...

- Hèn gì cái gì?

- Hèn gì mà em đẹp quá.

- Cảm ơn anh.

Những khi không đi chơi xa thì dịp cuối tuần họ lại tới các khu du lịch ngoại thành, nơi có những căn nhà gỗ thấp thoáng trong vườn cây xum xuê. Ở đó, khi chàng đắp mền ngủ sau những ái ân thì nàng ngồi hí hoáy làm việc trên chiếc *Laptop*, với cặp vú trần lấp ló dưới mái tóc dài buông thả qua đôi vai gầy. Hình ảnh giai nhân vai trần, dịu dàng bên khung cửa sổ nhạt nhoà nước mưa cùng chiếc *Laptop* đã làm trái tim hắn say đắm. Chưa kể, mái tóc buông thả khuất lấp một phần cặp vú thanh thoát như trái lê của nàng luôn là cảm xúc bất tận cho gã đàn ông lãng mạn như hắn. Hắn thầm tiếc, sao thiên hạ có bức hoạ "Thiếu nữ bên hoa huệ" lại chẳng có "thiếu nữ bên *Laptop*" nhỉ? Những khi ở đấy, nàng thường chuẩn bị trước bữa trưa để hai người có nhiều thời gian bên nhau. Còn các bữa tối, chàng lại gọi món trong các nhà hàng mà chẳng cần nhìn cái cột bên phải trong thực đơn với sự ngưỡng mộ của nàng:" Anh là hàng Việt Nam chất lượng cao đấy!". Mỗi khi thấy nàng ngon miệng, rồi khẽ hát gì đó trong họng, như những tiếng gừ gừ dễ thương của con mèo, là chàng hãnh diện lắm.

Cặp tình nhân ấy cứ mải mê rong chơi như những con ve tháng hạ như thế cho đến ngày ba của Thể Tần mất trong cô đơn ở một gian trọ tồi tàn nơi ngoại ô. Mấy mẹ con nàng chỉ biết tin ông ta mất sau khi nghe gia đình dưới quê báo lên. Khi viếng người mất trước lúc hoả thiêu ở chùa, Kim thấy hai anh em nàng đội tang cha nhưng người mẹ thì không đội tang chồng - kết quả của sự thù hận ghê gớm nào đó? Lúc ấy, hắn cảm thấy khá bất an trong lòng khi người mẹ sắt đá kia luôn kín đáo dành cho hắn một cặp mắt cảnh cáo, như cách gà mẹ xoè cánh bảo vệ gà con trước một con chuột cống.

Không lâu sau, nàng buồn bã nói:

- Mẹ em muốn biết chuyện kết hôn của mình?

- Cho anh thêm chút thời gian – Kim còn dùng dằng vì vẫn chưa hoàn hồn với cuộc "hôn nhân ngục tù" trước đó, vả lại, hắn vẫn thích cái gì đến tự nhiên hơn là miễn cưỡng. Vài ngày sau, nàng lại nói với hắn trong quán cà phê, với đôi mắt sưng mọng: "Mẹ bảo em phải đám cưới ngay hoặc chia tay liền". Vẫn biết đó là yêu cầu chính đáng của bà mẹ cho đứa con "tuổi dần cao số" của mình nhưng khi ấy, hắn cũng vẫn chưa đủ nghị lực để rời xa những đứa con nhỏ.

- Các con anh chưa chuẩn bị tâm lý cho cha đi lấy vợ, em rang chờ anh thêm chút nữa - hắn buồn rầu đáp.

- Anh đi chết với các con anh đi! Anh không nghĩ rồi anh cũng có con với em sao? Nàng bỗng thốt những lời cay nghiệt và xô ghế bỏ về. Kim biết hành động đó xuất phát từ áp lực lớn của mẹ và anh chàng Việt kiều nào đó đang theo nàng đuổi ráo riết. Kim cũng biết, hắn đã vượt quá sự chịu đựng của một cô gái danh giá và sự bùng nổ của nàng hôm nay chỉ là sức bật của chiếc lò xo bị kìm nén lâu ngày. Nàng không có lỗi. Nàng đẹp, nàng có quyền làm gì tốt nhất cho mình. Tất cả cũng chỉ tại hắn đa đoan và nếu không muốn mất cô vợ á hậu này thì hắn phải dẹp cái tôi của mình đi. Quả là, "*Anh hùng khó vượt ải mỹ nhân*". Nhưng hắn nào phải anh hùng? Hắn chỉ là người cha bình thường của những đứa trẻ nên đành ngậm ngùi buông bỏ những gì không thuộc về mình.

Thôi thì mây của trời cứ để gió cuốn đi. Nhưng dù sao thì cái mối tình chợt đến chợt đi như cơn mưa nắng hạ ấy cũng đã để lại những vết sẹo lớn trong lòng Kim.

Anh nhớ em, ơi vóc mai gầy. Tình ngọt ngào trong vòng tay ân ái. Anh nhớ em, ơi mắt nhung huyền. Chợt lặng buồn khi nhắc đến tương lai. Ngày xưa bên nhau, ta yêu nhau thật nhiều, ta yêu ta thật nhiều, để tình chẳng biết đi về đâu? (ca khúc "Bức Thư Tình Không Gửi số 2).

+ +

Chôn nỗi đau vào lòng, Kim buồn bã trở về công việc. Xưởng của Kim có hơn trăm công nhân. Mỗi ngày, hắn đều dùng bữa sáng, trưa cùng họ nhưng tối đến, hắn lại ăn nhậu cùng bạn bè khắp chốn Sài Thành. Đó là những đêm, hắn muốn dùng rượu bia đổ đầy trái tim trống rỗng của mình và mượn không khí tiệc tùng, ánh đèn lung linh để trong tâm thức hắn chỉ có cuộc đời mầu hồng. Nhưng sau cơn say, hắn vẫn thấy tâm hồn hiu quạnh. Vui đó buồn đó, cuộc sống hai mặt của hắn cứ mãi luẩn quẩn trong cái vòng tròn không lối ra. Tệ nhất là khi cái mặt nạ "cuộc sống thành công" của hắn bị rớt ra. Đó là, những khi hắn lủi thủi trong cái xưởng vắng tanh, hay trên con đường vắng trong những chiều tất niên, hoặc thu mình trong quán cà phê mà suy ngẫm cái sự đời "người giàu cũng khóc" của mình.

Để tách bạch các hoạt động kinh doanh, hắn đã lập thêm một công ty công nghệ giải trí. Ngày khởi đầu đã chẳng mấy thuận lợi khi gã nhân viên tiếp nhận hồ sơ khăng khăng tên giao dịch *Golden Fish* của công ty và phải sửa thành *Goldfish* cho đúng là "cá vàng". Tất nhiên, chẳng bao giờ hắn chấp nhận lời đề nghị ấy. Chuẩn bị cho sản xuất các chương trình quảng cáo, hắn đã tuyển dụng kỹ thuật viên, mua sắm các thiết bị kỹ thuật, xây dựng phòng thu, phim trường khá hoàn chỉnh. Bước đầu, *GoldenFish* nhận được những hợp đồng quảng cáo của các doanh nghiệp trong nước. Về sau, hình thức quảng cáo cũ này không cạnh tranh được với những quảng cáo nhiều kỹ xảo trên thiết bị kỹ thuật số, dẫn đến việc khách hàng của Kim Gia chuyển qua Thái Lan làm hậu kỳ. Điều đó khiến thị phần của *GoldenFish* sụt giảm. Thế là, hắn phải chuyển sang sản xuất băng đĩa nhạc để tận dụng thiết

246

bị.

Điều hành cùng lúc hai công ty, Kim khá bận rộn. Tuy vậy, đến cuối tuần, hắn vẫn chạy chiếc mô-tô *Yamaha* về Sài Gòn rước Kim Dung lên xưởng chơi. Đường không xa nhưng một tay ôm con đang ngủ say trong những cơn gió mát ngoại ô, một tay phải bóp côn vào số nên khá vất vả. Dẫu vậy, hắn vẫn chẳng quản vất vả, dắt các con đi bất cứ đâu có thể để giúp chúng tự tin hơn trong cuộc sống. Hơn thế, sự hồn nhiên trẻ thơ sẽ làm đầy tâm trạng trống vắng của hắn.

Một lần đưa con đi chơi xa, Kim tình cờ gặp lại Trinh cùng con gái nàng cũng đang hiện diện ở khu *Sentosa* bên *Singapore*. Họ sửng sốt khi bất ngờ thấy nhau sau 30 năm xa cách. Đôi mắt "biết nói" ngày ấy của nàng vẫn vậy nhưng cái thân hình mơn mởn một thời giờ đã nhường chỗ cho cái hình hài xơ xác của con gà mẹ. Đứa con gái lớn của nàng ngạc nhiên khi thấy hai người cứ sững sờ nhìn nhau, liền nắm tay mẹ nó lôi đi xềnh xệch. Tới bữa trưa, trong lúc kẻ ra người vào lộn xộn ở cái cửa hàng ăn uống duy nhất nơi đó thì nàng bất ngờ đến bên hắn xin số điện thoại, vẻ lạnh lùng như một thám tử, rồi lại trở về bên con gái mình mà chẳng hề lộ chuyện. Một tuần sau, họ gặp lại nhau tại phi trường Tân Sơn Nhất, rồi lại nắm tay nhau đến Nhà hàng Khách sạn "Hương Quê". Đó là bữa cơm đầu tiên họ ngồi bên nhau, như cặp vợ chồng, điều đáng ra phải như thế từ lâu rồi. Họ âu yếm nhau nhưng không ai nhắc lại chuyện tình thời trẻ trâu nữa. Có lẽ, ai cũng thấy lỗi của mình. Khi ấy, nàng như con mèo đi hoang trở về dụi đầu vào chủ, còn hắn lại có cảm xúc của kẻ vừa muốn đánh nó, vừa không muốn làm cái thân mềm mại của nó bị đau. Kim biết, trái tim nàng vẫn day dứt với những kỷ niệm ban đầu. Không phải thủa ấy, nàng không yêu hay là muốn lừa dối hắn. Nếu thế, nàng đã chẳng say sưa đọc *"Bụi Quý"* trong *"Bông Hồng Vàng"* của *Pautopski* cho hắn nghe. Vậy là gì? Chẳng là gì! Trái tim nàng yêu hắn và bỗng một hôm, nó bị loạn nhịp bởi kẻ khác nhưng rồi nó vẫn thuộc về hắn. Thế thôi! Nghe có vẻ dở hơi? Vâng! Đó là chuyện dở hơi muôn thủa của những trái tim.

Rồi nàng lại muốn làm hết bổn phận cuộc đời người vợ với hắn trong một ngày – như cái ngày mưa ngâu của Ngưu Lang, Chúc Nữ* trên cầu Ô Thước. Thế là hôm đó, "con cáo" của *La Phontaine* đã được thưởng thức món cháo mà con cò thết đãi nó, dù đã nguội lạnh. Thực lòng, hắn vẫn yêu và luôn muốn Trinh có cuộc sống viên mãn nên đã khước từ đặc ân sau cùng của nàng là giữ gìn dòng máu của hắn. Vâng, đến khi ấy câu chuyện tình 30 năm của họ đã khép lại.

+ +

Khi việc kinh doanh đã chẳng như ý, lại sẵn có phòng thu, nhạc công và ca sỹ trong tay nên Kim nảy sinh ý định sáng tác vài ca khúc cho riêng mình. Dù từng học nhạc một thời gian nhưng chút kiến thức đó không đủ giúp hắn sáng tác ca khúc theo ý muốn nên ngày nào hắn cũng hí hoáy bên cây đàn ghi ghi chép chép lên những khuông nhạc. Rồi nhờ sự trợ giúp của những phần mềm máy tính, hắn đã rảnh tay thử nghiệm các nhịp điệu, tiết tấu của ca khúc, âm điệu của ca từ... Và thế là, bao nhiêu cảm xúc lâu nay bị giam hãm trong lòng giờ đã biến thành những lời ca, như đàn chim câu trắng bay ùa lên trời cao.

Thấy Kim cứ ru rú trong nhà với mấy bản nhạc, nhiều lần Thi Sương nhắc con:

- Thôi đừng nhạc nhiếc gì nữa! Giữ gìn sức khoẻ đi con. Cái nghề này bạc bẽo lắm con ạ! Giỏi cỡ Lưu Hữu Phước* còn chẳng tới đâu, huông chi là mày.

- Ý mẹ là gì?

- Trước khi mất, bác ấy đã kể cho mẹ nhiều chuyện không vui trong nghề này.

- Sao mẹ biết ông ấy?

- Bác ấy là bệnh nhân của mẹ.

----

*Truyện cổ tích "Ngưu Lang, Chúc Nữ".

Kim tin mẹ. Bởi ngoài Lưu Hữu Phước, bà còn thân thiết với nhà soạn nhạc giao hưởng nổi tiếng Nguyễn Văn Nam, nhạc trưởng Quang Hải – những người đồng hương, cùng học ở *St. Petersburg*. Họ nổi tiếng trong sự nghiệp nhưng lận đận trong tình duyên, nhất là Nguyễn Văn Nam. Sau khi trở lại Nga năm 1974, Nam bị quy tội "lưu vong" vì tự ý bỏ học đi thăm người yêu *Tamara*, sau là vợ, đang bịnh nặng ở *Kavakaz*. 17 năm sau, khi vợ đã mất một năm và mẹ đang hấp hối nơi quê nhà, ông mới được trở về Việt Nam.

Việc sản xuất các VCD ca nhạc đã đem lại tên tuổi cho *GoldenFish* trên thị trường nội địa nhưng cũng chẳng thu được lợi ích bởi nạn sao chép lậu. Thế là, *GoldenFish* lại sản xuất phim truyền hình thực tế, hoạt động biểu diễn… để tận dụng thiết bị và Kim lại miễn cưỡng tăng vốn đầu tư thuê địa điểm xây nhà hát. Nhờ thế, uy tín *GoldenFish* lại tăng lên. Dẫu vậy, lợi nhuận vẫn không đủ bù đắp chi phí. Trong lúc chưa biết phải làm sao thì Kim nhận được *email* của một phòng thu âm bên *Canada* mời qua bàn việc hợp tác. Hắn sốt sắng nhận lời, như một kẻ đang trong đường hầm không lối thoát nên cánh cửa nào cũng muốn mở. Dẫu công việc bộn bề, Kim vẫn ghé *San*

----

* Lưu Hữu Phước là một nhạc sĩ gạo cội trong buổi đầu tân nhạc Việt Nam. Các ca khúc: "Bạch Đằng Giang", "Tiếng Gọi Thanh Niên" (sau được chính quyền Sài Gòn sử dụng làm quốc ca), "Lên Đàng", "Hồn tử Sĩ", "Giải Phóng Miền Nam" … của ông là những bản hùng ca lay động lòng người và có ảnh hưởng lớn trong hai cuộc chiến tranh Việt Nam. Sau khi tập kết ra bắc, Lưu Hữu Phước là Vụ trưởng Vụ Âm Nhạc và Múa, rồi trở về nam làm Bộ trưởng Thông tin Văn hoá của Chính phủ Cộng hoà Miền Nam Việt Nam. Sau chiến tranh, ông bị điều xuống làm Viện trưởng Viện Nghiên Cứu Âm Nhạc thành phố Hồ Chí Minh. Năm 1988, viện này bị "hoà tan" vào "Viện Nghiên Cứu Văn Hoá Nghệ Thuật", trong khi hai viện ở miền Trung và Hà Nội vẫn tồn tại, với lý do hoạt động không hiệu quả, khiến dư địa nghiên cứu âm nhạc Nam Bộ bị thu hẹp. Ông từng trăn trở, "Hoạt động của Viện Nghiên Cứu Âm Nhạc không giống hoạt động của doanh nghiệp, nó cần có thời gian cho các công trình tài năng và không thể làm theo kiểu hành chính".

Jose thăm Trang. Phần vì nhớ nàng, phần hi vọng tình yêu sẽ làm tinh thần hắn tích cực hơn. Ngay khi tới nơi, hắn đã liên tục gọi điện cho nàng nhưng không được, khiến Đoàn San sốt ruột:

- Dạo trước con nhỏ ấy đến đây xin số điện thoại của mày nhưng chị không cho.

- Sao không cho?

- Tao không ưa con nhỏ đó! Đoàn San lạnh lùng đáp.

"Lẽ nào nàng đã muốn báo những thay đổi nào đó?" Hắn nghĩ bụng nhưng không oán trách Đoàn San vì coi đó là sự linh ứng như trong lá thư đoạn tình của Đoan Trang với mình khi xưa. Vâng, câu chuyện tình trắc trở mấy chục năm của họ, cuối cùng cũng chấm hết.

Lặng lẽ kéo va-li ra phi trường, Kim đi *Toronto* gặp một người gốc *Italy*, tên là *Bruno*, chủ thuê bao một kênh tiếng Việt trong chương trình truyền hình nhiều ngôn ngữ. Thiết bị trong *studio* ấy không nhiều, nhân viên làm theo hợp đồng thời vụ nên *Bruno* muốn hợp tác với *GoldenFish* sản xuất chương trình truyền hình thực tế ở Việt Nam để phát sóng trên kênh thuê bao đó. Sau khi bàn thảo công việc và ký kết bản ghi nhớ, *Bruno* chở hắn tham quan một vòng quanh thành phố. Đứng trên những đống tuyết xốp xộp trong khu du lịch *Blue Mountain* ngắm phong cảnh mùa đông phương bắc, hắn bồi hồi nhớ đến cái đam mê tuyết trắng một thời của người yêu xưa. Tuy vậy, cảnh trời đông u ám trên những cánh đồng tuyết trắng mênh mông vẫn rất ảm đạm. Lác đác đâu đó trên những nấm mồ lẻ loi bị tuyết phủ là mấy cây thánh giá nghiêng ngả và những bông tuyết bị những cơn gió hun hút thổi lăn lông lốc dưới cái nhìn chăm chú của những con quạ đậu gần đó.

Sau buổi tối "rửa mắt" bằng màn múa cột ở một quán bar, vốn là xưởng của một công ty phá sản, *Bruno* chia tay và hẹn gặp lại Kim ở Hồ Chí Minh. Trở về nhà, hắn được kế toán trưởng báo nguồn thu từ xưởng chế biến hải sản và cho thuê bất động sản không đủ bù đắp các khoản lỗ của hoạt động biểu diễn, sản xuất *DVD* ca nhạc. Nếu muốn duy trì lãnh vực giải trí thì Kim phải tiếp tục bỏ tiền túi bù lỗ.

Với doanh nhân, việc thắng thua là bình thường nhưng hắn không muốn kinh doanh dựa trên sự may rủi và bố thí của thiên hạ như nghiệp Cái Bang* nên đã đóng cửa nhà hát. Khi biết *Bruno* không có khả năng tài chính cho các chương trình truyền hình thực tế thì hắn chấm dứt luôn hoạt động của *GoldenFish*, sau khi thua lỗ gần một triệu đô. Vâng, cuộc chơi nào cũng phải trả giá! Thất bại là điều đáng sợ vì nó bào mòn ý chí khát vọng của kẻ kinh doanh nhưng Kim chấp nhận nó như kết quả của việc đầu tư theo cảm xúc và biết rất ít về công việc. Chưa kể, hắn chỉ có khả năng phán đoán thời cơ mà không có khả năng duy trì thời cơ ấy thành lợi thế lâu dài. Thậm chí, hắn chẳng vượt qua được sự nhàm chán công việc – thứ quyết định thành bại trong kinh doanh. Tiếp đó, *Bruno* lại đề nghị hắn hợp tác xây dựng các trạm điện gió ở Việt Nam. Theo đó, ông ta sẽ vận động các công ty ngoại quốc xây dựng, còn Kim điều hành hoạt động. Sau khi khảo Sát thực địa, họ biết Phú Quốc là rừng nguyên sinh không được phép lập dự án, còn Phan Thiết dù đảm bảo kỹ thuật nhưng giá mua điện của chính phủ quá thấp nên kế hoạch không thành. Thực ra, bọn họ chỉ là những con cá nhỏ chẳng thể nào đớp được những miếng mồi to của những con cá mập.

++

"*Phúc bất trùng lai hoạ vô đơn chí*". Đang lúc khó khăn thì kho hàng của công ty Kim Gia lại bị cháy. May nhờ Phương – cô bé nhà 5 Phan Bội Châu khi xưa - mà công ty bảo hiểm do chồng chị ta làm giám đốc đã đền bù cho công ty Kim Gia một khoản tiền kha khá trước sự hăm he của những gã Cảnh sát Phòng cháy Chữa cháy. Cùng lúc ấy, Kim nhận được văn thư của Uỷ Ban Quận mời tới bàn việc di dời nhà máy đến khu công nghiệp. Chuyện đó không mới nhưng hắn lại chú ý tên người ký văn thư - Phó Chủ Tịch Diệu Tâm – nghe quen lắm. Sau vài ngày chần chừ, Kim cũng tới Uỷ Ban Quận làm việc và ---

----

*Hội đoàn của những kẻ ăn mày.

xem Diệu Tâm kia là ai? Vừa tới nơi, hắn bị gã bảo vệ ngoài cổng chặn lại và nói năng bổ bã như kiểu "đùi đục chấm mắm tôm":

- Hết giờ rồi!

- Vậy, cho chú hỏi thăm cô Diệu Tâm.

- Phó Chủ tịch đi công tác không có ở cơ quan.

- Khi nào về?

- Không biết!

- Cô ấy là người Nam hay Bắc vậy cháu?

- Phó Chủ tịch quê Hà Nội.

Mấy hôm sau, khi đợi ngoài hành lang của Uỷ Ban, Kim không chắc nếu đúng là cô y tá gần 30 năm xa cách thì liệu hai người còn nhớ mặt nhau? Nhưng có lẽ, những đôi mắt sẽ nói lên tất cả. Lát sau, một phụ nữ luống tuổi gọn gàng trong bộ đồng phục công sở từ trong phòng bước ra nhìn hắn với cặp mắt, như một cái *camera* an ninh, từ trên xuống dưới, rồi dừng lại nơi đôi mắt hắn và hỏi:

- Anh là Kim? Cặp lông mày của người phụ nữ hơi nhíu lại.

- Vâng. Hắn tự nhủ "Cô ấy đã nhận ra mình?"

- Mời anh vào đây! Người phụ nữ mời hắn vào phòng, rót nước và điềm đạm giải thích nội dung văn thư nhưng hắn chẳng nhập tâm được gì. Cuối cùng, người ấy cũng hỏi:

- Anh lập nhà máy ở đây lâu chưa?

- Cũng lâu rồi.

- Nghe bảo vệ nói có ai đó muốn gặp tôi, có phải là anh không?

- Vâng! Trước kia, tôi cũng quen một người tên Diệu Tâm ở Hà Nội.

- Từ bao giờ?

- Khi tôi còn trẻ.

- Lâu thế mà vẫn nhớ ư?

- Vâng! Tôi đã không phải với cô ấy...

- Về việc gì? Tôi tò mò được không?

- Vâng, khi đó, tôi là chiến binh còn cô ấy là nữ quân y. Cô ấy dịu dàng và rất tốt với tôi nhưng tôi lại phụ lòng cô ấy.

- Sao Phó Chủ tịch lại hỏi tôi chuyện ấy?

- Đúng ra, tôi không nên nói nhưng anh biết cũng chả sao. Tôi là Diệu Tâm ở khu tập thể Bờ Sông ấy nhưng không phải là cô quân y anh nói. Diệu Tâm ấy là chị tôi. Chị ấy chết rồi.

- Cô là Diệu Tâm, chị cô cũng là Diệu Tâm... Chị cô chết rồi ư? Hắn hoang mang.

- Vâng! Chúng tôi là chị em sinh đôi. Chị tôi khi xưa tính nhu mì yêu thương ai là hết lòng, chẳng may gặp đường tình duyên lận đận mà phải chết trong tuyệt vọng.

- Chết trong tuyệt vọng?

- Đúng vậy! Chết trong tuyệt vọng vì không tìm thấy người yêu. – Cô ta bình thản đáp.

- Cô ấy bỏ nhà đi à? Hắn tò mò vì không ngờ tình yêu của nàng mãnh liệt thế.

- Phải! Sau chiến tranh, chị tôi bỏ nhà vào nam tìm người đó, sau khi dò hỏi ai đó được địa chỉ của anh ta nhưng không thấy.

- Diệu Tâm vào tận đây tìm người yêu ư? Lúc đó, cô ấy ở đâu? Hắn hỏi dồn dập.

- Lúc ấy, chị tôi xin việc ở mấy quân y viện và dành nhiều thời gian đi tìm anh ta. Vị phó chủ tịch thở dài, rồi chua chát: "Nhưng làm sao mà 'mò kim đáy bể' cơ chứ! Thật dại khờ phải không anh?"

- Ừ ừ... Hắn lúng túng.

- Giờ chỉ còn mình tôi nhưng tôi không giống chị ấy. Con người tôi cứng cỏi lắm nên mới làm được cái chức Phó Chủ Tịch này – cô ta nhếch mép cười.

- Tội nghiệp Diệu Tâm quá! Hắn buông lời thương cảm.

- Anh chẳng phải tội nghiệp đâu! Có khi kiếp trước họ có ân oán với nhau nên kiếp này chị tôi phải khổ sở thế đấy – người phụ nữ ấy buông lời, cay nghiệt như mũi kim châm vào lòng hắn.

- Thế còn gia cảnh của cô? Hắn đánh trống lảng.

- Tôi ấy à? Tôi đã lập gia đình. Chồng tôi là Phó Công an Quận, con trai tôi là cảnh sát hình sự. Anh sợ không? Cô ta nhướn lông mày nhìn hắn.

- Sợ. Hắn gật đầu khiêm tốn.

- Gia đình anh thế nào?

- Tôi đã ly hôn và có ba con gái.

- Con gái nhờ đức cha! Anh nhớ tu cho kỹ kẻo chúng lại giống cô Diệu Tâm đấy.

- Ý cô là…?

- Là yêu phải kẻ ngu dại không có mắt nhìn đời thì cuộc đời mình nào khác gì "bông hoa nhài cắm bãi cứt trâu" đâu anh. Cô ta vừa nói, vừa thở hổn hển như thể vừa mới trồi từ dưới nước lên.

- "Mình là kẻ ngu dại ư?" - Hắn phân vân. Vâng. Có lẽ, đó là *nghiệp quả báo ứng* - cái nghiệp mà Kim đã gây cho nàng 30 năm trước, giờ hắn phải lãnh đủ.

Là gã đàn ông lọc lõi, hắn biết bên trong cái cứng cỏi của người đàn bà trước mặt mình vẫn còn trái tim nhân hậu của cô y tá ngày xưa. Trái tim đó không chết nó chỉ đang ngủ thôi. Cũng không phải vì sợ hai khẩu súng thép của chồng con cô ta dí vào đầu mà hắn không dám đánh thức trái tim đó. Nhưng nếu thực lòng muốn nàng hạnh phúc, muốn hai người thoát *kiếp Luân hồi* thì hắn phải từ bỏ *Nghiệp xấu, diệt trừ ái dục vô minh* trong đầu mình.

Thôi em nhé! Kiếp này đã lỡ, mình hẹn kiếp sau. Khi ấy, chúng mình sẽ là vợ chồng, còn những kẻ cầm súng kia là gia nhân. Hắn thề thốt trong lòng, rồi lủi thủi ra về trước sự tần ngần của bà Phó Chủ Tịch Quận.

+ +

Tìm kiếm cơ hội làm ăn, Kim lại hợp tác với một Việt kiều Mỹ, có vợ là cựu Hoa hậu Nha Trang, trong chương trình phát triển trí tuệ nhân tạo ở Việt Nam. Do lạm phát phi mã nên lãi suất cho vay của ngân hàng bất ngờ gia tăng từ 8 lên 23 phần trăm, làm đảo lộn kế hoạch tài chính của hai vợ chồng ấy. Việc trả lãi không đúng hạn sẽ

254

khiến họ mất tài sản thế chấp. Trước tình thế đó vợ chồng họ đề nghị Kim dùng tài sản hơn một triệu đô của hắn đảo nợ cho một khoản vay đang được thế chấp bằng tài sản gần ba triệu đô của họ, rồi họ sẽ bán tài sản ấy trả nợ hắn. Đây là một canh bạc năm ăn năm thua vì dù nhận được mức lãi cho vay khá cao nhưng nếu tài sản đó không bán được hoặc bị gán nợ thì hắn có thể mất trắng. "Phải dũng cảm để đưa ra quyết định đúng lúc"- lời của *Waren Buffett* có vẻ phù hợp hoàn cảnh đã thúc giục hắn. Thế là, sự tín dụng dây chuyền đã được hình thành, khi hắn thế chấp ngân hàng một tài sản khác lấy tiền trả lãi vay khoản nợ đầu và dùng tiền lời chế biến hải sản trả lãi vay cho khoản nợ sau. Trong khi chờ ngân hàng cứu xét, hắn lại liên hệ thêm một đường dây vay nóng của tên Hồ Đinh là con trai Đông Bá Thơ, một người miền Nam tập kết ra bắc, từng là quan chức ngoại giao cao cấp ở Châu Âu và Bắc Mỹ đã chết vì tai nạn giao thông khi trở về quê hương. Đinh đồng ý cho Kim vay tiền và huênh hoang:

- Yên tâm! Tớ có nhiều tiền, nhiều nhà lắm. Hễ ai đẻ cho tớ một đứa con là tớ cho một căn nhà, huống chi là tiền vay nợ của cậu.

- Được đấy! Trong thời khủng hoàng kinh tế này mà vẫn có những "chú cò con" biết gáy như mày - Kim nghĩ bụng. Quả như lời Hồ Đinh. Chỉ vài tiếng sau, có hai gã trông khá bặm trợn, xuất hiện trước nhà hắn.

- Đi đâu đây? Kim hỏi không thiện cảm.

- Tới nhận nhà – bọn chúng đáp.

- Nhà nào?

- Nhà này! Chúng vừa chỉ vào căn nhà Kim, vừa chìa ra một khế ước lập sẵn, với nội dung:" Chủ nhà đã đồng ý bán cho ông Hồ Đinh tài sản... với giá là... đồng"

- Tôi vay tiền chứ đâu có bán tài sản? Kim ngạc nhiên.

- Đây là "giấy vay tiền" khi nào xong việc sẽ huỷ – chúng đáp.

- Thằng này láo nhỉ! Chỉ mình mày mới biết làm ăn à? Kim giận dữ với sự tráo trở của Hồ Đinh, rồi hét tướng lên:

- Dẹp! Không bán chác gì hết.

255

Thì ra, đám con cái mấy vị chức sắc cũng lưu manh chẳng thua gì đám xã hội nđen! Kim chua chát. Lúc ấy, tài sản Kim hầu hết đã nằm trong tay ngân hàng. Tiền lời hàng tháng của công ty Kim Gia đều dùng chi trả lãi vay ngân hàng, khiến cuộc sống "giàu tài sản nghèo tiền mặt" của hắn khá bi đát. Thế rồi, canh bạc năm ăn năm thua ấy đã đem về cho hắn cái vận đen đủi không mong đợi. Do đáo hạn hợp đồng tín dụng không được đảo nợ bằng tài sản đang thế chấp, đồng thời căn biệt thự ba triệu đô của hai vợ chồng kia chưa bán được, đã khiến Kim vỡ nợ. Tài sản thế chấp của hắn bị phát mãi, nguồn lợi còn lại là sản phẩm làm ra từ xưởng chế biến thuỷ sản và một ít tiền đấu giá tài sản được ngân hàng trả lại.

Một lần nữa, Kim lại trắng tay vì sự bốc đồng và thói kiêu ngạo của những kẻ mới thành đạt. Thế là, chẳng còn những cuộc tiệc tùng ồn ào thay vào đó là những bữa cơm bình dân nơi dân dã. Trong một quán ăn hắn hay ghé, có một nữ phục vụ dáng cao ráo, mái tóc dài buông thả và đẹp vượt trội so với các cô gái trẻ. Thấy cô ta luôn làm việc trong trang phục văn phòng nên hắn tò mò:

- Em làm đây lâu chưa?

- Dạ. Vài tháng rồi.

- Trước em là nhân viên văn phòng?

- Không! Em bán căn-tin ở Nhà hát *GoldenFish*.

- Sao giờ lại ở đây?

- Nhà hát đóng cửa nên phải nghỉ.

- Em tên gì? Sao anh không biết?

- Em tên Thuỷ. Anh không biết em nhưng em biết anh là giám đốc *GoldenFish*.

- Vậy ư?

- Sao anh không về nhà mà bữa nào cũng ăn ở đây?

- Ờ, thế cho tiện.

Bẵng đi một dạo Kim không thấy Thuỷ ở quán đó, bỗng một hôm cô ta quay lại, mời hắn sang quán cà-phê kế bên.

- Ủa! Em không làm ở quán ăn nữa hả?

- Dạ! Em qua Quận 10 bán quần áo rồi.

- Ổn không?

- Cũng được nhưng phải làm ca liên tục. Nói xong, cô ta nhìn vào mắt hắn hỏi:

- Anh cho em mượn một ít tiền, được không?

- Có việc gì vậy? Hắn hỏi, rồi lại thầm hỏi "Sao mới quen mà đã mượn tiền?"

- Em muốn chuộc hai công ruộng dưới quê.

- Quê em ở đâu?

- Long An – cô ta đáp, rồi quả quyết:

- Được không anh? Nếu không thì em mượn người khác.

- Được. Hắn chậm rãi trả lời vì đó không phải khoản tiền lớn mà cô ta lại từng là nhân viên của hắn. Hơn nữa, hắn cũng không muốn mất cơ hội với người đẹp.

- Vậy khi nào anh đưa tiền?

- Khi nào có, anh sẽ báo.

Sau lần đó, quan hệ giữa họ trở nên gần gũi hơn. Dù Thuỷ khá kiệm lời về quá khứ nhưng hắn cũng biết cô ta từng được gả chồng ở Tân An và sau khi ly dị, đã dắt con gái đến sống nhờ nhà người quen ở Quận 5. Một lần, Thuỷ rủ Kim về quê cô ta chơi. Hắn nhận lời và chở hai mẹ con về Thạnh Hoá. Phong cảnh dọc đường đẹp bất ngờ với những cánh đồng khóm mênh mông trong nắng vàng, những cánh rừng tràm xanh ngát đến chân trời. Đặc biệt, con sông Vàm Cỏ Tây có nước màu xanh biếc rất đẹp không giống bất cứ con sông nào hắn từng thấy. Tuy thế, đường từ huyện về nhà Thuỷ lại rất tệ với những "ổ trâu" gồ ghề. Mặt lộ được phủ một lớp đất đỏ dầy, như trên sao Hoả, khiến chiếc *SUV* liên tục chao đảo trong những đám bụi mù mịt. Chưa kể, nó còn phải vượt qua nhiều cây cầu dốc cao không có lan can khiến đôi lúc hắn ngỡ đang lái phi thuyền vì chỉ thấy bầu trời không thấy đường đi.

Cha nàng từng là lính "Địa phương quân" của chế độ cũ, giờ chạy ghe chở hàng trên sông, còn mẹ nàng - con gái một gia đình

"Việt Cộng" thời chiến tranh - làm nội trợ. Họ tiếp đón Kim với thái độ dè dặt nhưng những anh chị em nàng thì không dấu sự tò mò về vị khách. Dẫu sao, gia đình ấy vẫn tiếp đãi hắn với những món ăn đặc sản của miền quê ấy "Chuột đồng khìa nước dừa" và "Cháo rắn hầm sả". Những góc tư chuột khìa chín vàng thơm lựng gia vị, được rắc thêm đậu phộng rang dùng với nước mắm sả ớt thật hấp dẫn. Tới món thứ hai, hắn được chủ nhà ưu ái cho trái tim và cái mật rắn. Nhìn trái tim đang thoi thóp, hắn cảm thấy ngần ngại nhưng với cái luật bất thành văn của dân miền Tây là không được thoái thác lời mời trên bàn nhậu nên hắn đành bỏ thứ tanh tưởi ấy vô họng nuốt chửng, rồi rùng mình trong sự hoan hỉ của chủ nhà. Kèm với các món nhậu là những can năm lít rượu Gò Đen được rót ra chiếc ly nhỏ duy nhất trên bàn cho chục người đàn ông đàn bà lần lượt uống đến hết rượu trong nhà mới thôi.

Rượu vào lời ra, và chương trình ca nhạc tài tử bắt đầu. Một người anh vớ lấy cây guitar phím lõm quẹt quẹt thử đờn mấy phát, rồi bấm dạo đầu một khúc vọng cổ lấy trớn cho mọi người. Một người khác lại húng hắng:" Kính thưa quý dzị! Để góp vui chương trình hôm nay, Dzăn Quý đây xin hầu quý dzị bản dzọng cổ "Tình Anh Bán Chiếu" của soạn giả Viễn Châu". Xin quý dzị một tràng pháo tay". Rồi với cái giọng khàn khàn, anh ta cất lên một câu ca rất dài khiến người nghe tưởng họ cũng sắp đứt hơi theo anh ta:" *Hò...ò...ơ...ơi, chiếu Cà Mau nhuộm màu tươi thắm, công tôi cực lắm, mưa nắng dãi dầu...Chiếu này tôi chẳng bán đâu, tìm em không gặp, hò...ò...ơ...ơi, tìm em không gặp, tôi gối đầu mỗi đêm...*" Khi khuôn mặt ửng đỏ, ánh mắt long lanh vì men rượu, Thuỷ cũng hay ca những câu vọng cổ buồn cùng tiếng đàn tài tử, tiếng gõ đũa thay cho cái song lang: " *Trời ơi! Bởi sa cơ giữa chiến trường thọ tiễn nên Võ Đông Sơ đành chia tay vĩnh viễn Bạch Thu Hà... Bạn tình ơi! Đừng hoài công mong mỏi đợi chờ*". Chỉ chừng đó thôi cũng đã đủ làm đám khán giả quanh bàn nhậu thích thú vỗ tay lộp bộp, nhất là những lúc cô xuống xề*...

Sau những lần đó, hai người ngày càng gắn bó hơn. Sáng nào họ cũng uống cà-phê, chiều tản bộ quanh vườn Tao Đàn, tối lại uống bia đến tận khuya với bạn bè. Hạnh phúc đến bất ngờ khiến tâm hồn Kim xao động, bởi cuối cùng thì thuyền lại có bến, dù chưa biết đó có phải là hạnh phúc thực sự lúc cuộc đời xế bóng, hay cũng chỉ là ảo mộng giống như ca khúc "Giấc Mộng Chiều Thu" của hắn mà thôi?

+ +

Với lối sống phóng túng của người Nam Bộ, Thuỷ sẵn lòng cho ai đó những đồng tiền ít ỏi của mình mà chẳng màng đến bữa ăn thiếu thốn của đứa con nhỏ ở nhà. Nàng cũng sẵn lòng ban phát ánh mắt nụ cười cho những gã đàn ông nào thích nàng, khiến Kim phải vài lần xô xát, thậm chí, bạn hắn cũng bị vạ lây khi bị những gã vô lại ấy đâm vào bụng. Tiền dành dụm của nàng thường bị những người bà con dỗ dành: "Đem tiền xuống đây mần ăn với chị, nếu em có một tỷ đồng là chị em mình đi trên ngọn dừa, trên đầu người ta". Dù nghèo nhưng nàng thường khảng khái bao tiêu các khoản chi lớn trong đại gia đình của cha mẹ, dẫn đến nợ nần thường xuyên. Áy náy với những điều nghe tưởng chừng vô lý ấy, Kim đã hỏi mẹ để biết những suy nghĩ thực trong đầu phụ nữ:

- Sao có những người dưới quê chưa làm tròn bổn phận gia đình riêng lại lo lắng thái quá cuộc sống gia đình kẻ khác?

- Dân quê vậy đó! Mẹ cũng thế, không sửa được đâu.

- Háo danh ư?

- Sĩ diện thôi, rồi bà tỏ ra thông cảm:

- Lấy vợ quê phải chịu cảnh đó con à.

Nghe mẹ nói vậy, hắn chặc lưỡi và nghĩ đến các cô gái Bắc Kỳ, tuy khá đáo để nhưng luôn vun vén cho chồng con. Dù vậy, cuộc sống của họ vẫn êm đềm cho đến một lần trong khi uống cà-phê, Thuỷ tỏ vẻ thấp

---

*một lối dứt câu trong ca vọng cổ.

thỏm lo lắng, thỉnh thoảng lại nhắn tin cho ai đó nhưng không cho hắn biết nội dung. Một đêm, Kim bị thức giấc bởi tiếng mưa lộp độp, tiếng sấm sét ì ầm cùng những tia chớp chói loà ngoài của sổ. Nhìn đứa con đang ngon giấc mà không thấy mẹ nó đâu, hắn chợt lo lắng. Lát sau, hắn nghe thấy tiếng xe máy, tiếng người thì thầm trước nhà, rồi tiếng Thuỷ gọi cửa.

- Sao em về trễ thế?

- Bận chút chuyện.

- Xe em đâu?

- Gởi bên kia rồi.

- Xe hư à? Hắn tò mò nhưng nàng không trả lời.

Mấy ngày sau, hắn lại hỏi về chiếc xe máy khi thấy Thuỷ vẫn đi bộ tới nhà trẻ đưa đón con. Đến lúc ấy, nàng mới thú nhận việc cầm xe ở tiệm cầm đồ nhưng không nói dùng tiền cho việc gì? "Thôi! Hẳn là có việc cần, nàng mới làm thế" - nghĩ vậy, hắn lặng lẽ chuộc xe về. Ít lâu sau, người thuê nhà ở tầng dưới đã đòi Kim một khoản tiền, bằng nửa giá trị căn nhà hắn mua cho mẹ con nàng, mà Thuỷ mượn họ. Hắn thực sự hoang mang, không biết vì sao nàng lại tới nông nỗi ấy nhưng vẫn trả tiền để bảo vệ tổ ấm của mình. Những tưởng "mưa gió qua đi thì trời sẽ sáng" nhưng một buổi trưa, Kim lại nghe thấy tiếng đập cửa ầm ầm. Đó là hai người đàn bà lạ mặt đến đòi tiền Thuỷ giựt hụi và đã khất nợ nhiều lần, rồi họ còn doạ sẽ "xử đẹp" nếu không trả nợ. Chiều đó, sau khi nghe hắn thuật lại chuyện thì nàng tái mặt, lắp bắp:

- Anh giúp em với, em cùng đường rồi.

- Em lấy tiền người ta làm gì vậy?

- Em... Nàng vẫn úp mở như mọi lần.

- Bao nhiêu vậy?

- Đây. Nàng chìa ra những tờ giấy nhàu nát.

- Sao nhiều vậy? Hắn ngạc nhiên khi thấy tổng các khoản nợ lại tương đương nửa giá trị căn nhà của nàng.

- Em có việc...

- Việc gì?

Nàng không trả lời chỉ lắc đầu. Khi ấy, Kim chợt nhận ra lòng tốt của hắn đã bị lợi dụng; hắn chỉ là một lão già ngu ngốc!

- "Quá tam ba bận". Anh sẽ trả nợ nhưng đây là lần cuối.

- Cảm ơn anh – nàng lí nhí trong họng.

Tại sao nàng cứ liên hệ với những tiệm cầm đồ, những kẻ cho vay nặng lãi, ghi hụi đánh đề để luôn phải nhận những điều tệ hại như vậy (?) dù hắn từng khuyên" *Muốn bay cùng thiên nga thì đừng bơi chung với lũ vịt*". Phải chăng, người nghèo chỉ thích giao du với những kẻ tiêu cực? Phải chăng, hắn quá vội vã trong tình cảm? Những câu hỏi cứ thay nhau nhấn hắn xuống vũng bùn tình yêu.

Sau lần đó, Thuỷ vẫn âm thầm ra khỏi nhà từ sáng đến khuya cùng nhiều món đồ trong nhà, thậm chí cả tiền học của con. Thực sự Kim không hiểu nỗi khổ của nàng khi ấy là gì, liệu có đáng thương như nàng Fantine trong "Những Người Khốn Khổ" (*Victor hugo*), phải bán rang, bán tóc, bán thân không? Có lẽ, cuộc sống gia đình ấm êm đủ đầy - niềm mơ ước của bao cô gái – không phải là đích đến của Thuỷ vì nàng muốn nhiều hơn thế? Nàng muốn có sự kiêu hãnh của những kẻ giàu nhanh - như người trúng số - trong sự tung hô của mọi người? Thật chẳng như những gì nàng từng thủ thỉ:

- Anh biết tại sao phụ nữ luôn muốn có tiền không?

- Tại sao?

- Để đảm bảo tương lai con cái.

- Thánh thiện! Hắn tỏ ý khâm phục.

Có thể khi ấy họ không còn tình yêu đích thực nhưng họ sẽ vẫn bên nhau (?). Bởi cuối đời, người đàn ông nào chẳng cần một nơi để về, một phụ nữ để bầu bạn. Thế nhưng, cuộc đời chẳng hay chiều lòng người. Một hôm đi làm về, Kim không thấy nàng đâu mà chỉ thấy một lá thư trên bàn:

"Anh! Đây là bữa cơm cuối cùng em nấu cho anh. Em muốn sống với anh nhưng em không chờ được đến ngày anh hết khó khăn. Chúc anh ngon miệng. Thuỷ".

Sự việc bất ngờ, khiến hắn sững sờ, chẳng bụng dạ nào mà

ăn chứ nói chi ngon miệng. Vâng, đến lúc này thì hắn nhận ra, *"tình yêu chẳng thể nở hoa khi chỉ mình hắn cố đem hạnh phúc trao cho người"* và *"dù tình yêu có trải đầy hoa hồng mà lòng người hững hờ thì cũng chẳng bằng hai trái tim cô đơn bên nhau lúc trời giông gió"*. Sự thật phũ phàng khiến Kim cay đắng vì ước vọng một gia đình hạnh phúc của hắn chỉ là ảo ảnh! Vâng, giờ hắn đã hiểu, yêu là phải đặt lòng tin vào người khác, là không che đậy điểm yếu của mình, để rồi có thể phải nhận lại sự cay đắng phũ phàng. Lê bước trên hè phố, lòng hắn trào dâng nỗi buồn vô tận như những gì viết trong" Bức Thư Tình Không Gửi số 4" của mình:

  ... Thế là, ta lại mình ta, lặng thầm buồn tênh lối đi về mà lòng không nguôi dĩ vãng. Chẳng còn tiếng gọi yêu thương, lối nào xưa đầy hoa nắng, ngày xưa đâu hỡi, dấu yêu kỷ niệm?

  Nghĩ lại, có lẽ hai người phụ nữ đã sinh con cho Kim chính là hai người vợ mà anh lính "thầy bói" năm xưa đã phán? Thế nhưng hắn lại chẳng thể nắm tay họ đi hết cuộc đời. Họ đã có những lối đi riêng. Bất giác, hắn nhớ về cô Thanh niên Xung phong ngày xưa, người thiếu nữ đã cho hắn biết thế nào là một tình yêu đích thực. Lòng bồi hồi xót thương, hắn đã viết ca khúc "Đi Tìm Em" để giữ trọn lời hứa với người xưa sau mấy chục năm âm dương cách biệt,

  ... Người yêu ơi! Sao em nỡ ra đi? Rừng năm xưa gió về lá vẫn bay, đồi hoa sim vẫn màu tím trinh nguyên, anh vẫn còn thương nhớ em.

  Những tưởng chuyện tình với cô gái miền Tây ấy, thế là hết nhưng ba hôm sau, cô ta lại gọi đến:

  - Em bận mấy ngày, chiều nay anh rước con nhé.

  - Bận chuyện gì?

  - Em đi nước ngoài.

- Với ai?

- Người quen.

"Có lẽ tên người quen đó đã khiến nàng rời bỏ cha con hắn?" Nghĩ thế nên hắn chẳng buồn hỏi thêm gì nữa.

Chương 9
MẸ ƠI CON ĐÃ GIÀ

+ +

Đang mơ màng trong không gian xa lạ, bất giác Kim cảm thấy như có ai vỗ nhẹ vai hắn.

- *Hi! How are you*? (Xin chào)

- Ai mà lại nói tiếng Anh với hắn vậy cà? Hắn lơ mơ trong đầu, rồi choàng dậy khi tiếng nói ấy vẫn bên tai.

- *Sir! Are you ok*? (Ông ổn không?)

- *Ok*! Hắn vừa gật đầu, vừa mở mắt ra xem đó là ai, thì ra hai gã an ninh sân bay.

- *If you need any help, do not hesitate* (Đừng ngại nếu ông cần giúp đỡ) - Họ nói tiếp.

- *Thank you so much* (cảm ơn) - Hắn đáp và mỉm cười như lời xin lỗi. Tệ thật! Mình đã thành ông già khốn khổ từ khi nào vậy? Kim rít một hơi dài như tức giận chính hắn, rồi thảng thốt: "Mẹ ơi! Con đã già". Quả là hắn đã già! Già đến nỗi vài vị bác sỹ điều trị bệnh tiểu đường cho hắn suốt 25 năm qua đã về với Chúa mà bệnh nhân của họ vẫn nhởn nhơ ở đây. Vẫn biết, sự già nua là nỗi buồn chia đều cho mọi người nhưng sao những ca từ sâu thẳm trong lòng "*Bao nhiêu năm làm kiếp con người. Chợt một chiều tóc trắng như vôi...*" (ca khúc

"Cát Bụi" - Trịnh Công Sơn) vẫn đôi lúc cứ khiến hắn thấy bơ vơ lạc lõng... "Hắn là ai? Hắn chẳng là ai cả! Hắn chỉ là loài dã thảo tươi tắn khi xuân về, héo buồn khi nắng hạ và chẳng muốn bị tàn úa theo thời gian dù chẳng khác được".

Bây giờ, Kim đã chẳng thể làm được những việc to tát nhưng sức sống bền bỉ, của loài dã thảo kia, vẫn thôi thúc hắn phải làm gì đó. Từng nghe ai đó nói, *"Đời người đàn ông nên làm ba việc: xây một ngôi nhà, trồng một cái cây và viết một cuốn sách..."* nếu đúng vậy thì hắn đã làm được hai việc đầu. Nhưng viết sách chẳng dễ vì hắn không có khiếu sáng tác, không có ngòi bút tinh tế của nhà văn. Tất cả vốn liếng văn chương của hắn chỉ là những lời phê của cô giáo trong các bài văn kể chuyện thời tiểu học. Chưa kể, những ký ức đã vỡ vụn theo năm tháng chẳng dễ phục hồi nhưng hắn sẽ cố để tất cả kỷ niệm không bị thời gian vùi lấp.

+ +

Việc người đàn bà của Kim thoái thác nuôi con, khiến hắn khá vất vả. Mỗi sáng, hắn phải chở con trên chiếc *SUV* kềnh càng, luồn lách qua những con đường chật cứng xe cộ, tới trường mẫu giáo. Chiều về, hắn lại phải làm mẹ, làm y tá, làm cô giáo cho con. Đứa bé như cái cây nhỏ cần dựa cha để vươn lên, còn hắn lại lấy sự lớn lên mỗi ngày của con làm động lực sống. Có lần, một anh bạn thời đại học mời Kim dự đám cưới con anh ta sau giờ làm việc nên hắn phải chuẩn bị sẵn và thay quần áo cho con trên xe. Trong khi các bạn học đạo mạo trong vai trưởng bối thì hắn vẫn nhếch nhác với vài bộ quần áo trẻ em và chai sữa bên mình. Tệ hơn! Khi hôn lễ cử hành, bé Hoa lại muốn đi vệ sinh nên hắn phải ẳm con, "ba chân bốn cẳng" chạy xuống *toilet* tầng dưới. Chẳng may, trên đường đi, một cục phân, xinh xắn như trái mận chin, của con bé rơi xuống cái sảnh bóng lộn rực rỡ ánh đèn. Dẫu vậy, hắn chẳng thể dừng vì biết tình hình sẽ còn tồi tệ hơn nên đành để "trái mận" ấy ở lại cho mấy cô vệ sinh hỗ trợ cùng

264

câu hỏi "Làm thế quái nào giữa chốn sang trọng, toàn những quý ông quý bà, lại có cục phân ấy nhỉ?" cho đám bảo vệ đúng gần đó suy xét.

"Qua cơn bĩ cực tới hồi thái lai", rồi thì cái vận hạn mà Kim phải chịu đựng mấy năm qua cũng chấm dứt khi vợ chồng anh bạn Việt kiều đền bù thiệt hại cho hắn sau khi bán được nhà. Cùng lúc, thương vụ đầu tư bất động sản trên đảo Phú Quốc cũng đem về khoản tiền kha khá. Tiền bạc quay lại nhưng tình yêu thì không. Dù muộn màng, cuộc đời lại dạy Kim thêm một bài học, "*Chẳng gì thay thế được tình yêu!*". Thật vậy, tiền bạc mất có thể không làm người đàn ông ngã lòng nhưng khi tình yêu vỗ cánh bay đi thì tâm can họ chỉ còn sự yếu ớt. Thế nên dù từng cay đắng với ai đó trên con đường tình nhưng một tình yêu đích thực vẫn là nỗi khát khao của đời hắn. Đến độ, nếu có kiếp sau, trái tim hắn vẫn muốn lâng lâng rạo rực khi "*Ai đi tìm tôi trên con đường đầy nắng. Tôi đi tìm ai trên đường vắng trong mưa*".

Một lần nữa, cái đồng hồ thời gian lại thong thả gióng lên sáu tiếng, như lời ai đó trên cao vọng xuống:

- "Này Kim! Chẳng còn bao lâu đâu."

- "Ôi chao! Mới đây mà ta đã già ư?" Hắn thầm hét lên:

- "Tên 'tuổi già' đáng ghét kia! Ta với mi không quen biết, sao cứ đeo bám ta?"

- "Thôi nào. Đừng cố đớp cố nuốt như những con chó hoang nữa. Hãy nhẩn nha nhai những gì còn sót lại rồi mở to cặp mắt đã vẩn đục của ngươi mà nhìn cái thảo nguyên xanh ngời lộng gió, trước khi mi biến thành cái xác khô ở đó." Gã "tuổi già" ấy chẳng vừa. Nhưng có lẽ "gã" nói đúng bởi nếu coi cuộc đời là một giấc mộng dài, bao ước vọng là những giấc mộng ngắn thì dài hay ngắn cũng vẫn chỉ là đang sống trong mộng mà thôi! Kim chợt hiểu cuộc đời vô thường sẽ chẳng có gì đáng phải tự hành xác đến phút cuối cùng. Thế là hắn ngừng kinh doanh, bán hết tài sản và đi theo tiếng gọi của thiên nhiên

- sáng ngắm mặt trời mọc, nghe chim hót, thư thả uống trà lòng chẳng vướng bận. Hắn cũng chia sẻ suy nghĩ đó với những người khác nhưng chỉ nhận về ánh mắt hoài nghi. Họ vẫn muốn làm cho khối tài sản đang có sinh sôi thêm, dù để kẻ khác hưởng, đến phút cuối đời vì nỗi sợ…cái nghèo! Họ muốn cuộc sống giàu sang nhưng lại không sẵn lòng với cuộc sống thoải mái - vốn dĩ là chị em sinh đôi - nên đã tự ngắt bỏ phần đời đáng sống nhất của mình. Quả là, "kiếm tiền đã khó, xài tiền còn khó hơn". Thôi thì, "Đời cua cua máy đời cáy cáy đào", hắn cứ việc tận hưởng cuộc sống. Thế là, hắn bắt đầu những chuyến đi tới miền đất mới.

Chiếc TU-154 của hãng *Aeroflot* đáp xuống phi trường *Sheremetyevo*. Kim đi bộ từ cầu thang máy bay vô nhà ga dưới những bông tuyết bay lất phất trong ánh đèn vàng vọt yếu ớt ngoài nhà ga. Hoà, cựu binh trận Cửa Việt năm xưa, ra sân bay đón hắn về nhà anh ta trong thành phố *Moscow*. Năm 1977, sau khi giải ngũ, Hoà học ở Học viện Quan hệ Quốc tế *Moscow* (MGIMO), rồi kết hôn với một cô gái địa phương. Khi con gái lớn của họ chẳng may bị mắc bệnh "máu trắng"- ảnh hưởng từ việc người cha đã tiếp xúc chất phóng xạ Benzene và các chất hoá dầu khi phải ngâm mình trong các bồn xăng dầu trong trận Cửa Việt khi xưa. Thế là hai vợ chồng họ phải bán hết tài sản đưa con sang Tây Đức chữa trị. Sau đó, người vợ lại qua đời để mình Hoà nuôi đứa hai con gái cho đến ngày anh ta gặp người vợ Nga thứ hai.

Kim nghỉ tại Khách sạn Ucraina-Moscova, biểu tượng 300 năm thống nhất Nga – Ucraina. Đó là toà nhà lớn kiểu kiến trúc *Baroque*. Khác những ấn tượng hoành tráng bên ngoài, nội thất và tiện nghi bên trong khách sạn khá nghèo nàn lỗi thời. Dẫu sao, nơi đây cũng chẳng thiếu các cô gái trẻ hàng đêm gõ cửa hỏi nam du khách muốn được phục vụ thêm không? Mỗi ngày, Hoà đều lái chiếc *Ford sedan* lấm lem bùn tuyết chở hắn tham quan các địa danh trong thành phố. Một lần, anh ta dẫn một cô gái tóc hung tới khách sạn giới thiệu với Kim:

- Đây là *Natasa,* bạn của bà xã mình, đang muốn tìm "một nửa" của mình.

- *"Zdrastvuiche!"* Hắn chào cô ta với một trong ba câu tiếng Nga còn nhớ được từ thời học đại học.

- *"Privet!"* Natasa nhoẻn miệng cười chào lại.

Sau khi Hoà đi khỏi, *Natasa* nói một tràng tiếng Nga nhưng thấy hắn không hiểu nên chỉ biết mỉm cười. Đến lượt, Kim nói vài câu tiếng Anh xã giao thì cô ta cũng chỉ nhún vai. Thế là, bọn họ đành giao tiếp với nhau bằng ngôn ngữ hình thể.

- Cà phê? Kim vừa nói, vừa làm động tác uống nước.

- "Đa" (vâng) - nàng gật đầu.

Ở quầy cà phê dưới sảnh, nơi có những bức bích họa lớn trên trần và vách, hắn đắm đuối nhìn cô gái gốc *Slavo* vừa có nét đẹp sắc lạnh Tây Âu, vừa có cái đẹp dịu dàng phương Đông. Biết gã đàn ông nhìn mình, cô gái mỉm cười duyên dáng rồi nắm tay hắn tỏ ý thân thiện.

- *Vodka*? Hắn lại đề nghị vì biết xứ băng giá này có nhiều phụ nữ uống rượu.

- "Đa".

Nhìn khuôn mặt đỏ hồng của *Natasa*, hắn lại nhớ đến người phụ nữ miền Tây vừa uống rượu đế, vừa hát vọng cổ của mình ngày nào. Vâng, đó là những người đa cảm nhưng mạnh mẽ. Có lẽ, chai *Vodka* đã giúp hai người thân mật hơn nên sau đó, họ lại vui vẻ dắt tay nhau về phòng. Dĩ nhiên, ở nơi đó hai kẻ đàn ông đàn bà từng trải ấy đều biết cách làm thoả mãn nhau. Khi Hoà quay lại, *Natasa* nói với anh ta rằng nàng thích Kim nhưng không muốn rời xa cái cửa sổ dính những bông tuyết xinh xắn ở nhà nàng trong những đêm Giáng Sinh.

- Ở lại được không Kim? Hoà nhìn Kim hỏi.

- Thôi "Ta về ta tắm áo ta..." hắn lắc đầu vì biết những giờ phút ái ân kia chưa đủ lôi cuốn trái tim nàng theo hắn về "dinh" ở mãi tận cái xứ nhiệt đới xa xôi nào đó.

- *"Dosvidania!"* Sau cùng, hai người "có duyên mà không có phận" với nhau ấy đành nói lời tạm biệt.

Ngày Hoà chở Kim ra sân bay, tình cờ họ gặp Học Lâm là cháu nội ông Lê Quang Sô, người năm xưa đã thiết kế lá cờ đỏ sao vàng của Việt Nam, cũng đang nối chuyến bay về Việt Nam từ *Ucraina*. Đã lâu rồi, mấy anh em không gặp nhau nên chuyến bay chậm trễ hôm ấy là cơ hội cho họ hàn huyên.

- Kim và Lâm thấy nước Nga thế nào? Hoà hỏi.

- Dù tiện nghi không bằng mấy nước tiên tiến nhưng kiến trúc và cơ sở hạ tầng ở đây cũng không thua kém nơi nào, còn phong cảnh thiên nhiên và các cô gái thì tuyệt vời. Kim thật thà đáp.

- Em biết nước Nga từng là đại đế thời Sa Hoàng và có nhiều truyền thống văn hoá khoa học. Tuy nhiên, nước Nga ngày nay không còn giữ được những truyền thống ấy bởi những đứt gãy của lịch sử - Lâm thổ lộ.

- Ghê quá! "Thầy giáo" nói chuyện có khác. Nhưng nước Nga vẫn là một cường quốc khoa học kỹ thuật đấy thôi. Hoà khẳng định.

- Chỉ còn những kỹ thuật quân sự tiếp quản từ thời Soviet nhưng với chế độ độc tài hiện nay thì sẽ sớm tụt hậu, - Lâm giải thích.

- Ở đâu không độc tài? Ngay Việt Nam mình vẫn hay đề cao "thượng tôn pháp luật" nhưng cờ, khẩu hiệu của đảng cầm quyền được treo thoải mái nơi công cộng, chẳng cần xin phép ai... thì đó là cái gì? Hoà bắt bẻ.

- Nhưng dù sao Nga cũng khó phát huy hết thế mạnh nếu tiếp tục theo chế độ chuyên chế. Lâm vẫn kết luận theo ý mình.

Chuyên chế và dân chủ theo Kim chỉ có tính tương đối. Dù xã hội dân chủ thừa nhận các quyền dân sự như xét xử công bằng, tự do ngôn luận, biểu tình, lập hội... Thế nhưng như Thủ tướng *Singapore*, Lý Quang Diệu, từng nói" Không đâu trên thế giới mà các quyền này được thực hiện mà không có những giới hạn. Vì nếu áp dụng một cách mù quáng những ý tưởng này có thể đi theo hướng huỷ hoại xã hội có tổ chức".

Chia tay Hoà, bọn Kim tiếp tục luận bàn trên máy bay. Lâm có tâm nguyện: "Việt Nam nên có một thể chế vận hành theo thuyết

Tam Quyền Phân Lập (*Separation of powers*). Cơ quan quyền lực đặt tại ba nơi: Quốc Hội lưỡng viện ở Hà Nội, Toà án tối cao ở Đà Nẵng và Chính phủ ở Hồ Chí Minh". Đã lâu, Kim không quan tâm chính trị nhưng quả thật Hà Nội quá gần biên giới không tránh khỏi ảnh hưởng nhiều mặt từ Trung Quốc. Chưa kể động lực phát triển kinh tế ở phía nam lại điều hành ở phía bắc chẳng tránh được quan liêu tốn kém. Học Lâm cũng muốn "Nền kinh tế Việt Nam được phát triển theo các học thuyết của *Adam Smith* và *David Ricardo*". Nhưng Kim lại cho là nền Kinh tế Thị trường Định Hướng Xã hội Chủ nghĩa đã mặc nhiên bao gồm phương thức hoạt động của cơ chế thị trường theo thuyết "Bàn Tay Vô Hình" (*Invisible Hand*) của Adam Smith. Đồng thời, việc tham gia chuỗi cung ứng toàn cầu của Việt Nam cũng là đang áp dụng thuyết "Lợi Thế So Sánh" (*Comparative Advantage*) của Ricardo. Ngoài ra, Lâm còn kỳ vọng "Việt Nam sẽ lưu giữ được bản sắc dân tộc, đồng thời đòi lại lịch sử đã bị phong kiến Trung Hoa cướp đoạt và đồng hóa". Quả là, anh ta muốn có hơn "Ba Điều Ước".

Sau Nga là cuộc hành trình bảy giờ bay của Kim từ Hồ Chí Minh tới Bắc Kinh trong nỗi thống khổ vì phải ngồi bó gối giữa những hàng ghế chật hẹp của *China Southen Airlines* suốt hành trình. Dù vậy, hắn cúng không khỏi ngạc nhiên khi thấy dưới cánh máy bay những thành phố sáng rực trong đêm, những toà nhà cao tầng lúc ban mai. Nước này đã thu lợi lớn khi giao tiếp với phương Tây mấy thập kỷ qua – hắn ghen tị. Ở Bắc Kinh, hắn đi tham quan các di tích phong kiến nổi tiếng và đến các vườn táo vườn hồng của nông dân, các chợ truyền thống, các khu dân cư tìm hiểu cuộc sống, tình cảm thực của dân chúng. Vâng, đó là xã hội đan xen giữa cuộc sống công nghệ của người trẻ và cuộc sống dựa vào nền kinh tế tự phát của số đông nông dân, thợ thủ công, tiểu chủ. Có vẻ số đông dân chúng nơi đây vẫn chưa thích nghi được với các cơ sở vật chất khổng lồ mới được tạo ra, giống như đang mặc chiếc áo quá rộng. Chưa kể, lối sống theo kiểu Giả - Ác - Đấu* ở đây được coi là việc hiển nhiên. Có lẽ xứ này phải cần có thêm thời gian thích ứng cuộc sống văn minh như các quốc gia phát triển khác, theo qui luật *"Vật chất có trước ý thức có sau"* - hắn thầm nhủ.

+ +

Bấy giờ, Thi Sương đã rất yếu. Những căn bệnh nan y khiến cơ thể bà co rút lại, da xám xịt và mái tóc dài đã rụng gần hết. Mặc cảm với cái hình hài tệ hại ấy nên bà thường xua đuổi mọi người để không phải nhận sự thương hại của họ. Nhưng những lúc nằm một mình, bà lại nhớ đến đứa cháu đầu lòng lấy chồng xa nên hay bảo Kim đi thăm nó. Biết mẹ đã yếu, hắn không dám đi xa chỉ quanh quẩn bên mẹ phụ vài thang thuốc, chút thức ăn. Nhưng những việc vặt ấy không làm nguôi ngoai nỗi nhớ cháu của bà nên Kim đành lên đường đi thăm con gái để mẹ yên lòng. Thật buồn! Chỉ mấy ngày sau khi con đi, người mẹ đã giã từ cõi đời, trong thời khắc chỉ có một mình, với lời khắc khoải, "Các con tôi đâu rồi?".

Không về được bên mẹ những giây phút ấy, Kim đành nuốt nước mắt vào lòng và mãi không thôi ân hận. Giống con cóc nhỏ trong chuyện cổ tích, không bao giờ vâng lời mẹ, đến khi nước lũ cuốn mất xác mẹ mới ân hận... thì hắn cũng là đứa con luôn cãi lời mẹ, cho đến khi mẹ sắp mất cũng chẳng hiểu chuyện mà ở nhà với bà. Vâng, đây là nỗi đau lớn nhất đời Kim! Như ai đó nói, *"Người đàn ông chỉ thực sự trưởng thành sau khi mất mẹ"*. Vâng đến lúc ấy, thằng bé Kim to xác mới cảm nhận được sự thiệt thòi cho những ai phải cài bông hồng trắng**. Rồi lại, nếu như ai đó nói: *"Những người viết được những lời thơ tặng mẹ, sẽ không bao giờ là kẻ đốn mạt"* thì cái ca khúc *"Mẹ ơi"* với bao cảm xúc nước mắt của hắn chính là sự biết ơn của Kim với người mẹ của mình, đã suốt đời vì con.

...Mẹ ơi! Hôm nào suối tóc mây trôi. Bao lời thương yêu ru con từng ngày. Nhịn ăn cho con khi đói, nhường chăn cho con khi rét. Bóng mẹ hiền ấm áp đời tôi...

270

Sau khi vợ mất, Lê Ngọc suy sụp thảm hại. Ông không còn quan tâm đến việc thể dục và sao nhãng việc ăn uống và chăm sóc bản thân. Hình ảnh người vợ "đầu gối tay ấp" của mình nhắm mắt xuôi tay, mặc cho dòng đời cuốn ra nghĩa địa đã khiến ông như kẻ mất hồn. Trong tâm trí ông khi ấy dường như chỉ còn có Kim, kẻ luôn hiện diện cùng những thăng trầm của đời ông. Thế nhưng, là người sống theo cảm xúc thật nên Kim chẳng thể dối lòng mà quên đi cái tuổi thơ không đáng nhớ mà cha đã tạo cho mình... Cho đến một chiều, tĩnh lặng trong ngôi chùa nhiều cây lá xanh tươi và trong khoảnh khắc đôi mắt khép lại, hắn chợt thấy thân xác mình dường như đang tan ra và bay theo làn khói thơm từ lư hương lên trời xanh, cùng những sân hận bấy lâu bị giam hãm trong lòng. Sự thanh thản ấy dường như đã giũ hết bụi trần đang đè trên vai Kim, để hắn trở về với người cha và tha thứ tất cả cho ông, như cái quy luật lá rụng về cội. Thế rồi, những kỷ niệm buồn vui trên cõi đời của hai cha con lại quay về gắn kết họ với nhau, như lẽ đời phải thế. Thậm chí, Lê Ngọc còn muốn đi theo Kim, còn muốn hắn lấy lại số tiền ông đang gửi ai đó đem về chia cho con cháu lấy thảo. Đành rằng, "Trẻ cậy cha, già cậy con" nhưng hắn vẫn còn con nhỏ, không thể chăm sóc như "bà chăm ông" được và hắn cũng không nỡ đánh đổi tình cảm ruột thịt trong gia đình lấy những số tiền nào đó như nguyên vọng của cha. Hơn nữa, cả đời Lê Ngọc đã không xem trọng đồng tiền thì trước sau nó cũng bạc bẽo với ông mà thôi.

Một năm sau khi vợ mất, sự tàn tạ tinh thần và thể chất đã hạ gục ông - kẻ sống không gặp thời, như những gì ông từng nửa đùa nửa thật," Khi đảng cần già thì tôi quá trẻ, khi đảng cần trẻ thì tôi quá già, khi đảng cần công-nông thì tôi là trí thức, khi đảng cần đức (đảng viên) thì tôi chỉ có tài". Trong giờ phút lâm chung, dường như khuôn

----

* Giả dối – Ác độc - Đấu đến cùng (quyết không nhường).
**Tục cài hoa hồng trắng cho n ững người không còn mẹ của người Nhật.

mặt của Lê Ngọc đã giãn ra và nhẹ nhõm hơn khi nghe thấy tiếng gọi," Ba ơi! Con đây" của đứa con trai mà ông từng nhiều kỳ vọng. Tuy thế, vẫn như bao biến cố từng xảy ra trong cuộc đời họ, lần này, Kim cũng không thực sự biết được tâm trạng của cha mình khi ấy thế nào? Bởi lẽ, chỉ những người trước khi nhắm mắt xuôi tay mới biết họ sướng hay khổ trên cõi đời này. Nhưng dù sao, đây cũng là lần đầu Kim rơi lệ trong lòng cho người cha tội nghiệp của mình. Vâng! Cũng kể từ hôm đó, cái gia đình ba người miền Nam tập kết ra bắc trên chuyến tàu định mệnh thủa nào, giờ chỉ còn mình Kim.

+ +

Hàng năm, gia đình Thanh Mai vẫn hay đi du lịch đâu đó trên thế giới, hoặc tới các tiểu bang của Hoa Kỳ. Lần này, họ rủ Kim đi *Lousiana* trên chiếc xe cắm trại của họ. Từ *Miami*, chiếc *RV* chạy theo các xa lộ đánh số lẻ cho trục bắc nam và số chẵn cho trục đông tây, rồi la cà ở nhiều nơi, trước khi tới thủ phủ *New Olean*. Bồi hồi nhìn lối kiến trúc của những dãy phố trong khu French Quarter và cây cầu *Crescen*t trong sương mù dày đặc trên sông *Mississipi* ở nơi này, lòng Kim lại trào dâng nỗi nhớ phố phường và cây cầu Long Biên thân thương, trong những chiều đông u ám ở Hà Nội, thời ấu thơ.

Brian, chồng Thanh Mai, là một chuyên gia tài chánh và bất động sản nên anh ta có cách nhìn lối suy nghĩ của một doanh nhân. Dù hàng ngày vẫn tiêu xài chừng mực nhưng khi cần, anh ta có thể ra bất kỳ quyết định nào mà không quan tâm đến tiền bạc theo trào lưu *FIRE - Finance Independence Retire Early -* để có được cuộc sống thoải mái cho gia đình. Anh ta khá nhạy bén với các ý tưởng đầu tư mạo hiểm nhưng cũng có thiên hướng tìm các công việc an nhàn, ít phải suy nghĩ - kiểu làm chơi ăn thật. Như đa số người Mỹ, ăn ít làm nhiều, *Brian* là một người tốt và có trách nhiệm với gia đình. Anh ta từng tâm sự, "Nếu cần, sau này sẽ nhập vài tấn đất từ Việt Nam về đắp mộ cho vợ, để Thanh Mai được mãn nguyện nhắm mắt trên mảnh đất quê hương và để hai vợ chồng không có lý do gì phải chia lìa." Những lời nói nghe ấm lòng làm sao.

Càng ở lâu, Kim càng hiểu nước Mỹ. Đó là một xứ sở tự do được kế thừa truyền thống dân chủ, nhân văn của châu Âu và sự cần cù của các sắc dân châu Á. Nhờ phổ quát và giám sát hệ thống pháp luật tốt; nhờ nguồn lao động nhập cư dồi dào và nhờ lòng yêu nước của dân chúng nên nước Mỹ vẫn không ngừng phát triển, như "Phép tính nhân" cùng với những quốc gia có sự đồng thuận xã hội cao trên thế giới, trong đó có Việt Nam.

Ở Florida, Kim khá thân với một vài người địa phương. Họ yêu nước nhưng lại không ủng hộ tổng thống đương nhiệm (?). Khi biết hắn ủng hộ *D. Trump* vì những nỗ lực của ông ta chống lại sự độc chiếm Biển Đông của Bắc Kinh thì họ nhún vai:

- Việt Nam không ngại chiến tranh với Trung Quốc sao?

- Không! Lịch sử hai nước từng có hơn 13 cuộc chiến tranh rồi và cái tỉ lệ dân số "một chọi mười" thì vẫn thế – hắn đáp.

Nghe vậy, vợ chồng Thanh Mai cũng góp chuyện:

- Trung Quốc trỗi dậy có làm suy yếu nước Mỹ không?

- Không! Xứ ấy chỉ giỏi "Phép tính cộng" nên không thể tiến nhanh như Mỹ. Hắn trả lời, rồi tiếp:

- Trước tới nay, Trung Quốc luôn muốn "cộng" thêm từng tấc đất, từng đồng xu của các nước lân bang. Họ hay tỏ thái độ "thượng đội hạ đạp". Bợ đỡ nước lớn, nước giàu; chèn ép nước nhỏ nước nghèo và thường tô vẽ, phóng đại mình... nên đã tự đánh mất thiện cảm của các dân tộc khác.

- Nhưng họ cũng có kỹ thuật tiên tiến?

- Chẳng đi tới đâu! Vì 70 phần trăm GDP của Mỹ là dựa trên giá trị phát triển khoa học kỹ thuật theo những chính sách khuyến khích đầu tư tư nhân. Ngược lại, tỉ lệ này ở Trung Quóc chỉ chiếm hơn 30 phần trăm - một nửa trong đó đến từ vốn đầu tư nước ngoài - nên việc đầu tư cho khoa học kỹ thuật trong tương lai của họ sẽ bị hạn chế. Chưa kể, nguồn thu từ bất động sản (đến 30 phần trăm) và việc xuất khẩu giá rẻ bị thu hẹp cùng việc sử dụng ngân khố cho những mục đích của nhà nước độc tài sẽ khiến kinh tế khó có thể phát triển nhanh.

- Các nước khác thì sao?

- Nhiều nước hiện vẫn đang sống trong hào quang quá khứ, số khác lại bận bịu công việc tín ngưỡng. Có vẻ, bọn họ không dành hết tâm lực phát triển đất nước mà chỉ hứng thú với những công việc mang tính "chia sẻ" (?). Họ muốn chia sẻ cho các quốc gia khác, cho mọi người từ những kiến thức xa xưa, đến cách sống, cách nhìn nhận vấn đề, cách định chuẩn đạo đức xã hội và cả đức tin cho người khác. Vâng, có thể xem đó là những quốc gia thích "Phép tính chia". Họ giống như những cây kem đang tan chảy.

+ +

Năm giờ sáng. Kim trở lại cái *terminal* khởi hành, trước hai giờ đồng hồ cho chắc ăn, rồi lại ngồi thu mình ở hành lang dẫn đến cửa chính nhà ga cho đến khi những người cùng chuyến bay bỗng từ đâu đổ ra mỗi lúc một đông. Đó là những người đi làm việc, những du học sinh đã xong khoá học, những khách du lịch bị kẹt lại vì dịch bệnh. Bọn họ đi thành từng tốp, kéo va-li rào rào, cười nói lao xao trong cái hành lang mà chẳng ai đoái hoài đến hắn - một lão già chậm chạp như bao lão già khác. Nhìn đám nam thanh nữ tú ấy, lòng Kim bỗng sôi lên, "Tụi ranh! Chúng bay không cần biết tao là ai ư? Tao cũng từng vui vẻ, trẻ trung từ khi chúng bay còn chưa nứt mắt cơ đấy" và lại, "Thằng chíp miệng còn hơi sữa kia! Tao cũng từng đẹp trai lôi cuốn phụ nữ như mày. Cả cái con bé kia nữa! Người yêu tao khi xưa cũng xinh đẹp chẳng thua gì mày đâu". Hắn lầu bầu giận dữ cứ như thể chúng đã lấy đi cái tuổi trẻ, tài năng và cả sự thành đạt của hắn.

Vâng, "cả giận mất khôn!" bởi trong hoàn cảnh nào thì tức giận vẫn là sự ngu ngốc và nếu cứ để nó xâm chiếm tâm hồn mình thì

274

sớm muộn người ta cũng biến thành quỷ dữ. Nghĩ thế, Kim giật mình vì thấy cái thói ganh ghét thường tình của người đời vẫn hiện hữu trong tuổi già - tuổi mà người ta chẳng thèm biết kẻ đối diện mình là ai, chẳng còn động lòng với mái tóc ánh mắt nào nữa - của hắn. Thế là, hắn xuống giọng, "Nếu các người một lòng phụng sự đất nước thì lão đây sẽ yêu thương các người như yêu chính mình ngày xưa và lão cũng vui lòng làm viên đá lót đường cho ngôi nhà Việt do các người xây đấy".

Một cơn gió lùa từ những cánh cửa nhà ga vừa mở toang, để chào đón hành khách, khiến Kim ho rũ rượi. Ôi dào! Cái chứng viêm tắc phổi mãn tính (*COPD*), do hút thuốc lá, chết tiệt này đã chẳng để hắn yên mỗi khi thời tiết thay đổi từ khi đi lính về đến giờ. Hắn đứng dậy, chậm rãi kéo những chiếc va-li theo sau đám hành khách ồn ào ấy vào trong nhà ga. Bây giờ, Kim luôn là kẻ đi sau nhưng hắn không việc gì phải vội vì chẳng bao lâu nữa, hắn sẽ lại được sống trong vòng tay yêu thương của mẹ, như thủa bé thơ.

Thanh thản trong lòng như những loài dã thảo xanh ngời trong cái nắng vàng cuối thu bên ngoài nhà ga, hắn lẩm nhẩm hát:" *Hạt bụi nào hoá kiếp thân tôi. Để một mai tôi về cát bụi. Ôi cát bụi tuyệt vời. Mặt trời soi một kiếp rong chơi...*" (ca khúc "Cát Bụi" - Trịnh Công Sơn).

MỤC LỤC